தமிழ் இதழ்கள்

1915 – 1966

தமிழ் இதழ்கள்

1915–1966

ரா. அ. பத்மநாபன்

சுதேசமித்திரன் முதல் *தினமணி* வரை தமிழ் இதழியலின் வரலாற்றைத் தனிக்கட்டுரைகளாகப் பதிவு செய்யும் நூல் இது. 1933இல், தமது பதினாறாம் வயதிலேயே, *ஆனந்த விகடன்* வழியாகத் தமிழ்ப் பத்திரிகை உலகில் நுழைந்துவிட்ட ரா. அ. பத்மநாபன், *ஜெயபாரதி* (1936-37), *ஹநுமான்* (1937), *ஹிந்துஸ்தான்* (1938), *தினமணி கதிர்* (1965-66) முதலான இதழ்களில் பணியாற்றியவர். ஓர் ஆராய்ச்சியாளராகத் தமிழ் இதழ்களைத் தேடிப் படித்ததோடு, தமிழ் இதழியலின் வளர்ச்சியை நேரடியாகப் பார்த்தும் பணியாற்றியும் வாழ்ந்தும் அனுபவித்தவர். அந்த வகையில் நிகழ்ச்சிக் கோவையாகவும் தகவல் களஞ்சியமாகவும் இந்நூல் சுவைபட அமைந்துள்ளது. *ஸ்வராஜ்யா, தமிழ்நாடு, இந்தியா, ஹிந்துஸ்தான்* முதலான காண்பதற்கரிய இதழ்களைப் பற்றிய முக்கியச் செய்திகளும் இந்நூலில் அடங்கியுள்ளன.

ரா. அ. பத்மநாபன் (1917) பாரதி அறிஞர் என்று அறியப்படுபவர். *பாரதி புதையல்* திரட்டுகள், *சித்திரபாரதி* ஆகியவை பாரதி ஆய்வுக்கு இவர் ஆற்றிய பெரும்பங்களிப்புகள். வ. உ. சி., சுப்பிரமணிய சிவா, வ. வே. ஸு. ஐயர், நீலகண்ட பிரம்மச்சாரி ஆகிய தேசிய இயக்கப் பெருமக்களைப் பற்றிய வரலாறுகளையும் இவர் எழுதியுள்ளார்.

ரா. அ. பத்மநாபன்

தமிழ் இதழ்கள்

1915 – 1966

காலச்சுவடு பதிப்பகம்

தமிழ் இதழ்கள், 1915–1966 • கட்டுரைகள் • ஆசிரியர் : ரா. அ. பத்மநாபன் • © 2003, திருமதி மைதிலி பத்மநாபன் • முதல் பதிப்பு: டிசம்பர் 2003, இரண்டாம் பதிப்பு: ஆகஸ்ட் 2015 • வெளியீடு : காலச்சுவடு பப்ளிகேஷன்ஸ் (பி) லிட்., 669 கே. பி. சாலை, நாகர்கோவில் 629001

Tamil Ithazhkal,1915 -1966 • Essays on the history of Tamil Journalism • R.A. Padmanabhan • © 2003, Mrs. Mythili Padmanabhan • Language : Tamil • First Edition: December 2003, Second Edition: August 2015 • Size : Demy 1 x 8 • Paper: 18.6 kg maplitho • Pages : 160

Published by Kalachuvadu Publications Pvt.Ltd., 669 K.P. Road, Nagercoil 629 001, India • Phone : 91 - 4652 - 278525 • e-mail: publications@kalachuvadu.com • Cover Design: Santhosh

ISBN : 978-81-87477-67-9

08/2015/S.No.83, kcp 1335, 18.6, (2) MR

எங்கள் குடும்பத்தின் சிறந்த முன்னோடியும்,
கேரளம் சாலக்குடியில் தென்னாட்டின் முதல் 'வின்ச்'சை
அமைப்பதில் உழைத்தவருமான எங்கள் தந்தையார்
திரு. பி. எஸ். ராமஸ்வாமி ஐயங்கார்
அவர்களுக்கு சமர்ப்பணம்.

– ரா. அ. ப.

பதிப்புக் குறிப்பு

ஏ.கே. செட்டியாரின் *குமரி மலர்* இதழில் மே 1977 முதல் மார்ச் 1982 வரை விட்டுவிட்டுத் தொடராக வெளியான கட்டுரைகள் இங்கே தொகுத்தளிக்கப் பட்டுள்ளன. 'மணிக்கொடி' காரியாலயம் என்ற கட்டுரை '*பி. எஸ். ராமையா மணிவிழா மல*'ரில் (1965) வெளிவந்து, பின்பு *குமரி* *மலரில்* மறுபதிப்பானது. 'ஹிந்துஸ்தான்' பற்றிய கட்டுரை *இந்திய விடுதலைக்கு முந்தைய இதழ்கள், தொகுதி 1* (பதிப்பு: இ. சுந்தரமூர்த்தி, மா. ரா. அரசு, உலகத் தமிழாராய்ச்சி நிறுவன வெளியீடு, 1998) நூலில் இடம்பெற்றது.

'விகடன் ஆரம்ப காலம்' கட்டுரை *ஆனந்த விகடன்* பொன்விழா மலரில் வெளியானது. இதை இந்நூலில் சேர்த்துக்கொள்ள அனுமதியளித்த விகடன் ஆசிரியர் திரு. எஸ். பாலசுப்பிரமணியன் அவர்களுக்கு நன்றி.

எனது இளம் நண்பர் டாக்டர் ஆ.இரா. வேங்கடாசலபதி யின் தூண்டுதலாலும் இடைவிடா ஊக்கத்தாலும் உழைப்பாலும் இந்த நூல் சாத்தியமாயிற்று. அவருக்கு என் நன்றி.

ரா.அ. பத்மநாபன்
71, எல்லையம்மன் கோவில் தெரு
அடையாறு, சென்னை 600 020

பாரதி பிறந்த நாள், 11.12.2003

பொருளடக்கம்

1

சுதேசமித்திரன்

தமிழகத்தின் முதல் நாளிதழாகவும் தமிழ்ப் பத்திரிகைத் துறைக்கே வழிகாட்டியாகவும் விளங்கிய *சுதேசமித்திரன்* 1882இல் தோன்றியது, 1915ஆம் ஆண்டில் கைமாறியது.

மித்திரன் ஸ்தாபகர் ஜீ. சுப்பிரமணிய ஐயர் மாசு மறுவற்ற தேசபக்தர். தமிழ் மக்களைத் தட்டி எழுப்பி நாட்டு விடுதலைக்கும் ஜனநாயக வாழ்வுக்கும் உழைக்கச் செய்வதென்பதே குறிக்கோளாக வாழ்ந்தார். அரசாங்க நிதி விவகாரங்களில் மகாநிபுணர் அவர். ஆனால் சொந்த நிதி விவகாரங்களை சாமர்த்தியமாகக் கையாளத் தெரியாதவர்! தயாளு. லட்சியமே குறியாக அவர் பத்திரிகையை நடத்திவந்ததால் *மித்திரன்* பல பொருளாதார நெருக்கடிகளைச் சமாளிக்க வேண்டியிருந்தது. அதற்கு நாள்தோறும் புகழ் கூடியது; நிதி நிலைமை மட்டும் வலுவடையவில்லை.

இவ்வளவில், 1908இல் கண் பார்வை இழந்தார் ஜீ. சுப்பிரமணிய ஐயர். அப்படியிருந்தும் சளைக்காமல் பிறரைக் கொண்டு தந்திகளையும் பத்திரிகைகளையும் படிக்கச் செய்து, தலையங்கங்களை உதவியாசிரியரிடம் அவர் 'டிக்டேட்' செய்தார். 'கற்றுச்சொல்லி' போல உதவியாசிரியர் ஆசிரியர் சொல்வதை எழுதி அச்சிடக் கொடுப்பார். அச்சுக்கோத்த பின், படிகளை மீண்டும் ஆசிரியருக்குப் படித்துக் காட்டி, அவரது அங்கீகாரத்துடன் வெளியிடுவார்கள்.

இப்படி ஆறேழு ஆண்டுகள் ஜீ. சுப்பிரமணிய ஐயர் தமது பார்வையற்ற நிலையிலும் *சுதேசமித்திரன்* நிர்வாகத்தைச் செவ்வனே நடத்திவந்தார். 1914ஆம் ஆண்டு அவருடைய ஷஷ்டி அப்த பூர்த்தி (60 ஆண்டு நிறைவு) ஒரு பொதுக் கொண்டாட்டமாகத் தமிழகமெங்கும் கொண்டாடப் பெற்றது. திருச்சி, கும்பகோணம், திருவிடைமருதூர், தஞ்சாவூர், கோவை முதலிய பல ஊர்களில் ஜீ. சுப்பிரமணிய ஐயரையும் *மித்திர*னையும் பாராட்டிப் பொதுக் கூட்டங்கள் நடந்தன.

கம்பீரமான தோற்றம்

1915 ஜனவரி மாதம் மற்றொரு மகிழ்ச்சிகரமான சம்பவம் நடந்தது. ஐயரின் நண்பர்களும் சக ஊழியர்களும் ஒன்று கூடி, அவருடைய பெரிய அளவு வண்ண உருவப் படம் ஒன்றை மகாஜன சபை ஹாலில் திறந்துவைக்க ஏற்பாடு செய்தார்கள். வங்கச் சிங்கம், பத்திரிகை ஆசிரியர், புகழ்மிக்க அரசியல்வாதி ஸுரேந்திரநாத் பானர்ஜீ இந்த முழு அளவு 'ஆயில் பெயிண் டிங்'கைத் திறந்துவைத்தார்.

ஒருவர் உயிரோடிருக்கும்போதே பாராட்டப் பெறுவது அக் காலத்தில் அபூர்வம். அத்தகைய சிறப்புப் பாராட்டைப் பெற்றார் ஜீ. சுப்பிரமணிய ஐயர். ஸுரேந்திரநாத் பானர்ஜீ திறந்து வைத்த இந்த கம்பீரமான முழு அளவுப் படம் இன்றளவும் சென்னை மகாஜன சபை ஹாலில் நமது பார்வைக்குக் கிடைக்கிறது. தற்சமயம், மவுண்ட் ரோடில் எல். ஐ. சி. கட்டடத்தின் பின்னால் இருக்கின்றன மகாஜன சபை ஹாலும் நூல் நிலையமும். எல். ஐ. சிக்கு வட பக்கத்தில் வழி உள்ளே போகிறது. இங்கே சென்று, மகாஜன சபை ஹாலில் உள்ள ஜீ. சுப்பிரமணிய ஐயர் படத்தைப் பார்த்தால்தான் அவரது கம்பீரமான தோற்றம் நமக்குப் புரியும். அதிக உயரமில்லை; ஆனால் சிங்கம் போன்ற பார்வை கொண்ட உருவம். ஆங்கில உடுப்புகள். தலையில் தலைப்பாகை. நிமிர்ந்த உடல். அலட்சியமான மேல் தூக்கிய முகவாய்க்கட்டை. அது ஒன்று போதும் நமது கவனத்தை இழுத்துப் பிடிக்க!

தென்னகத்தின் அரசியல் பிதா

"ஜீ. சுப்பிரமணிய ஐயரே சென்னை ராஜதானியின் அரசியல் பிதா; சென்னையில் ஏதேனும் அரசியல் நடவடிக்கை இருக்கிறதென் றால் அது ஜீ. சுப்பிரமணிய ஐயருடைய முயற்சியால் விளைந்ததே யாகும்.... ஐயர் பொருளாதாரப் பிரச்னைகளைத் தெளிவாக அலசி விளக்குவார். அவரது பேச்சில் அழுத்தம் இருக்கும், தெளிவு இருக்கும், விவரங்களில் துளி பிசகு இராது. அவரது பேச்சைக் கேட்டால் நமது கவனம் வேறு பக்கம் திரும்பாது! நம்முடைய எல்லாவித கௌரவத்துக்கும் உரிய கனவான் அவர்!" என்று பாராட்டினார் ஸுரேந்திரநாத் பானர்ஜீ.

மகாஜன சபையின் மரியாதை தக்க சமயத்திலே ஏற்பாடு செய்யப்பட்டது. ஏனெனில், இது நடந்த சமயம் உடல்நலம் குன்றி யிருந்த ஜீ. சுப்பிரமணிய ஐயர், அடுத்த சில மாதங்களில் படுத்த படுக்கையாகிவிட்டார்.

'உழைத்தது போதும்!'

1915 துவக்கத்தில் சென்னை வந்த பாரிஸ்டர் எம். கே. காந்தி (மகாத்மா காந்தி) ஜீ. சுப்பிரமணிய ஐயரைத் திருவல்லிக்கேணி வீரராகவ முதலித் தெருவில் (பெரிய தெருவில்) இருந்த அவரது

இல்லத்தில் போய்ப் பார்த்தார். வி.எஸ். ஸ்ரீநிவாஸ சாஸ்திரியார் காந்திஜீயை அழைத்துச் சென்றார்.

நோயுற்றிருந்த தம்மைப் பார்க்க காந்தி வந்துள்ளார் என்றதும் ஜீ. சுப்பிரமணிய ஐயரின் கண்களில் நீர்துளித்தது. தாய்நாட்டுக்கு மேன்மேலும் உழைக்கக்கூடிய நிலையில் தாம் இல்லையே என்று அவர் கண்ணீருக்கிடையில் சொன்னார்.

"நீங்கள் உங்கள் பங்குக்கும் அதிகமாகவே செய்திருக்கிறீர்கள். இப்போது நீங்கள் ஓய்வு கொள்ள வேண்டும்; நாட்டுப் பணியைப் பிறர் செய்யட்டும்" என்றார் காந்திஜீ.

ஐயருக்குத் தொழுநோய்ச் சின்னங்கள் இருந்ததையும் பொருட் படுத்தாமல், அவரை அணைத்து அந்த மகானது தேசத் தொண்டைப் பாராட்டி ஆறுதல் சொன்னார் காந்திஜீ. காந்திஜீயின் தென் ஆப்பிரிக்கப் போராட்டங்களுக்கு ஆரம்ப முதலே ஆதரவு தந்தவர் ஜீ. சுப்பிரமணிய ஐயர். *மித்திரன்* நாளிதழுக்கு தென் ஆப்பிரிக்காவில் நிறைய சந்தாதாரர்கள் இருந்தனர்.

'பட்டுப்பூச்சி ஆகிவிடுவீர்!'

இந்தச் சமயம் மற்றொரு பெருந்தலைவரும் ஜீ. சுப்பிரமணிய ஐயரைப் பார்க்க வந்தார். *அமிர்த பஜார் பத்திரிகை* என்ற வங்காளி நாளிதழைத் தோற்றுவித்து, அதை ஒடுக்கவென இந்திய மொழிப் பத்திரிகைகளுக்கு விரோதமாக ஒரு சட்டத்தை பிரிட்டிஷ் அரசு கொண்டுவந்த சமயம் இரவோடு இரவாகத் தங்கள் பத்திரி கையை ஆங்கில நாளிதழ் ஆக்கி, அரசின் சூழ்ச்சி பலிக்காமல் செய்த துடன், தொடர்ந்து விறுவிறுப்புடன் தேசியப் பிரசாரம் செய்துவந்த பாபு மோதிலால் கோஷ் தான் அவர்!

பாபு மோதிலால் கோஷ் ஜீ. சுப்பிரமணிய ஐயரை விட மூத்தவர். அகில இந்திய காங்கிரஸ் விவகாரங்களில் அவரும் தீவிரமாகக் கலந்துகொண்டவர். அக்காலத்தில் தீவிரவாதிகளில் அவர் ஒருவர்.

பாபு மோதிலால் கோஷைக் கண்டதும் ஜீ. சுப்பிரமணிய ஐயர் தாம் நோயுற்று முதுமையின் இன்னல்களை அனுபவிப்பது பற்றி அங்கலாய்த்தார். உடனே மோதிலால் கோஷ், "ஸகோதர, நீரும் நானும் இப்போது கூட்டுப் புழுவின் நிலையில் உள்ளோம். விரைவில் அழகான பட்டுப் பூச்சியாக மாறிப் பறந்து போவீர்கள்! அதை நினைத்து மகிழ்கிறேன்!" என்றார்.

நெகிழ்ந்த மனதுடைய ஜீ. சுப்பிரமணிய ஐயர் இந்த மொழி களைக் கேட்டதும் கண்ணீர் வடித்து, "உங்களுடைய இம்மொழி களைக் கேட்க எனக்கு மிக ஆறுதலாக இருக்கிறது!" என்றார்.

மித்திரன் கைமாற்றம்

தமது தள்ளாமையை உத்தேசித்து, சில ஆண்டுகளாகவே *மித்திரன்* பத்திரிகையை யாரிடம் ஒப்படைக்கலாம் என்று

ஜீ. சுப்பிரமணிய ஐயர் யோசித்து வந்தார். முப்பதாண்டுகளுக்கு மேல் குழந்தைபோல வளர்த்த ஸ்தாபனம்; லட்சியத்துடன் தேசத் தொண்டு செய்துவந்த நாளிதழ்; லட்சியம் தளராமல் இதேபோல நடத்துகிறவர்களிடமே ஒப்படைக்க வேண்டும் என்பது ஐயரின் ஆசை.

அவருடைய லட்சியங்களுக்கெல்லாம் இயைந்தவராக 1915இல் ஒருவர் வந்து சேர்ந்தார். அவரிடம் *மித்திர*னை ஒப்படைத்தார் ஜீ. சுப்பிரமணிய ஐயர்.

ஏ. ரங்கஸ்வாமி ஐயங்கார் என்பவர்தாம் *மித்திர*னை மேற் கொண்ட புதிய ஆசிரியர். அவர் சுப்பிரமணிய ஐயரிடமிருந்து *மித்திர*னை விலைக்கு வாங்கினார். அது முதல் *சுதேசமித்திரன்* நிதிநிலைமை வலுப்பெறலாயிற்று.

ஏ. ரங்கஸ்வாமி ஐயங்கார் *மித்திர*னை வாங்கி, அதன் ஆசிரியர் ஆவதற்குமுன் ஆங்கில நாளிதழ் *ஹிந்து*வில் மானேஜராக இருந்து வந்தார். அவர் *ஹிந்து* முதல்வர் எஸ். கஸ்தூரிரங்க ஐயங்காரின் மருமானாவார். தஞ்சையில் வக்கீலாக இருந்தவர்.

கஸ்தூரிரங்க ஐயங்கார் தாம் 1905இல் *ஹிந்து* பத்திரிகையை வாங்கிய சமயம் ரங்கஸ்வாமி ஐயங்காரைச் சென்னைக்கு வருவித்து *ஹிந்து*வின் நிர்வாகப் பொறுப்பை அவரிடம் ஒப்படைத்தார். 1905இல் நிதி நிலைமை வலுவில்லாததாக இருந்த *ஹிந்து* கஸ்தூரி ரங்க ஐயங்கார், ஏ. ரங்கஸ்வாமி ஐயங்கார் நிர்வாகத்தில் பத்து ஆண்டுகளில் வலுவான ஸ்தாபனமாக மாறிவிட்டது.

*ஹிந்து*வில் ரங்கஸ்வாமி ஐயங்கார் பெற்ற அனுபவம் அவருக்கு *மித்திர*னில் கைகொடுத்து உதவியது. தமக்கு உதவியாக அவர் தமது நெருங்கிய உறவினரான சி. ஆர். ஸ்ரீநிவாஸன் என்ற பி.ஏ. பட்ட தாரியை *மித்திரன்* மானேஜராக நியமித்தார். சி. ஆர். ஸ்ரீநிவாஸனும் புகழ்பெற்ற நிர்வாகியாகவும் பிற்காலத்தில் ஆசிரியராகவும் மலர்ந்தார்.

டவுனில் *மித்திரன்* அலுவலகம்

1915 மத்தியில் *மித்திரன்* கைமாறிய சமயம் அதன் அலுவலகம் ஜார்ஜ் டவுனில் எரபாலு செட்டித் தெருவும் சிங்கண்ண செட்டித் தெருவும் கூடும் முனையில், தெற்கு பார்த்த மூலை வீட்டில் இருந்தது. கட்டடத்தின் மேற்குப்புறம் சிங்கண்ணச் செட்டித் தெரு இருந்தது; அங்கே மாடிக்குப் போகும் ஒரு மரப்படியும் இருந்தது. இந்த மரப்படி வழியாகவே ஆசிரியர் குழாத்தினரும், மானேஜர் போன்ற சில முக்கியஸ்தர்களும் மாடியில் இருந்த தங்கள் அறை களுக்குச் சென்றார்கள்.

எரபாலு செட்டித் தெரு, ஜார்ஜ் டவுனில் உள்ள ஒரு முக்கிய மான தெரு. 1913ஆம் ஆண்டுவரை இந்தத் தெருவில்தான் சென்னை நகரசபை (கார்ப்பரேஷன்) அலுவலகம் இருந்து வந்தது. பிராட்வேயி

லிருந்து எரபாலு செட்டித் தெரு வழியே கிழக்கு நோக்கி நடந்தால், சிறிது தூரத்தில் ஒரு பெரிய ஆலமரமும் அதனை ஒட்டிய ஒரு விக்டோரியா ராணி காலத்து வெள்ளைக் கட்டடமும் இருந்தன. கட்டடம் பிரம்மாண்டமானது. வாசலில் கம்பி வாசல் ('கேட்') ஒன்றும், கதவுகள் மாட்ட இரு செங்கல் சுவர்களும் ('கேட் போஸ்ட்') இருந்தன. வாசலுக்கு மேலே இரண்டு சுவர்களையும் இணைத்த இரும்பு 'ஆர்ச்' சில் பிரிட்டிஷ் ஆட்சிச் சின்னம் (சிங்கமும் கேடய மும் யூனிகார்ன் மிருகமும்) இருந்தது. இந்தக் கட்டடத்தை நான் 1933இல் முதன்முதலாகப் பார்த்தேன்; 1960களின் தொடக்கம் வரைகூட இக்கட்டடமும் ஆலமரமும் இருந்தன.

மித்திரன் தொண்டு

சுதேசமித்திரன் நாளிதழை ஜீ. சுப்பிரமணிய ஐயரிடமிருந்து வாங்கிய ஏ. ரங்கஸ்வாமி ஐயங்கார், நிதானமான சுபாவம் கொண்டவர். மிகவும் பண்பட்டவர். தயாளகுணம் கொண்டவர். அதே சமயம் கொள்கைப் பிடிவாதம் உள்ளவர்.

ரங்கஸ்வாமி ஐயங்கார் பொறுப்பேற்றதும் அவர் செய்த முதல் காரியங்களில் ஒன்று அப்போது புதுவையில் இருந்துவந்த கவி சுப்பிரமணிய பாரதியாரைப் பற்றியதாகும். பாரதியாரைப் பற்றியும் அவரது மேதா விலாசம் பற்றியும் ரங்கஸ்வாமி ஐயங்காருக்கு மரியாதை அதிகம். ஆகையால், சரியான போஷகர்கள் இல்லாமல் தமது அருமைத் தமிழ் எழுத்துக்களை வெளியிட தக்க ஏற்பாடு இல்லாமல், தொடர்ந்த வருவாய் இல்லாமல் புதுச்சேரியில் வாடிக் கொண்டிருந்த பாரதியாருக்கு எல்லா வழிகளிலும் உதவுவதென முடிவு செய்தார் ரங்கஸ்வாமி ஐயங்கார். அதன்படி, அவர் பாரதி யாருக்குக் கடிதம் எழுதி, இனி *சுதேசமித்திரனில்* தொடர்ந்து எழுதி வரவேண்டும் என்று கேட்டுக்கொண்டார். பாரதி எழுதினாலும் எழுதாவிட்டாலும் பாரதியாரின் மனைவி பெயருக்கு மாதம் முப்பது ரூபாய் மணியார்டர் செய்யப்படும் என்றும் ஏற்பாடு செய்தார் ஐயங்கார்.

1915இல் முப்பது ரூபாய் கணிசமான தொகை. பாரதி எழுதினா லும் எழுதாவிட்டாலும் தொகை அனுப்புவதென்பது பெருந்தன்மை யான ஏற்பாடு. முதல் மகாயுத்தம் நடந்து வந்ததாலும் அரசியல் தணிக்கை இருந்ததாலும், அரசியல் தவிர என்ன வேண்டுமானாலும் பாரதியார் எழுதலாம் என்றும் ரங்கஸ்வாமி ஐயங்கார் சொல்லி யிருக்க வேண்டும்.

தராசு

இந்த ஏற்பாட்டின்படி என்ன எழுதலாம் என்று யோசனை செய்த பாரதியார், *தராசு* என்ற கட்டுரைத் தொடரை *மித்திரனில்* எழுதலானார். கற்பனைக் கடை ஒன்றில் பலதரப்பட்ட மக்கள்

சந்தித்து உரையாடுகிறார்கள். தராசு அவர்களது பேச்சை நிறை பார்த்து, கடைக்காரரர் வாயிலாகத் தீர்ப்பு கூறுகிறது. கேள்விகள் அன்றாட விஷயங்களைப் பற்றியவையாக இருக்கின்றன; ஆனால் அரசியல் கேள்விகள் இல்லை. சமூக சம்பந்தமான கேள்விகளே அதிகம்.

இந்த மாதிரி வசனத்தில் கற்பனைப் பாத்திரங்களைக் கொண்டு கட்டுரை எழுதுவதில் இது பாரதியாருக்கு முதல் அனுபவம். தம்மைச் சுற்றித் தாம் காணும் மக்களையும் சூழ்நிலைகளையும் அப்படியே படம் பிடித்துக் கற்பனைப் பாத்திரங்கள் ஆக்கும் திறமை பாரதிக்கு மிக்க மகிழ்ச்சியையும் தன்னம்பிக்கையையும் அளித்திருக்க வேண்டும். காலக் கண்ணாடி போன்ற வசனக் கட்டுரைகள் அவரது பேனா முனையிலிருந்து ஒன்றுமேல் ஒன்றாக வெகு வேகத்தில் தோன்றலாயின. 'தராசு' கட்டுரைகளைத் தொடர்ந்து, 'இடிப்பள்ளிக்கூடம்', 'கடற் பாலம்' முதலிய புதிய அரங்கங்களும், பிரம்மராய ஐயர், எலிக்குஞ்சு செட்டியார், வஸ்தாத் வேணு முதலி முதலிய உள்ளங்கவர் பாத்திரங்களும் பாரதியாரின் பேனா முனையிலிருந்து வெளியாயின. வசனத்தில் பாரதிக்கு அழியாப் புகழ் வாங்கித் தர வழி வகுத்த பெருமை ஏ. ரங்கஸ்வாமி ஐயங்காருக்கு உண்டு.

மித்திரனில் மீண்டும் பாரதியார்

1918இல் முதல் மகாயுத்தம் முடிந்தது. நவம்பர் 11ஆம் தேதி போர் நிறுத்தம் அமலாயிற்று. யுத்தம் முடிந்த ஒரு வார காலத்திற் குள்ளாகவே பாரதியார் புதுச்சேரியை விட்டு பிரிட்டிஷ் இந்தியா வுக்குக் கிளம்பி விட்டார். 1908 முதலாகப் பத்து வருஷ காலம் சிறிய ஊரான புதுச்சேரியில் வாழ்ந்த வாழ்க்கை அவருக்கு அலுத்துப் போய் விட்டது. பாரதியார் கடலூர் சாலையில் கைது செய்யப்பட் டார் – யுத்த காலச் சட்டம் ஒன்றின்படி. ஆனால் சென்னையில் ஏ. ரங்கஸ்வாமி ஐயங்கார், சி. பி. ராமஸ்வாமி ஐயர், அன்னி பெஸண்ட் போன்ற பெரும் தலைவர்கள் அவருக்காகச் சென்னை அரசாங்கத்திடம் பரிந்து பேசினார்கள். அரசும் பணிந்து வந்தது; பாரதியார் நேரடியான அரசியல் நடவடிக்கைகளில் குறித்த காலம் வரை ஈடுபடுவதில்லை என்று உறுதி பெற்று, அவரை விடுவித்தார்கள். பாரதி திருநெல்வேலி மாவட்டத்திலுள்ள தமது மனைவியின் ஊரான கீழக் கடையம் போய்ச் சேர்ந்தார்.

கடையத்திலிருந்து எட்டயபுரம், காரைக்குடி, திருநெல்வேலி, திருவனந்தபுரம் முதலிய ஊர்களுக்கு பாரதியார் போய் வந்தார். எங்கும் வாழ்க்கை பிடிபடவில்லை. ஒரு தடவை சென்னையும் போய் வந்தார். அச்சமயம், சென்னைக்கு வந்திருந்த காந்தியடி களைச் சந்தித்தார்; அவர் துவக்கவிருந்த ஒத்துழையாமை இயக்கத் துக்கு ஆசீர்வாதம் வழங்கினார்.

பாரதி பயனுள்ள பணியில் தம்மை ஈடுபடுத்திக்கொள்ளச் செய்த முயற்சிகள் பயன்படவில்லை. இச்சமயம், *மித்திரன்* ஆசிரியர் ரங்கஸ்வாமி ஐயங்கார் அவரை மீண்டும் *மித்திரன்* உதவியாசிரியராகப் பணிபுரிய அழைத்தார். சமயத்தில் செய்த உதவி. பாரதியாரும் மகிழ்வுடன் சென்னை சென்று *மித்திரனில்* சேர்ந்தார்.

1920ஆம் ஆண்டு இறுதியில் பாரதியார் *மித்திரன்* அலுவலகத்தில் மீண்டும் சேர்ந்த செய்தியை சி. ஆர். ஸ்ரீநிவாஸன் தத்ரூபமான காட்சியாக வர்ணித்துள்ளார். அவருடைய சொற்சித்திரம் உள்ள முருக்குவது :

> ஒரு நாள் காலை 10 மணி இருக்கும். ஆபீஸில் தபால் பார்த்துக்கொண்டிருந்தேன். கனவேகமாக ஒரு ஜட்கா வண்டி ஆபீஸை நோக்கி வந்தது. ஆபீஸ் பெயரைப் பார்த்ததும் 'நிறுத்து!' என்று கூவினார் வண்டியில் இருந்தவர். நிற்கிற வரையில் தாங்கவில்லை. குறுக்குக் கம்பியைத் தள்ளிக் கொண்டு கீழே குதித்தார். தள்ளின கம்பி திரும்பிவந்து சொக்காயில் மாட்டிக்கொண்டது. அலக்ஷியமாகக் கையை உதறினார். சொக்காயின் கை, கிழிந்து விட்டது. அதையும் கவனிக்கவில்லை. ஓடோடியும் உள்ளே வந்தார். நான் இருந்த அறைக்குக் குறுக்குக் கதவுகள் இருக்கக் கண்டு சற்று தயங்கினார். மெள்ளக் கதவைத் தட்டினார். பதில் இல்லை. கதவுக்கு மேல் தலையை நீட்டி உள்ளே பார்த்தார். என்னைக் கண்டதும் சிறிது லஜ்ஜைப்பட்டார். 'யார்?' என்று நான் கேட்டேன். 'நான்தான் சுப்பிரமணிய பாரதி' என்றார். 'வாருங்கள், உள்ளே வாருங்கள். உட்காருங்கள்' என்றேன்.
>
> அன்று கண்ட பாரதி இன்றளவும் என் அகக் கண்முன் நின்றுகொண்டேயிருக்கிறார். நடுத்தர உயரம்; ஒற்றை நாடி; மாநிறம் படைத்த மேனி; பிரிபிரியாய்ச் சுற்றிய தலைப்பாகை; அகன்ற நெற்றி; அதன் மத்தியில் காலணா அளவு குங்குமப் பொட்டு. அடர்ந்த புருவங்கள் உருண்ட கண்களைக் காத்து வந்தன. நிமிர்ந்த நாசி வாடிய கன்னங்களை விளக்கிக் காட்டியது. முறுக்கிய மீசை மேல் உதட்டை மறைத்தும், உறுதியிழந்த உயிர் நிலையைக் கீழ் உதடு காட்டிவிட்டது. உடல் மீது பித்தான் இல்லாத ஷர்ட்டு; அதை மூட ஒரு அல்பாகா கோட்டு; வண்டியிலிருந்து குதித்தபோது அதுவும் கிழிந்து விட்டது.
>
> நாற்காலியில் உட்கார்ந்தார். நாவெழவில்லை. கண்கள் வட்டமிட்டுக்கொண்டிருந்தன. அறையைச் சுற்றிப் பார்த்தன. என்னையும் ஏற இறங்கப் பார்த்தன. வெகுண்ட கண்கள்; வேதனை வடிந்த கண்கள்; வசியம் மிகுந்த கண்கள். அவை என் உள்ளத்தைக் கொள்ளை கொண்டு விட்டன."–*(சித்திர பாரதி, பக்.124.)*

மித்திரன் ஆசிரியரும் தமது போஷகருமான ஏ. ரங்கஸ்வாமி ஐயங்காரைக் காணவே பாரதியார் அறையில் எட்டிப் பார்த்தார். ஆனால் தமக்குப் பழக்கமில்லாத ஒருவரைக் கண்டதும் குழப்ப மடைந்தார். முதல் சந்திப்பு இப்படி. ஆனால், சி. ஆர். ஸ்ரீநிவாஸனும் பாரதி பக்தர். ஆகையால் விரைவில் அவரும் பாரதிக்கு நெருங்கிய நண்பர் ஆனார். பிற்காலத்தில் அவரும் பாரதியைப் பின்பற்றிப் பட்டுக் கத்தரித்தது போல வெட்டொன்று துண்டிரண்டு என்ற வலுமிக்க நேர் நடையில் நிபுணரானார்.

மித்திரனில் மீண்டும் சேர்ந்த பாரதியார் தமது மனப் போக்கின் படி அரசியல் குறிப்புகள், சமூக விஷயங்கள், வேதாந்த விஷயங்கள், பெரியோர் பொன்மொழிகள், சிறு கதைகள், கட்டுரைகள் – பல்வேறு வழியிலும் வசனத்தில் எழுதித் தள்ளுகிறார். இலக்கியம் என்ற முறையில் இவற்றில் பெரும்பாலானவை இரண்டாம் பட்சமானவை; பத்திரிகை எழுத்துத் தரமே கொண்டவை. ஆனால், பல்வேறு விஷயங்கள் பற்றி பாரதியார் கொண்ட கருத்துகளை நாம் அறிய இந்த *மித்திரன்* கட்டுரைகள் பயன்படுகின்றன.

1920 இறுதியில் *மித்திரனில்* மீண்டும் சேர்ந்த பாரதியார் 1921 செப்டம்பர் 11ஆம் தேதி நள்ளிரவுக்கு மேல் 1.30 மணிக்கு அமரரானார். இறப்பதற்குச் சில மணிநேரம் முன்புகூட, "அமா நுல்லா கானைப் பற்றி ஒரு வியாசம் எழுதி நாளை ஆபீஸுக்கு எடுத்துக்கொண்டு போக வேண்டும்" என்று சொல்லிக்கொண்டிருந் தாராம்! "ஆபிஸ்" என்பது *மித்திரன்* அலுவலகம்; அமாநுல்லா கான் என்பவர் அக்காலம் அப்கானிஸ்தானத்தில் ஆட்சி புரிந்துவந்த தேசபக்தி மிக்க அரசர்.

1921ஆம் ஆண்டு காலத்தில் *சுதேசமித்திரன்* மிகுந்த புகழுடன் விளங்கியது. அந்த அலுவலகம் வெளியிட்டுவந்த "*சுதேசமித்திரன்* ஆண்டு அனுபந்தம்" மதிப்புமிக்க வெளியீடாக விளங்கியது. *சுதேசமித்திரன்* நாளிதழ் அளவில் பாதி அளவாக சுமார் 64 பக்கங் கள் வெளியான இந்த ஆண்டு மலரில் பாரதியார், வ. வே. ஸு. ஐயர், அ. மாதவய்யா, ஏ. ரங்கஸ்வாமி ஐயங்கார், வ. உ. சிதம்பரம் பிள்ளை முதலிய பல பிரசித்தி பெற்ற எழுத்தாளர்களின் கட்டுரைகள் பிரசுரமாயின.

இதே சமயம் *மித்திரன்* அலுவலகம் *கதாமாலிகா* என்ற புத்தகத் தையும் வெளியிட்டது. இதில் பாரதியாரின் கதை கட்டுரைகள் பல வெளிவந்தன.

உலக ரகசியம் என்ற ஒரு மாதப் பத்திரிகையும்கூட *மித்திரன்* ஆதரவில் வெளிவந்ததாய்த் தோன்றுகிறது.

பாரதியார் எழுதிய *காங்கிரஸ் மகாசபை சரிதம்* (மூன்று பகுதிகள்) முதலிய பல தனிப் புத்தகங்களையும் *மித்திரன்* அலுவல கம் வெளியிட்டது.

மொத்தத்தில் *சுதேசமித்திரன்* அலுவலகம் 1920—25 ஆண்டுக் காலத்தில் செல்வாக்கு மிகுந்த நாளிதழ் அலுவலகமாகவும் அச்சுக் கூடமாகவும் பிரசுராலயமாகவும் விளங்கியது.

1930க்குப்பின் *இந்தியா, ஜெயபாரதி, தினமணி* முதலிய தமிழ் நாளிதழ்கள் தோன்றிய பிறகு *மித்திரன்* தேயவாரம்பித்தது.

2

தேசபக்தன்

தமிழ் நாளிதழ்களிலே *சுதேசமித்திரனு*க்கு எப்படித் தனிப் புகழ் உண்டோ, அதேபோல *தேசபக்தனு*க்கும் தனிப் புகழ் உண்டு.

சுதேசமித்திரன் தமிழ் நாளிதழ்களில் முதன்முதலாகத் தோன்றியது; வெகு காலம் வரை *மித்திரன்* தவிர வேறு நாளிதழ்கள் இல்லை என்று தன்னந்தனியாகப் புகழ் வீசியது.

*சுதேசமித்திரன*து தனித்தன்மையை 1916இல் *திராவிடன்* என்ற நாளிதழ் முடித்து வைத்தது. *திராவிடன்* நாளிதழ் *மித்திரனு*க்கு எல்லாவகையிலும் மாறுபட்டது. *மித்திரன்* தீவிர தேசியப் பத்திரிகை; காங்கிரஸை முழுமூச்சுடன் ஆதரிப்பது. *திராவிடனோ*, தேசிய மரபுக்கு விரோதமான ஜஸ்டிஸ் கட்சியின் பத்திரிகை; காங்கிரஸை எதிர்த்தது; பிரிட்டிஷ் ஆட்சியைப் பெருமளவு ஆதரித்தது.

திராவிடன் ஆசிரியர் ஜே.எஸ். கண்ணப்பர். இளைஞர். விறுவிறுப்பான நடையைக் கையாள்பவர். அரசாங்க உத்தியோகங்களில் நூற்றுக்கு எழுபது எண்பது விகிதம் பிராமணர்கள் வசமிருந்த காலம் அது. ஜஸ்டிஸ் கட்சியின் முக்கியக் குறிக்கோள்களில் ஒன்று, அரசாங்க உத்தியோகங்களில் "வகுப்பு வாரிப் பிரதிநிதித்துவம்" கொண்டுவருவது என்பதாகும்; அதாவது, புதிய உத்தியோக நியமனங்களில் பிராமணர் அல்லாதாருக்குப் பெரும் பங்கு கிடைக்கச் செய்வது.

"பிராமணர் – அல்லாதார்" என்ற சொல்லை உண்டாக்கியதும் *திராவிடன்* பத்திரிகையே. இதே சொல் "பிராமண – இதரர்" "பிராமணேதரர்" என்று அக்காலத்தில் வழங்கப்பட்டுள்ளது.

பிராமணர் அல்லாதார் சமூகங்களின் தலைவர்கள் எல்லாருமே ஜஸ்டிஸ் கட்சியை ஆதரித்தார்கள் என்பதும் இல்லை. ஜஸ்டிஸ் கட்சியில் சேராமல், தேசிய

மரபான காங்கிரஸை ஆதரித்தவர்களுள் குத்தியைச் சேர்ந்த பி. கேசவ பிள்ளையும், திரு. வி. கல்யாணசுந்தர முதலியாரும் முதன்மையானவர்கள்.

திராவிடன் ஆரம்பத்தில் அடைந்த விற்பனை, விரைவில் மங்கிப் போயிற்று. ஆயினும், கட்சிப் பத்திரிகை என்ற முறையில் அது 1929ஆம் ஆண்டு வரை நீடித்தது.

திராவிடன் பத்திரிகை துவக்கிய ஒரு ஏற்பாடு பிற்காலத்தில் பல பத்திரிகைகளுக்கு வழிகாட்டியாயிற்று. முதன்முதல் தடவையாக, *திராவிடன்*தான் நாளிதழ் பத்திரிகையைப் பெரிய அளவில் போடாமல் சிறிய அளவில் வெளியிட்டது.

எம்.எஸ். காமத்

1917ஆம் ஆண்டு, மற்றொரு தமிழ் நாளிதழ் தோன்றியது. இது முழுக்க முழுக்க தேசியத்தை ஆதரித்த பத்திரிகை. அன்னி பெஸண்ட் அம்மையார் தோற்றுவித்திருந்த ஹோம்ரூல் இயக்கத்தின் தமிழ்க் குரலாக ஒலித்தது *தேசபக்தன்.*

தேசபக்தன் நாளிதழை ஆரம்பித்தவர் எம். சுப்பராய காமத் என்பவர். இவர் அன்னி பெஸண்ட் நடத்திய சிறப்பான ஆங்கில நாளிதழாகிய *நியூ இந்தியா*வில் உதவியாசிரியராக இருந்தார். ஹோம்ரூல் இயக்கத்துக்குத் தமிழில் ஒரு நாளிதழ் வேண்டுமெனக் கருதி, அவர் *நியூ இந்தியா*விலிருந்து விலகி, அன்னி பெஸண்ட் ஆசீர்வாதத்துடன் *தேசபக்த*னைத் துவக்கினார். இந்தப் பத்திரிகையைத் துவக்க அன்னி பெஸண்ட் 3000 ரூபாய் நன்கொடையும் தந்தார். எம். எஸ். காமத் தேசபக்தன் லிமிடெட் என்ற பங்குக் கம்பெனியைத் துவக்கி, பிரிட்டிஷ் இந்தியா பிரஸ் என்ற அச்சகத்தை அமைத்து *தேசபக்த*னை ஆரம்பித்தார். அதன் அலுவலகம் முதலில் ராயப்பேட்டையிலும், பிறகு ஜார்ஜ் டவுனிலும் இருந்தது.

எம். எஸ். காமத் லோகமானிய திலகரின் அத்தியந்த சீடர். அவரும் பாரதியார், வ. உ. சி., போல அக்காலத்தில் திலகரின் கொள்கைகளைத் தென்னாட்டில் பரப்பி வந்தார். ஹோம்ரூல் இயக்கத்தில் திலகரும் அன்னி பெஸண்ட் அம்மையாரும் இணைந்து வேலை செய்யத் தீர்மானித்தபோதுதான் காமத் *தேசபக்த*னை ஆரம்பித்தார்.

காமத் செயல் நேர்த்தி கொண்டவர். எதையும் திறம்படச் செய்பவர். தேசத்தொண்டு என்பது ஏதோ கற்பனை லட்சியம் என நினையாமல், நாட்டு மக்களுக்கு அவ்வப்போது தேவைப்பட்ட தொண்டைச் செய்தவர். முதல் மகாயுத்தம் (1914–18) நடந்த காலத்தில் அரிசித் தட்டுப்பாடு இருந்து, அரிசி விலை ஏறியபோது, தமது சொந்தத்தில் நியாய விலை அரிசிக் கடை வைத்து ஏழைகளின் வாழ்த்தைப் பெற்றவர் அவர்.

*நியூ இந்தியா*வில் பத்திரிகைத் தொழில் கற்ற எம். எஸ். காமத், *தேசபக்தனை* அருமையான பத்திரிகை ஆக்கினார். அதன் பின்னர், *டுடே* என்ற ஆங்கிலக் காலணா நாளிதழை நடத்தினார். பிறகு, *ஜோக்கர்* என்ற ஆங்கில வாரப்பத்திரிகையையும், அதன் பிறகு புகழ்பெற்ற *ஸண்டே டைம்ஸ்* என்ற ஆங்கில வாரப் பத்திரிகையை யும் நடத்தினார். *ஸண்டே டைம்ஸ்* தான் நமது நாட்டில் தோன்றிய முதல் *வார இறுதிப் பத்திரிகை* (*Weekend Paper*). அதாவது, மற்ற பத்திரிகைகள் போலன்றி, வார இறுதிப் பத்திரிகையில் செய்தியும் கட்டுரை முதலிய விஷயங்களும் கலந்து இருக்கும். அம்முறையில் *ஸண்டே டைம்ஸ்* வழிகாட்டியாக இருந்தது மட்டுமல்ல, அதில் வந்த அருமையான விஷயங்கள் மூலம் அமோகமான விற்பனையும் புகழும் பெற்றுமிருந்தது. கலகலப்பான பொழுதுபோக்குச் செய்தி களைத் தவிர, ஆத்மசாந்தி தரும் உயரிய விஷயங்களும் *ஸண்டே டைம்ஸி*ல் வெளியாயின. ஸ்ரீ ரமணர், ஸ்ரீ அரவிந்தர், ஸ்ரீ சீரடி சாயிபாபா ஆகிய மகான்களைத் தமிழகத்துக்கு நன்கு அறிமுகம் செய்வித்த பெருமை *ஸண்டே டைம்ஸை*யும் அதன் உடன்பிறப் பான *ஹிந்துஸ்தான்* தமிழ் வாரப் பத்திரிகையையுமே சாரும். இவ்விரு பத்திரிகைகள் *1930–40* ஆண்டுக் காலத்தில் மிகுந்த கீர்த்தியுடன் விளங்கின.

ஆசிரியர் திரு. வி. க.

தேசபக்தன் அக்காலத்திய பிற பத்திரிகைகள் போல மாலை நாளிதழாகவே வெளிவந்தது. காலை நாளிதழ்கள் ஏதும் அக்காலத் தில் கிடையாது. *தேசபக்தன்* முதல் இதழ் *1917* டிசம்பர் *17*ஆம் தேதி வெளியாயிற்று.

*தேசபக்தனு*டைய முதல் ஆசிரியராகத் திரு. வி. கல்யாணசுந்தர முதலியார் பொறுப்பேற்றார். அவருக்கு உதவியாக நாலைந்து உதவியாசிரியர்கள் இருந்தனர்.

திரு. வி. கல்யாணசுந்தர முதலியாரின் பூர்வீகம் திருவாரூர். ஆனால் அவரது பெற்றோர்கள் செங்கல்பட்டு மாவட்டத்தில் துள்ளம் என்ற கிராமத்தில் வாழ்ந்தார்கள். அங்கே மளிகை வியா பாரி ஒருவரது ஆறாவது குழந்தையாக *1883*இல் திரு. வி. க. பிறந்தார். பிள்ளைகளின் கல்விக்காகக் குடும்பம் சென்னை போந்தது. கலியாணசுந்தரம் பள்ளிப் படிப்பு முடிந்து யாழ்ப்பாணம் கதிரை வேல் பிள்ளையிடமும் மயிலை மகாவித்வான் தணிகாசல முதலி யாரிடமும் தமிழ் படித்தார். பிறகு கணக்குப் பதிவு முறை (புக் – கீப்பிங்) கற்று அதில் 'செர்ட்டிபிகேட்' பெற்றார். அதனால், அவருக்கு ஸ்பென்ஸர் கம்பெனி என்ற பிரபல ஆங்கில நிறுவனத் தில் குமாஸ்தா வேலை கிடைத்தது. அதில் *1905 – 1907* காலப்பகுதி யில், ஒன்றரை ஆண்டுகள் வேலை பார்த்தார்.

ஸ்பென்சர் கம்பெனியில் வேலை பார்த்த காலத்திலேயே திரு. வி. க. சைவ சமயப் பிரசங்கங்கள் புரிந்துவந்தார். ராயப்

பேட்டையில் பாலசுப்பிரமணிய பக்த ஜனசபை என்ற சபையையும் அவர் அமைத்தார்.

1910இல் திரு. வி. க. ஆயிரம்விளக்கில் இருந்த வெஸ்லியன் மிஷன் ஸ்கூலில் சேர்ந்து, ஆறாண்டுகளுக்குப் பிறகு ராயப்பேட்டையிலுள்ள வெஸ்லி காலேஜில் தமிழ்ப் பண்டிதராகச் சேர்ந்தார்.

ஹோம்ரூல் இயக்கத்தில்

1917 துவங்கிய ஹோம்ரூல் இயக்கம் திரு. வி. கவைக் கவர்ந்தது. கல்லூரி வேலையை ராஜிநாமா செய்துவிட்டு, *தேசபக்தன்* நாளிதழின் ஆசிரியப் பொறுப்பை ஏற்றார். இது பற்றி, வெ. சாமிநாத சர்மா தமது *நான் கண்ட நால்வர்* நூலில் கூறுகிறார் :

"முதலியார் *தேசபக்தன்* பத்திரிகையின் ஆசிரியப் பதவியை ஏற்றுக்கொண்ட காலத்தில் தமிழ் நாட்டின் அரசியல் ஆங்கில மயமாக இருந்தது. அதனைத் தமிழ் மயமாக்கினார்; தமது பேச்சாலும் எழுத்தாலும் எந்த ஒரு நுண்ணிய கருத்தினையும் தமிழில் தெளிவாகக் கூறமுடியுமென்று நிரூபித்தார்.... முதலியார் சுமார் இரண்டரை ஆண்டுகள் வரை *தேசபக்தன்* ஆசிரிய பீடத்தை அலங்கரித்திருந்தார்."

திரு. வி. கவின் நடை எளிமையானது, ஆனால் தூய்மையானது. அதில் நயம் அதிகம். ஆனால், அவரிடம் ஒரு குறை – அவர் யாரையும் நேரடியாகத் தாக்க மாட்டார். கண்டிப்பதை வழ வழவென்ற நடையில் சுற்றிவளைத்துக் கண்டிப்பார். ஆகையால் அவருடைய நெருங்கிய நண்பரும் அரசியலில் தீவிரவாதியுமான சுப்பிரமணிய சிவம், திரு. வி. கவைச் செல்லமாக "விளக்கெண்ணெய் முதலியார்" என்று அழைப்பார்.

தமிழ்ப் பத்திரிகை உலகில் ஜீ. சுப்பிரமணிய ஐயர் அரசியல் ஞானத்துக்கு வித்திட்டார். *லோகோபகாரி* ஆசிரியர் வி. நடராஜ ஐயர், தமிழ்ப் பத்திரிகை நடைக்குப் பலவகையில் ஆழமும் அகலமும் மெருகும் ஊட்டினார். பாரதியார் தமிழ்ப் பத்திரிகை நடையில் மின்வேகத்தை ஏற்றினார். அவரது கையில் தமிழ்ப் பத்திரிகை நடை நவீன எண்ணங்களைத் தன்னுள் அடக்கி, ஆழம், அகலம், வேகம், ஜொலிப்பு யாவும் பெற்றது. இவர்கள் வழியில், திரு. வி. க. தமிழ்ப் பத்திரிகை நடைக்கு எளிமையும் தூய்மையும் நயமும் கொடுத்தார்.

திரு. வி. கவுக்குப் பல்வேறு துறைகளில் சிரத்தை உண்டு. சைவப் பிரசங்கங்கள், நூல்கள் எழுதுதல், பத்திரிகை வேலை. இவை தவிர, அவர் தொழிலாளர் இயக்கத்திலும் ஈடுபட்டார். தமிழ்நாட்டில் தொழிலாளர் இயக்கத்திற்கு வித்திட்ட மகான்களில் அவரும் ஒருவர். தினமும் மாலையில் தொழிற்சங்க அலுவலகத்துக்கோ, தொழிலாளர் பொதுக் கூட்டங்களுக்கோ அவர் போய் வருவார்.

மகாத்மா காந்தியடிகளிடம் திரு. வி. கவுக்கு மதிப்பு அதிகம். *மனித வாழ்க்கையும் காந்தி அடிகளும்* என்ற அவரது நூல் புகழ் பெற்றது. *பெண்ணின் பெருமை*, *முருகன் அல்லது அழகு* முதலிய பல நூல்களையும் அவர் இயற்றியுள்ளார்.

ஜாமீன் தொகை பறிமுதல்!

தேசபக்தன் ஆரம்பித்தபோதே அதற்குப் பல இடையூறுகள் நேர்ந்தன. பிரிட்டிஷ் அரசாங்கம் அன்னி பெஸன்ட்டின் ஹோம் ரூல் இயக்கத்தை விரும்பவில்லை. ஆகையால் அவரது *நியூ இந்தியா* பத்திரிகைக்கு 20,000 ரூபாய் ஜாமீன் தொகை கட்டச் சொன்னார்கள். அந்தப் பெருந்தொகையைக் கட்டிவிட்டு, அப்போதும் தமது விறுவிறுப்புக் குறையாமல் எழுதிவந்தார் அன்னி பெஸண்ட். அந்தத் தொகையும் பறிமுதலாயிற்று; அன்னி பெஸண்டும் சிறைக்கு அனுப்பப்பட்டார். இது 1917 ஜூன் மாதம் நடந்தது.

இது நடந்த ஆறுமாத காலத்தில் *தேசபக்தன்* வெளிவர ஏற்பாடுகள் நடந்தன. அரசாங்கம் சும்மா இருக்குமா? பத்திரிகை துவக்க வேண்டுமானால் 1000 ரூபாய் ஜாமீன் கட்ட வேண்டும் என்றார்கள்; அப்படியே பணம் கட்டப்பட்டது. ஆனால் 1919இல், *தேசபக்தனில்* வெளியான சில விஷயங்களை ஆட்சேபித்து அந்தத் தொகையைப் பறிமுதல் செய்துவிட்டு, புதிதாக 6000 ரூபாய் ஜாமீன் கட்டச் சொன்னார்கள். அத்தொகையும் கட்டப்பட்டது.

தேசபக்தன் அன்னி பெஸண்டின் ஹோம்ரூல் இயக்கத்தை முழுமூச்சுடன் ஆதரித்தது. பத்திரிகையின் முதல் பக்கத்தில் இயக்கம் பற்றிய பல செய்திகளும், ஊக்கமூட்டும் கதைகளும் கட்டுரைகளும் கவிதைகளும் நிறைந்திருந்தன. இயக்கச் செய்திகள் ‘சுயராஜ்யப் போர்முனையிலிருந்து’ என்ற தலைப்பில், ‘ஒரு போர் வீரன் எழுதுவது’ என்று கொடுக்கப்பட்டன. தலையங்கம் தவிர, ‘அரிமா நோக்கு’ என்ற தலைப்பில் ஆசிரியக் குறிப்புகள் இருக்கும். ‘அரிமா நோக்கு’ என்றால் சிங்கத்தின் பார்வை; சிங்கத்தின் பார்வையைப் போல, இப்பகுதியில் வரும் விஷயங்களெல்லாம் நேரிய முறையில் கவனிக்கப்பட்டு வரையப்பட்டவை என்பது பொருள்.

சில சுவையான சம்பவங்கள்

தேசபக்தனுக்கும் சுதேசமித்திரனுக்கும் கடுமையான போட்டி இருந்தது. யார் முதலில் செய்திகள் தருகிறார்கள் என்று போட்டி. ஆகையால், *தேசபக்தன்* அலுவலகத்தில் யாரும் தந்தியில் வரும் செய்திகளை நாளைக்கென்று பாக்கி வைக்கக்கூடாதென ஏற்பாடாயிற்று. ஆனால், நிதானமாக வேலை செய்து பழகிய பழைய உதவியாசிரியர்கள் சிலர், வந்த தந்திச் செய்திகளை உடனுக்குடன் மொழிபெயர்த்துத் தீர்க்காமல், தமது மேஜை டிராயர்களில் உள்ளே செருகிவைத்து விடுவார்கள்.

வேறு சில உதவியாசிரியர்கள், சோம்பலினால், சிரமப்பட்டுத் தாமே சொந்தமாக ஆசிரியக் குறிப்புகள் எழுதாமல், ஆங்கிலப் பத்திரிகைகளில் வந்த குறிப்புகளை அப்படியே கொடுத்துவிடுவார்கள். இவர்களுக்கெல்லாம் எச்சரிகை வழங்கப்பட்டது.

திராவிடன் பத்திரிகையும் *தேசபக்தனும்* பல தடவை மோதிக் கொண்டன. பிராமணர் அல்லாத ஒரு தலைவர் தேசிய இயக்கத்தை (அதாவது, பிராமணத் தலைவர்கள் மிகுந்திருந்த ஓர் இயக்கத்தை) ஆதரிப்பது *திராவிடனுக்கு* மிகுந்த வருத்தம் தந்தது.

காலப் போக்கில், *திராவிடன்* ஆசிரியர் ஜே. எஸ். கண்ணப்பர் பரிபூரண தேசபக்தரும் காங்கிரஸ் வாதியுமாகிவிட்டார். அதே சமயம், காங்கிரஸ் ஆதரவாளராக இருந்த திரு. வி. க. காலப்போக்கில் நடுநிலைமையாளராகி, ஜஸ்டிஸ் கட்சியின் கொள்கைகள் சிலவற்றை ஆதரிக்கவும் முற்பட்டார். இது பிற்காலத்தில்.

ஆனால், 1917இல் திரு. வி. கவும் *தேசபக்தனும்* தீவிர தேசியவாதிகள். அன்னி பெஸண்டின் ஹோம்ரூல் இயக்கத்தை ஆதரித்ததுடன், புதுவையில் வாழ்ந்த பாரதி, அரவிந்தர், வ. வே. சு. ஐயர் முதலிய தேசபக்தர்கள் பிரிட்டிஷ் இந்தியாவுக்குத் திரும்பத் தடைகள் இருக்கலாகாதென்றும் *தேசபக்தன்* தொடர்ந்து வற்புறுத்தி வந்தது. இதனால், சென்னை சட்டசபையில் இந்தப் பிரச்னை எழுப்பப்பட்டது. முடிவில், 1920இல் பொது மன்னிப்புச் சட்டம் ஒன்று வந்தது. அதனால் தடைகள் நீங்கின. ஆயினும், பாரதி, இவ்வளவு காலம் காத்திராமல், முதல் மகாயுத்தம் முடிந்தவுடனேயே 1918 நவம்பர் மாதம் புதுவையிலிருந்து வெளியேறி வந்தார். கடலூர் போகும் வழியில் அவர் கைது செய்யப்பட்டு மூன்று வார சிறை வாசத்திற்குப் பின் விடுதலையானார். அரவிந்தரோ புதுவையைத் தமது நிரந்தர வாசஸ்தலமாகக் கொண்டு விட்டார். வ. வே. ஸு. ஐயர், மண்டயம் ஸ்ரீநிவாஸாச்சாரியார் முதலியோரே பொது மன்னிப்புச் சட்டத்தினால் பயனடைந்தார்கள்.

திலகர் விஜயம்

ஜாலியன்வாலாபாக் கொலையின்போதுதான் *தேசபக்தன்* ஜாமீன் தொகை பறிமுதலாகி அதிகமான புதிய ஜாமீன் கோரப்பட்டது. புதுத் தொகையைக் கட்டிய பின்னரும் *தேசபக்தன்* கவலைப் படாமல் ஜாலியன்வாலாபாக் கொலை பற்றிய காங்கிரஸ் விசாரணைக் கமிட்டியின் அறிக்கையை நூலாக வெளியிட்டது.

1919 டிசம்பர் மாதத்தில் லோகமானிய திலகர் சென்னை வந்து, *தேசபக்தன்* நிர்வாகஸ்தர் எம். எஸ். காமத்தின் விருந்தினராகத் தங்கினார். *தேசபக்தன்* அலுவலகத்துக்கும் அவர் விஜயம் செய்தார்; பத்திரிகை ஊழியர்களுடன் சேர்ந்து ஒரு புகைப்படமும் எடுத்துக் கொண்டார் திலகர்.

தேசபக்தன் வேலை முடிந்ததும், தொழிற் சங்கத்துக்குப் போகாத அபூர்வ நாட்களில் திரு. வி. க. ராயப்பேட்டையிலிருந்து திருவல்லிக் கேணிக் கடற்கரைக்கு நடந்து செல்வார். அங்கே, மேரி ராணி கல்லூரிக்கு எதிரே மணலில் பல அரசியல் தலைவர்கள் கூடுவார்கள். எஸ். ஸ்ரீநிவாஸய்யங்கார், ஈ.வெ. ராமசாமி நாய்க்கர் முதலியவர்கள் அவர்களுள் சிலர்.

தேசபக்தன் எவ்வளவோ சிறப்பாக நடந்ததென்றாலும், அதற்குப் பொருளாதார நெருக்கடிகள் இருந்துகொண்டே வந்தன. அரசாங்கத்தின் பகைமையினால் அது 1000 ரூபாய் ஜாமீன் இழந்து விட்டது. புதிதாக 6000 ரூபாய் ஜாமீன் கட்ட நேர்ந்தது. இப்பெருந்தொகை இவ்வாறு முடங்கிப் போனதால், அன்றாடச் செலவுகளுக்குப் பணத் தட்டுப்பாடு ஏற்பட்டது. விளம்பரங்களோ தேசியப் பத்திரிகைகளுக்கும் தமிழ்ப் பத்திரிகைகளுக்கும் கிடைப்பது மிகக் குறைவாக இருந்தது.

இந்தப் பணமுடை நடுவே, *தேசபக்தன்* நிர்வாகி எம். எஸ். காமத்துக்கும் ஆசிரியர் திரு. வி. கவுக்கும் கொள்கையளவில் சில வேற்றுமைகள் தோன்றின. அதன் பயனாக, 1920 ஜுலை முடிவில் திரு. வி. க. *தேசபக்தனி*லிருந்து விலகினார். அவரிடம் மதிப்புக் கொண்ட தொழிற்சங்கத் தொண்டர்கள் அவருக்கு 3000 ரூபாய் பண முடிப்பு தந்தார்கள். அதைக் கொண்டு அவர் *நவசக்தி* என்ற வாரப் பத்திரிகையைச் சொந்தத்தில் ஆரம்பித்தார்.

திரு. வி. க. காலி செய்த ஆசிரிய ஸ்தானத்திற்குப் புதுவையிலிருந்து வந்த வ. வே. ஸு. ஐயரை ஏற்பாடு செய்தார் காமத். ஐயர் 1920 ஜுலை 31ஆம் தேதி *தேசபக்தன்* ஆசிரியர் ஆனார்.

தேசபக்தனில் வ.வே.ஸு. ஐயர்

திரு. வி. கல்யாணசுந்தர முதலியார் காலி செய்த *தேசபக்தன்* நாளிதழ் ஆசிரிய பீடத்தில் 1920 ஜுலை 31ஆம் தேதி அமர்ந்த வ.வே.ஸு. ஐயர், தமிழ்ப் பத்திரிகை உலகுக்குப் புதியவரல்லர். கல்விப் புலமை வாய்ந்தவர் ஐயர். சட்ட மேல்படிப்பு படித்து பாரிஸ்டர் பட்டம் பெற்றுத் திரும்பவென 1907இல் லண்டன் போன ஐயர் அங்கே விநாயக தாமோதர சாவர்க்கர் என்ற இளம் புரட்சி வீரரது தியாகத்தாலும் தேசபக்தியாலும் வசீகரிக்கப்பட்டுத் தாமும் புரட்சி வீரரானார். அதுமுதல் அவருக்கு பாரத நாட்டு விடுதலையே வாழ்க்கை லட்சியமாயிற்று. கஷ்டப்பட்டுப் படித்துத் தேறிய பாரிஸ்டர் பட்டத்தையும், பிரிட்டிஷ் அரசருக்கு விசுவாசப் பிரமாணம் செய்ய மறுத்து துறந்தார். பெரும்பொருள் ஈட்டவென்று பாரிஸ்டர் ஆக லண்டன் வந்த ஐயர், சொத்து சுதந்திரமற்ற, பொருள் சேர்ப்பதில் விருப்பமற்ற பரதேசியாக 1910இல் தாய்நாடு திரும்பினார். அப்போது புதுச்சேரியில், பிரெஞ்சுப் பிரதேசத்தில், வனவாசம் செய்ய நேர்ந்தது.

லண்டனில் இருந்தபோதே வ.வே.ஸு. ஐயர் தமிழ்ப் பத்திரிகை உலகுக்கு அறிமுகமானார். புதுவையிலிருந்து பாரதியாரை ஆசிரிய ராகக் கொண்டு வெளிவந்த *இந்தியா* பத்திரிகைக்கு ஐயர் லண்டனி லிருந்து பல அரிய விஷயங்களைத் தொடர்ந்து அனுப்பி வந்தார். கரிபால்டி என்ற இத்தாலிய தேசபக்தர் சுயசரிதம், பிரெஞ்சு அறிஞர் ரூஸோவின் 'சமூக ஒப்பந்தம்' என்ற அரசியல் – பொருளாதார நூல், முதலியவற்றை மொழிபெயர்த்து அனுப்பினார் ஐயர். இந்த அரிய நூல்களைத் தமிழுக்குக் கொணர்ந்ததுடன் ஐயர் நிற்கவில்லை. வாரம்தோறும் 'நமது லண்டன் கடிதம்' ஒன்றையும் *இந்தியா* பத்திரிகைக்கு அனுப்பி வந்தார். இந்தக் கடிதத்தில், பாரதத்தின் இழிநிலை, பிரிட்டிஷாரின் சுரண்டல், தேசபக்தர்களின் துணிகர சாகஸங்கள், பிறநாடுகளில் சுதந்திரக் கிளர்ச்சிகள் போன்ற தூண்டு தலான பல செய்திகள் பொதிந்து கிடந்தன. 1909இல், சாவர்க்கர் – ஐயர் கூட்டத்தைச் சேர்ந்த மதன்லால் திங்கரா என்ற இளைஞன் கர்ஸான் – வில்லி என்ற பிரிட்டிஷ் அதிகாரியை லண்டனில் சுட்டுக்கொன்று, தேசபக்தி ததும்பும் துணிவு மிக்க சொற்களுடன் தூக்கு மேடை ஏறிய சமயம், ஐயர் மதன்லால் திங்கரா பற்றி விவரமாக *இந்தியா* பத்திரிகைக்கு எழுதி வந்தார்.

அதன் பின் சாவர்க்கர் கைதாகவே அவரை விடுவிக்க ஐயர் பிறநாட்டுப் புரட்சியாளர்களுடன் சேர்ந்து பல முயற்சிகள் செய்தார். அவை பலிக்காமற் போக, சாவர்க்கர் இந்தியா கொண்டு செல்லப் பட்டார். ஐயரையும் பிரிட்டிஷ் போலீஸார் தேடலானார்கள். ஐயர் தலைமறைவானார். துணிகரமான பல மாறுவேடங்களில் அவர் லண்டனிலிருந்து ஐரோப்பா வழியாகப் பயணம் செய்து, கப்பலேறிப் புதுச்சேரி வந்து சேர்ந்தார்.

புதுச்சேரியில் ஐயர்

புதுச்சேரியில் 1910 முதல் இருந்துவந்த ஐயர், அங்கும் சும்மா இருக்கவில்லை. ஒருபுறம் வீரர் வாழ்வு போற்றும் இலக்கியத் தொண்டு, மறுபுறம் புரட்சி நடவடிக்கைகள் – அவரது சிந்தனை நாட்டு விடுதலையிலேயே லயித்திருந்தது. நெப்போலியன், சந்திர குப்தன், குரு கோவிந்த சிங்கன் போன்ற தேசபக்த திலகங்களின் சரிதங்களை எழுதினார் ஐயர். அத்துடன், 1911இல் வாஞ்சிநாத ஐயர் என்ற இளைஞனைத் தூண்டிவிட்டு, திருநெல்வேலி கலெக்டர் ஆஷ் என்பவனை மணியாச்சியில் சுட்டுக் கொல்லச் செய்தார். பிறகு, வாஞ்சி தன்னைத்தானே சுட்டு மாய்த்துக்கொண்டான்.

ஆஷ் கொலை வழக்கில் ஐயரைப் பிடித்துப் போட பிரிட்டிஷ் அதிகாரிகள் என்னென்னவோ செய்து பார்த்தார்கள். ஏதும் பலிக்க வில்லை. ஆஷ் கொலை வழக்கில் அக்கொலைக்கான சதித்திட்டம் ஒன்று இருந்ததாகவும் அத்துடன் பிரிட்டிஷ் ஆட்சியைக் கவிழ்க்க ஒரு சதி நடந்ததாகவும் இருவகையான குற்றச்சாட்டைக் கொண்டு

வந்தார்கள். ஆஷ் கொலைக்கு முக்கிய காரணமான ஐயரைப் பிடிக்க முடியாததனால், அக்கொலை வேண்டாமென்று தடுத்துப் பார்த்த வேறு ஒரு புரட்சி வீரரான நீலகண்ட பிரம்மச்சாரிமீது அப்பழியைப் போட்டு, வழக்கில் அவரை முதல் எதிரி ஆக்கினார்கள்! வேறு 13 பேர்கள்மீதும் குற்றம் சாட்டப்பெற்றது.

ஐயரின் இலக்கியத் தொண்டு

புதுவையிலிருந்து புரட்சிக்கு வித்திட முயன்ற ஐயர், 1915இல் மகாத்மா காந்தியை இரண்டாவது முறையாகச் சந்தித்து காந்திய வாதியாக மாறிவிட்டார். அதே சமயம், அவரது நாட்டமெல்லாம் தமிழ் இலக்கியத்தில் திரும்பியது. தற்காலத் தமிழ்ச் சிறுகதைகளில் முதலாவதான *மங்கையர்க்கரசியின் காதல்* முதலிய சிறுகதைகளை எழுதித் தமிழ்ச் சிறுகதையின் தந்தையானார். முதல் மகாயுத்த காலத்தில் ஐயர் உள்ளிட்ட எல்லா தேசபக்தர்களையும் புதுவையிலிருந்து வட ஆப்பிரிக்காவுக்கு வெளியேற்றிவிடச் செய்ய பிரிட்டிஷ் அரசு முயலவே, தமது தமிழ்ப் பற்றுக்குச் சிகரமாக, நிலையான அத்தாட்சியாக விளங்கட்டுமென்று திருக்குறள் நூலை அருமையான ஆங்கிலத்தில் மொழிபெயர்த்து வெளியிட்டார் ஐயர்.

இந்த இலக்கியத் தொண்டுகளைத் தவிர, ஐயர், திரு. வி. கவின் *தேசபக்தன்* பத்திரிகைக்கும் கட்டுரைகள் அனுப்பி வந்தார். அப்பத்திரிகையும் அவரது அரசியல், இலக்கியக் கட்டுரைகளைப் பெருமையுடன் வெளியிட்டது.

அதுமட்டுமல்ல; புதுவையிலிருந்த தேசபக்தர்கள் பிரிட்டிஷ் இந்தியாவுக்குத் திரும்புவதில் உள்ள தடைகளை நீக்க வேண்டும் என்று திரு. வி. க. *தேசபக்தன்* மூலம் வற்புறுத்தி வந்தார். இதன் தொடர்பாகச் சென்னைச் சட்டசபையில் குத்தி பி. கேசவ பிள்ளை கேள்விகள் தொடுத்தார்; அரசும் மனம் கனிந்தது. 1920இல் ஒரு பொது மன்னிப்பு உத்தரவும் வந்தது. ஐயர் பிரிட்டிஷ் இந்தியாவுக்குத் திரும்பினார்.

ஐயரது இரு சபதங்கள்

முதலில் தன் சொந்த ஊரான திருச்சி சென்ற ஐயர், பிறகு பாரதம் நெடுக யாத்திரை போய் வந்தார். காசியில் அவர் இரு சபதங்களை மேற்கொண்டார். ஒன்று, தமிழ் மொழி வளர்ச்சிக்கு இடையறாது தொண்டு செய்வது; மற்றொன்று, தேசியமும் கைத்தொழிலும் பண்பாடும் மிளிரும் நூதனக் கல்விக் கூடம் ஒன்றைத் தமிழகத்தில் நிறுவுவது. யாத்திரையிலிருந்து திரும்பிய ஐயருக்கு, அவருடைய முதல் சபதத்தை நிறைவேற்றுவதற்கான சந்தர்ப்பம் போல், *தேசபக்தன்* நாளிதழின் ஆசிரியர் பதவி காத்திருந்தது!

1920இல் *தேசபக்தன்* ஆசிரியர் ஆனபோது வ. வே. ஸு. ஐயரது வயது 39. அவருக்கு மாதம் 150 ரூபாய் சம்பளம்.

ஐயரது மேற்பார்வையில் *தேசபக்தன்* புதுப்பொலிவுடன் விளங்கியது. தீவிர காந்தியவாதியாகிவிட்ட ஐயர் தேசியப் போராட்டத்திற்கு உற்சாகமான ஆதரவு தந்தார். கிலாபத் இயக்கமும் ஹோம்ரூல் இயக்கமும் அவரது *தேசபக்தன்* பத்திகளில் நிறைய இடம் பெற்றன. ஐயரது தலையங்கங்களும் குறிப்புகளும் பெஸண்ட் அம்மையாரின் *நியூ இந்தியா* போன்ற ஆங்கிலப் பத்திரிகைகளாலும் எடுத்து வெளியிடப்பட்டன. *தேசபக்தன்* பத்திரிகை விரைவில் *சுதேசமித்திர*னையும் மிஞ்சி, விற்பனையில் முதலிடம் பெற்றுவிட்டது.

குஞ்சர நடை

ஐயர் திருவல்லிக்கேணியில் குடியிருந்தார். பத்திரிகையின் காரியாலயம் ஜார்ஜ் டவுனில் இருந்தது. அக்காலத்தில் பஸ்கள் கிடையாது; ஆனால் மலிவான டிராம் வண்டி உண்டு; குதிரை வண்டிகள் உண்டு. ஐயர் அவற்றில் ஏற மாட்டார். முரட்டுக் கதர் வேஷ்டியைப் பஞ்சகச்சம் வைத்துக் கட்டிக்கொண்டு, மேலே ஷர்ட் இல்லாமல், அகலமானதும் நிறையப் பூப்போட்டதுமான கதர் அங்கவஸ்திரம் ஒன்றால் உடலைப் போர்த்தி, தோளில் ஒரு கதர் தொங்கட்டான் பை ஆடி வர ஐயர் தினமும் திருவல்லிக்கேணி டவுனுக்குக் கடற்கரை வழியாக நடந்து போய் வருவார். அவரது நடை 'குஞ்சர நடை' – யானையின் குதி நடை. நரை விழுந்த அகலமான தாடியும், நெற்றியில் பிறைச் சந்திரன் போன்ற சந்தனக் கீற்றும், வாரிவிட்ட நீண்ட முடி கொண்ட தலையும், பஞ்சகச்சம் வேஷ்டியும் – பார்த்தால் ஐயர் பண்டைக் கால ரிஷிகள் போல் தோற்றமளிப்பார். கண்களில் நட்புறவு கொண்டாடும் குளுமை; உதட்டில் அன்பு ததும்பும் இளநகை; குழந்தையுள்ளம் படைத்த மாவீரர் ஐயர்.

தேசபக்தன் அலுவலகத்தில் நுழைந்ததும் ஐயர் தம்முடைய உதவியாசிரியர்களுக்குப் புன்சிரிப்பால் வணக்கம் செலுத்திக் கொண்டே தமது அறைக்குப் போவார். தபாலில் வந்துள்ள அவசரக் கடிதங்களும் பிற விஷயங்களும் முதலில் கவனித்தான பிறகு, அவர் அன்று வந்துள்ள ஆங்கில நாளிதழ்களையும் பிற பத்திரிகைகளையும் வேகமாய்ப் புரட்டிப் பார்ப்பார். பிறகு, செய்தி ஏஜன்ஸியிலிருந்து வந்துள்ள செய்தித் தந்திகளை கவனிப்பார். தந்திகளுக்குத் தக்க தலைப்புக் கொடுத்து, அவற்றை மொழிபெயர்க்கத் தகுந்த உதவியாசிரியர்களுக்கு அனுப்புவார்.

வேகமான, தெளிவான எழுத்து

இதன் பிறகு, தமது பிரதம உதவியாசிரியருடன் கலந்து பேசிவிட்டு, தாம் எழுதவிருக்கும் தலையங்கங்களையும் அரசியல் குறிப்புகளையும் எழுதத் தொடங்குவார். அவர் வேகமாக எழுதுவார். அவரது எழுத்துக்கள் வட்டமாகத் தெளிவாக இருக்கும். ஆனால் ஓரளவு சங்கிலிக் கோவையாகவும் இருக்கும். அச்சுக் கோப்பவர்களுக்கு அவரால் சிரமமே இராது.

தலையங்கங்கள் எழுதியானதும், உதவியாசிரியர்கள் அறைக்குச் சென்று ஏதாவது சிக்கல் இருக்கிறதா என்று பார்ப்பார். சில சமயம் சிக்கலான மொழிபெயர்ப்பில் தகுந்த வார்த்தைகளைச் சொல்லி உதவுவார். சில சமயம், குறிப்பிட்ட செய்தியை எவ்வளவு சுருக்க வேண்டும் என்று யோசனை சொல்வார்.

இது முடிந்து தம் அறைக்குத் திரும்புவதற்குள் அச்சுக் கோக்கப் பட்டுள்ள விஷயங்களின் 'ப்ரூப்'கள் வரத்தொடங்கிவிடும். முதல் 'ப்ரூப்'களை உதவியாசிரியர்கள் திருத்துவர்; முடிவான 'ப்ரூப்'கள் ஐயர் பார்வைக்கு வரும். முடிவான 'ப்ரூப்'களைக் கொண்டு, அன்றைய பத்திரிகையில் எந்தெந்தச் செய்தியை எந்தெந்தப் பக்கத் தில் வெளியிடுவது என்று தீர்மானித்து உத்தரவிடுவார் ஆசிரியர் ஐயர். உதவியாசிரியர்கள் அச்சகம் போய் பத்திரிகைப் பக்கங்களைத் தயாரிப்பர்.

மாலை நான்கு மணிக்குப் பத்திரிகையின் முதல் பிரதிகள் வந்து விடும். அன்றைய வேலை அநேகமாக முடிந்ததெனலாம். அன்று மாலையும் மறுநாளும் யார் யார் என்னென்ன செய்ய வேண்டும் என்று ஆலோசனை நடத்திவிட்டு ஐயர் காரியாலயத்தை விட்டு வெளியேறுவார்.

பேச்சாளர் ஐயர்

ஐயர் தீவிரமான காங்கிரஸ்வாதி; காங்கிரஸ் சபையின் அலுவல் களிலும் கூட்டங்களிலும் நிறைய பங்குகொள்வார். அப்போது நடந்த கிலாபத் இயக்கப் பொதுக் கூட்டங்களிலும், ஒத்துழையாமை இயக்கப் பொதுக் கூட்டங்களிலும் ஐயர் பேசாத கூட்டங்களே இரா. அவர் பிரமாதமான பேச்சாளர் அல்லர்; அதிக நீளமும் பேச மாட்டார். அழுத்தமான அரசியல் கருத்துகள் பொலிய, லட்சிய ஆர்வம் மிளிர, சிறிது நேரமே பேசுவார்.

ஐயரின் *தேசபக்தன்* நாளிதழ் இலக்கிய முயற்சிகளுக்கும் ஆதரவு அளித்து வந்தது. வார முடிவில், இரண்டு பக்கங்கள் அதிகமாக வரும் இதழில், இலக்கியமும் அரசியலும் பிற விஷயங்களும் இடம் பெறும். கல்கத்தாவிலிருந்து அக்காலத்தில் வெளிவந்துகொண்டிருந்த *பிரபாஸி* (உதயம்) என்ற வங்க மாதப் பத்திரிகை போலவும், *தி மாடர்ன் ரிவ்யு* என்ற ஆங்கில மாதப் பத்திரிகை போலவும் தமிழில் கற்றோரும் பண்பாளரும் போற்றும்படியான உயர்தரப் பத்திரிகை ஒன்று தமிழில் வெளியிடவேண்டுமென்ற பேரவா ஐயருக்கு இருந்து வந்தது. அதற்கு முன்னோடியாக அமைந்தது *தேசபக்தன்* அனுபவம். *தேசபக்தன்* அனுபவத்தால் பெற்ற ஞானத்துடன், ஐயர், பின்னர் சேரன்மாதேவியில் குருகுலம் நடத்தியபோது அங்கிருந்து *பால பாரதி* என்ற புகழ்பெற்ற மாதப் பத்திரிகையை 1924 அக்டோபர் முதல் நடத்திவந்தார். ஐயர் 1925 ஜூனில் மறைந்த பின், சில மாதங்கள் நடந்து நின்றது *பால பாரதி*.

ஐயர் பேச்சில் தமிழ்மொழிகளே மிளிரும். தமிழில் இரண்டறக் கலந்துவிட்ட வடமொழிச் சொற்களையும் இடையிடையில் காணலாம். ஆங்கிலச் சொற்களோ, சொற்றொடர்களோ கலக்கவே மாட்டார். அவரது பேச்சு நயமானது. வாக்குவாதம் செய்யும் போதுகூட நிதானம் இழக்காமல் அமைதியாகப் பேசுவார். நயமான மொழிகளே பகர்வார். வேலையிலும் சரி, பேச்சிலும் சரி, பொறுமைசாலி ஐயர்.

அலுவலகத்திலும் சரி, பிறவிடங்களிலும் சரி, அவர் யாரிடமும் பேதமின்றிப் பழகுவார். வைதிகமான ஆசாரத்தில் நம்பிக்கை கொண்டவராயினும் அவர் உணவில் வைதிக ஆசாரம் பார்க்க மாட்டார். அதாவது தான் உண்ணும்போது பிராமணரல்லாதார் பார்க்கலாகாதென்றோ, பிராமணரல்லாதார் தொட்ட உணவைப் புசிக்கலாகாதென்றோ கருதமாட்டார். *தேசபக்தன்* காரியாலயத்தில் பிற்பகலில் ஒரு காப்பியும் நெய் தோசையும் கடையிலிருந்து வாங்கிவரச் செய்து உண்பார். அதை வாங்கிவர காரியாலயப் பையன்களில் ஒருவனையே அனுப்புவார்; அவன் போகுமுன் கைகால்களை சுத்தம் செய்துகொண்டு போய்வர வேண்டும் என்றே வற்புறுத்துவார்.

அன்றாட அலுவல்களில் ஐயர் மிகுந்த கவனத்துடன் இருப்பார். அதிகாலையில் எழுந்திருந்து பல் துலக்கி, அரை மணி நேரமாவது தேகப் பயிற்சி செய்து, பிறகு ஆர அமர ஸ்நானம் செய்வார். அவர் ஸ்நானம் செய்யும்போது, தமது தலை முடியையும் தாடியையும் இழை இழையாகச் சுத்தம் செய்து துவட்டுவார். ஸ்நானத்திற்குப் பின், உலர்ந்த உடை தரித்து, சந்தன திலகம் அணிந்து, சந்தியா வந்தனாதி ஜபங்களை முழு மனதுடன் செய்வார். ஜபங்கள் செய்யும்போது அக்கம் பக்கம் பார்க்க மாட்டார். பிறருடன் பேச மாட்டார். வேறு சிந்தனையே இராது. கண்களைக் குவித்து, உள்ளே ஒருமுகப்பட்டு, தியானத்தில் அமர்ந்தபடி ஜபம் செய்வார். அன்றாட நியம நிஷ்டைகளால், நித்தியத் தவத்தால், மனிதன் தூய்மையடைகிறான் என்பது அவரது உறுதியான நம்பிக்கை.

தேசபக்தன் கை மாறியது

தேசபக்தன் நாளிதழில் புகழும் வியாபகமும் நாள்தோறும் அதிகரித்து வந்ததே தவிர அதன் பொருளாதார நெருக்கடிகள் தீரவேயில்லை. பத்திரிகை ஆரம்பித்தபோதே அரசாங்கத்துக்கு ரூ.1000 ஜாமீன் தொகை கட்ட வேண்டியிருந்ததும், பிறகு அந்த ஜாமீன் தொகை பறிமுதலாகி ரூ.6000 ஜாமீன் கட்ட நேர்ந்ததும், முதல் மகாயுத்தத்தால் காகிதம் முதலிய அச்சுப் பொருள்கள் யாவற்றின் விலையும் விஷமாக ஏறிவிட்டதும், போதுமான விளம்பர ஆதரவு இராததும் *தேசபக்தனைப்* பாதித்தன.

ஐயர் *தேசபக்தனில்* சேர்ந்த இரண்டு மாதங்களுக்கெல்லாம், 1920 செப்டம்பரில், பத்திரிகையின் ஸ்தாபகர் எம். எஸ். காமத்

அந்தப் பத்திரிகையையும் அதன் பிரிட்டிஷ் இந்தியா அச்சகத்தை யும் கும்பகோணத்தைச் சேர்ந்த எஸ். நாகேசுவர சாஸ்திரி என்ற நிலக்கிழாருக்கு விற்க நேர்ந்தது. காமத் ஏற்கெனவே சாஸ்திரியிடம் பத்திரிகைகாக கடன்பட்டிருந்தார்.

புதிய சொந்தக்காரர் நாகேசுவர சாஸ்திரி, தாம் காங்கிரஸ் அனு தாபி, காந்தியடிகளின் ஒத்துழையாமை இயக்கத்தை ஆதரிப்பவர் என்றெல்லாம் சொல்லிக்கொண்டார். ஆனால், அவர் உண்மையில் கொள்கை ஏதுமேயில்லாத கோழை.

நாகேசுவர சாஸ்திரி முதல் சில மாத காலம் ஐயர் உள்பட எல்லாப் பழைய ஊழியர்களையும் வைத்துக்கொண்டே பத்திரி கையை நடத்தினார். ஆனால், அதே சமயத்தில், பத்திரிகையின் நடத்தை பற்றி சட்டபூர்வமாக அரசாங்கத்துக்கு எழுதிய கடிதத்தில், தாம் அப்பட்டமான சர்க்கார் – தாசர் என்று காட்டிக்கொண்டார்! பத்திரிகை ஆசிரியர் பதவியிலிருந்து வ. வே. சு. ஐயரை நீக்கி விட்டோம். நோட்டீஸ் கொடுத்து அவரை விலக்க சிறிது காலமாகும். அவருக்குப் பதிலாகப் பி. வி. ராஜகோபாலாச்சாரியார் என்பவர் ஆசிரியராக நியமிக்கப்பட்டுள்ளார். ஐயர் ஆசிரியப் பொறுப்பில் இல்லாததால் இனி *தேசபக்தனில்* அரசாங்கத்துக்கு விரோதமான விஷயங்கள் வெளிவரா என்று அரசாங்கத்துக்கு ரகசியமாய்க் கடிதம் எழுதினார் நாகேசுவர சாஸ்திரி! ஐயருக்கு இவை ஏதுமே தெரியாது! அவர் வழக்கம்போல், தாம்தாம் ஆசிரியர் என்ற முறையில் வேலை செய்துவந்தார்!

சின்னாட்களில் பி. வி. ராஜகோபாலாச்சாரியார், அதாவது, புதிய ஆசிரியர் என அரசுக்கு அறிவிக்கப்பட்டவர், உடல் நலமிழந்தார். அதனால், ஆசிரியர் பொறுப்பை ராஜகோபாலாச்சாரியார், ஐயர், டி. மகாலிங்க ஐயர் என்ற *தேசபக்தன்* காரியாலய மானேஜர் ஆகிய மூவர் அடங்கிய 'ஆசிரியக் குழு'விடம் ஒப்படைப்பதாக அரசுக்கு அறிவிக்கப்பட்டது.

குழப்பமான நிலைமை

ராஜகோபாலாச்சாரியாரோ மகாலிங்க ஐயரோ பத்திரிகை எழுத்துத் துறையில் அனுபவமே இல்லாதவர்கள். அவர்களுக்கு ஏதும் எழுதத் தெரியாது. ஆகவே, ஏற்கெனவே இருந்த ஒரு குழப் பமான நிலையைத் தெளிவான ஏற்பாடாக்கியது இந்த ஏற்பாடு. ஐயரே ஆசிரியப் பொறுப்புப் பணிகளைச் செய்துவந்தார்; ஆனால், சட்டபூர்வமான பொறுப்பு மூவரையும் சார்ந்ததாயிற்று.

இந்த ஏற்பாடு ஐயருக்குத் திருப்தி தரவில்லை. தம்மை ஆசிரியர் எனத் தெளிவாக அறிவிக்க வேண்டும் என்றும், தமது ஆசிரியப் பொறுப்பில் வேறு யாரும் தலையிடக் கூடாது என்றும், தமது நிபந்தனைகளுக்குச் சம்மதிக்காவிட்டால் தாம் வேலையில் நீடிக்க முடியாது என்றும் ஐயர் நிர்வாகத்தினருக்குச் சட்டபூர்வமாக எச்சரிக்கை கொடுத்துவிட்டார்.

தேசபக்தன் சொந்தக்காரர்களோ, ஐயரைப் பத்திரிகையிலிருந்து நீக்கிவிடப் போவதாக அரசுக்கு எழுதிக்கொண்டிருந்தார்களே தவிர, அவரை நீக்கிவிட்டால் பத்திரிகை நடக்குமா என்ற கவலையில், அவரை நீக்க ஏதும் செய்யாமலிருந்தார்கள். அதற்கு மாறாக, இரு முதலாளிகளில் ஒருவரான நாகேசுவர சாஸ்திரி ஐயரைப் பத்திரிகையின் ஏகபோக ஆசிரியராக நியமிப்பதாக உத்தரவிட்டார்.

உடனே மற்ற முதலாளியான பி. வி. ராஜகோபாலாச்சாரியார் நேர் விரோதமான வேலை ஒன்றைச் செய்தார். இவர் சாஸ்திரியுடன் கொடுக்கல் வாங்கல் உள்ளவர்; முதலில் வெறும் ஆசிரியராக *தேசபக்தனுக்குக்* கொண்டுவரப்பட்டார். விரைவில் அவரும் பாகஸ்தராகி விட்டார். பத்திரிகை ஆசிரியராக இருப்பதற்குத் தகுதியற்றவரென்றாலும், அப்பதவியில் இவருக்கு ஆசையென்னவோ இருந்தது. தாம் ஆசிரியராவதில் ஐயர்தாம் இடையூறாக இருக்கிறார் என்று இவர் ஐயரிடன் விரோத பாவம் காட்டிவந்தார்.

நாகேசுவர சாஸ்திரி, மூவர் கொண்ட ஆசிரியக் குழுவைக் கலைத்து ஐயரை ஏகபோக ஆசிரியராக்கியதும் ராஜகோபாலாச்சாரி வெகுண்டார். பத்திரிகையின் கூட்டு முதலாளி என்ற முறையில் அவர் உடனே ஐயரை *தேசபக்தனிலிருந்து* அடியோடு நீக்குவதாய் உத்தரவிட்டு விட்டார்!

ஐயர் பார்த்தார். இரு முதலாளிகளுக்கும் லடாய் என்ற இந்த அர்த்தமற்ற சூழ்நிலையில் நீடிக்க விரும்பாமல், ஒரு மாத நோட்டீஸ் கொடுத்துவிட்டு, 1921 ஆகஸ்ட் 21ஆம் தேதி வேலையிலிருந்து விலகினார். அன்றைய *தேசபக்தன்* இதழிலும் இதை அறிவிக்கச் செய்தார். அப்படியிருந்தும் *தேசபக்தன்* முதலாளிகளால் ஐயருக்கு ஏற்பட்ட தொல்லை தீரவில்லை!

தலையங்கம் வரைந்தவர் ஒருவர், சிறை சென்றவர் ஒருவர்!

மழை விட்டும் தூவானம் விடவில்லை என்பது வசனம். *தேசபக்தன்* சொந்தக்காரர்களது குழப்பங்கள் பொறுக்காமல் வ. வே. ஸு. ஐயர் அப்பத்திரிகையின் ஆசிரியப் பொறுப்பிலிருந்து விலகினாரென்றாலும் அவர்களால் அவருக்கு நேர்ந்த தொல்லைகள் இன்னும் தீரவில்லை.

தேசபக்தனிலிருந்து ஐயர் விலகிய 19 நாட்களில், அதாவது 1921 செப்டம்பர் 9ஆம் தேதி, வ. வே. ஸு. ஐயர், பி. வி. ராஜகோபாலாச்சாரியார், டி. மகாலிங்க ஐயர், எஸ். நாகேசுவர சாஸ்திரி நால்வரையும் கைது செய்யும்படி ஒரு வாரண்டுடன் போலீஸார் வந்தார்கள். *தேசபக்தன்* 1921 மே 6ஆம் தேதி இதழில் வெளியான 'அடக்குமுறை' என்ற தலையங்கம் கி. பு. கோ. 124ஏ செக்ஷன்படி ராஜதுவேஷத்தை வளர்க்கும் குற்றத்தை இழைத்துள்ளதாக அரசாங்கம் கருதி, அதை விசாரிக்கும்படி மாஜிஸ்டிரேட்டிடம் புகார் செய்திருந்ததால், அவர் குற்றம் சாட்டப்பெற்ற நால்வரையும் கைதுசெய்து பிடித்துவர

உத்தரவிட்டிருந்தார். ஐயர் ஊரில் இல்லாததால், அவர் தவிர மற்ற மூவரையும் போலீஸார் கைது செய்து சென்றார்கள்.

சென்னை எழும்பூரில் சீஃப் பிரஸிடென்ஸி மாஜிஸ்டிரேட் பி. ஸி. லோபோ முன்னர் அவர்கள் ஆஜர் செய்யப்பட்டனர். அவர், நாகேசுவர சாஸ்திரி வெறும் முதலாளியே தவிர தலையங்கம் எழுதியதில் பொறுப்புள்ளவரல்ல என்று கருதி, அவரை ஜாமீனில் விடுதலை செய்து, வழக்கு விசாரணைக்கு வரும்போது ஆஜராகும் படி உத்தரவிட்டார். மற்ற இருவருக்கும் ஜாமீன் மறுத்து, போலீஸ் காவலில் வைத்திருக்க உத்தரவிட்டார்.

ஐயரும் கைதானார்

வெளியூரிலிருந்து திரும்பிய ஐயரும் *1921* செப்டம்பர் 11ஆம் தேதி கைதானார். ஐயரைக் கைது செய்துவிட்ட செய்தி பரவியதும் திருவல்லிக்கேணியில் பெரும் பரபரப்பு உண்டாயிற்று. ஜனங்கள் ஏராளமாய்க் கூடிவிட்டார்கள். அவரைப் போலீஸார் தங்கள் மோட்டாரில் ஏற்றிச்சென்றபோது, பெரிய ஜனத்திரள், "மகாத்மா காந்தி – கி – ஜே!", "அல்லா – ஹோ – அக்பர்!" என்ற கோஷங்களை எழுப்பியது.

போலீஸ் சிறைக்குப் போகும் வழியில், தமது ஆருயிர் நண்பரான கவிஞர் பாரதியாரின் வீட்டுக்குப் போய் மரணத் தறுவாயிலிருந்த அவரைப் பார்த்துச் செல்ல ஐயர் விரும்பினார். போலீஸார் அதற்கு இசைந்தனர்.

திருவல்லிக்கேணி தெள்ளிய சிங்கப் பெருமாள் வீதியில், டாக்டர் நஞ்சுண்ட ராவ் கட்டிய அலங்காரமான சிகப்புக் கட்டடத்தில் குடியிருந்த பாரதியாரை ஐயர் பார்த்தார்.

பாரதியார் மிகுந்த பலஹீனமாக இருந்தார். வயிற்றுப் போக்கி னால் அவதிப்பட்டுக்கொண்டிருந்தார். ஆனால், தாம் சுகமாகவே இருப்பதாகவும், தமக்கு எவ்வித மருந்தும் தேவையில்லை என்றும் முரண்டு பண்ணி வந்தார். வைத்தியர் பேச்சோ மருந்துப் பேச்சோ எடுத்தால், "உங்களுக்கு வேறு வேலையில்லையா? போங்கள்?" என்று இரைந்தார். தமது அந்திம காலம் நெருங்கி விட்டதை அவர் உணர்ந்திருந்தாரோ என்னவோ!

ஐயரிடம் பாரதிக்கு மதிப்பு அதிகம். ஆகையால் பாரதிக்கு நல்ல வார்த்தை சொல்லும்படி எல்லாரும் கோரினார்கள். ஐயர் இதமாக, "பாரதி, நீ மருந்து சாப்பிட மாட்டேன் என்கிறாயாமே!" என்று அன்பாகக் கடிந்துகொண்டு, மருந்து சாப்பிடும்படி சொல்லி விட்டு, மிகுந்த மனத்தாங்கலுடன் விடைபெற்றுப் போலீஸாருடன் சென்றார். அப்போதும் பாரதி மருந்துண்ண இசையவில்லை. ஐயர் மீண்டும் பாரதியைப் பார்க்கவேயில்லை; பாரதியோ, மருந்து சாப்பிடாமலே, அன்று நள்ளிரவுக்குமேல் உயிர் நீத்தார்.

தேசபக்தன் ராஜதுரோக வழக்கு

எழும்பூரில், சீஃப் பிரஸிடென்ஸி மாஜிஸ்டிரேட் கோர்ட்டில் 1921 செப்டம்பர் 12ஆம் தேதி, *தேசபக்தன்* ராஜத்துரோக வழக்கு ஆரம்பமாயிற்று. கோர்ட்டில் கூட்டம் நிறைந்திருந்தது; பொது மக்களும் வக்கீல்களும் குழுமியிருந்தார்கள். குற்றம் சாட்டப் பட்டிருந்த நால்வருமே கதர் உடையில் இருந்தனர். நால்வரும் முகமலர்ச்சியுடன் இருந்தனர். முதல் எதிரி பி.வி. ராஜகோபாலாச் சாரிக்கு வக்கீலாக எஸ். சத்தியமூர்த்தியும், மூன்றாவது எதிரி டி. மகாலிங்க ஐயர், நான்காவது எதிரி எஸ். நாகேசுவர சாஸ்திரி இருவருக்கும் வக்கீலாக டி.எஸ். வெங்கடேச ஐயரும் ஆஜரானார் கள். ஐயர் தமக்குத் தாமே வாதிப்பதாகத் தெரிவித்துவிட்டார்.

ஆனால், வழக்கு நடந்துகொண்டிருந்தபோதே "ஒத்துழையாமைக் கொள்கைக்கு ஏற்ப" தாங்கள் எதிர் வழக்காடப் போவதில்லை என்று மூன்று எதிரிகளும் தீர்மானித்துவிட்டதால் வக்கீல்கள் கோர்ட்டிலிருந்து வாபஸானார்கள்.

அரசாங்கத் தரப்பில் கே.பி.எம். மேனன் ஆஜரானார்; அவருக்கு உதவியாக சாம்பசிவ ராவும் கே.எஸ். ஜயராம ஐயரும் வந்திருந் தார்கள்.

தேசபக்தன் நாளிதழில் 1921 மே 6ஆம் தேதி இதழில் வெளியான 'அடக்குமுறை' என்ற தலையங்கமே இந்த வழக்குக்குக் காரணமா யிற்று என்று வழக்கைத் துவக்கிவைத்த கிரவுன் பிராஸிகூட்டர் கே.பி.எம். மேனன் சொன்னார். இந்தத் தலையங்கத்தில் பல பகுதிகள் ராஜதுவேஷத்தை வளர்ப்பவை என்றார். பிரிட்டிஷ் அரசாங்கம் நேர்மையற்றது என்றும், ஜனங்களின் துயரங்களைப் பற்றிக் கவலைப்படவில்லை என்றும், ஆட்சி புரியும் ஆங்கிலேயர்கள் ராட்சஸ குணம் படைத்தவர்கள் என்றும் தலையங்கம் கூறுவதாக அவர் சொன்னார்.

குறிப்பிட்ட தலையங்கத்தின் ஆங்கில மொழிபெயர்ப்பு கோர்ட் டில் படித்துக்காட்டப்பட்டது. புதிய வைசிராய் ரெடிங் பிரபுவை அது காரமாகத் தாக்கியிருப்பது புலனாயிற்று. பதவி ஏற்ற ஒரு மாதத்திலேயே இவருக்கு அதிகார வெறி தலைக்கேறிவிட்டது; இன்னும் போகப் போக எப்படியிருக்குமோ சொல்ல முடியாது; அடக்குமுறை நடத்தவென்றே 63 கோடி ரூபாய் செலவில் ராணுவப் படைகளும் பீரங்கிகளும் வைத்திருக்கிறது அரசு; ஜாலியன்வாலா பாக் கொடுங்கோலன் தளபதி டயரின் பெயரைக் காப்பாற்றத் துடிக்கும் அரசாங்கம், இதற்கெனவே 63 கோடி ரூபாய் செலவில் படைகளை வைத்திருக்கிறது; ஆரம்பமே இப்படியிருக்குமானால், இந்த வைசிராய் ஆட்சியில் இன்னும் என்னென்ன அடக்குமுறை நடக்குமோ, யார் கண்டது? – இவ்வாறு *தேசபக்தன்* தலையங்கம் கூறியது.

இதன் பின்னர், சென்னை அரசாங்கத்தின் தமிழ் மொழி பெயர்ப்பு அதிகாரி, இந்தத் தலையங்கத்துக்குத் தாம் செய்துள்ள ஆங்கில மொழிபெயர்ப்பைப் படித்தார். அத்துடன், தேசபக்தன் பத்திரிகையில் வெளியான ஆட்சேபகரமான விஷயம் இது ஒன்று தானல்ல; இன்னும் பல உண்டு என்று கூறி, மேலும் பல தலையங் கங்கள், செய்திகள் முதலியவற்றின் மொழிபெயர்ப்பையும் 'எக்ஸி பிட்'களாகத் தாக்கல் செய்தார்.

'ஸ்ரீராம நவமி' தலையங்கம்

அவ்வாறு தாக்கலான தலையங்கத்தில் ஒன்று, 1921 ஏப்ரல் 5ஆம் தேதி அன்று 'ஸ்ரீராம நவமி' என்ற தலைப்பில் வெளிவந்தது. அந்தத் தலையங்கம் கூறியதாவது: பஞ்சமும் நோயும் நாட்டை வாட்டுகின்றன; மக்கள் சிந்தனை செய்யும் திறனை இழந்து விட்டார்கள். தீது எது, நல்லது எது என்று அவர்களுக்குத் தெரிய வில்லை. சுதந்திரப் பற்றும் உண்மைப் பேச்சும் அரசாங்கத்துக்கு ஆத்திரமூட்டுகின்றன. இந்தச் சந்தர்ப்பத்தில்தான் பாரத மாதா தனது அபிமான தெய்வத்தைத் துதிக்கிறாள். ஒரு வேளை, தனது குழந்தைகள் தன்னை மனம் உருகி அழைக்கட்டுமென்று உலக மாதா காத்திருக்கிறாளோ என்னவோ. நாம் இன்று பாரதத்தின் அபிமான தெய்வமான ஸ்ரீராமனைப் போற்றித் துதிப்போமாக; ராட்சஸ குலத்தைப் பூண்டோடு அழித்த மகாவீரனைப் போற்று வோமாக; அவன் மீண்டும் உலகில் அவதரித்து, இங்கு நிலவும் பாவத்தை ஒழித்து, நீதியை நிலைநாட்ட வேண்டும் என்று பிரார்த்திப்போமாக!

மூவர் குட்டிக்கரணம்!

வழக்கு செப்டம்பர் 17ஆம் தேதி தொடர்ந்து நடைபெற்றது.

வழக்கின் முதல் நாளன்று (செப்டம்பர் 12) பெரிய தேசபக்த வீரர் கள் போலத் தோன்றிய எதிரிகள் பி.வி. ராஜகோபாலாச்சாரியார், மகாலிங்கய்யர், நாகேசுவர சாஸ்திரி மூவரும், வழக்கின் இரண்டாம் நாளான ஸெப்டம்பர் 19ஆம் தேதி தாங்கள் மூவரும் தங்கள் தவறுகளுக்காக மனப்பூர்வமாக வருந்துவதாகவும், அரசாங்கத்துக்குத் தங்களது ஆழ்ந்த வருத்தத்தைத் தெரிவித்துக்கொள்வதாகவும் நிபந்தனையற்ற மன்னிப்புக் கோரிக்கையைச் சமர்ப்பித்தார்கள்! இனிமேல் இம்மாதிரி தவறுகள் செய்வதில்லை என்று வாக்குறுதியும் அளித்தார்கள்.

அரசாங்கம் அவர்களது கோரிக்கையை ஏற்று அவர்களை மன்னிப்பதாகவும், அவர்கள் மீது வழக்கை வாபஸ் பெறுவதாகவும் கிரவுன் பிராஸிகூட்டர் தெரிவித்தார். அதன் பேரில், அவர்கள் சிறு வர்கள், தெரியாமல் தப்பு செய்துவிட்டார்கள். மன்னிப்புக் கேட்டது சரியான காரியம் என்று சொல்லி மாஜிஸ்டிரேட் அவர்களை விடுவித்து உத்தரவிட்டார்.

ஐயர்மீது மட்டும் வழக்கு

இனி வழக்கு ஐயர் ஒருவரைப் பற்றியே பாக்கி நின்றது.

இந்தச் சந்தர்ப்பத்தில் தமது கட்சியை எடுத்துரைக்கும் வகையில் ஐயர் ஒரு அறிக்கையைப் படித்தார். அதில், அவர் *தேசபக்தன்* ஆசிரியப் பொறுப்பை ஏற்றது முதல் நடந்துள்ள குழப்பங்களையெல்லாம் தெளிவாக எடுத்துச்சொல்லி, குறை சொல்லப்படும் குறிப்பிட்ட தலையங்கத்துக்கும் தமக்கும் சம்பந்தமேயில்லை என்ற முக்கியமான செய்தியையும் தெரிவித்தார்.

ஐயரது அறிக்கையின் சாரமாவது: நான், இன்று பாரத நாட்டில் ஆத்மீக மலர்ச்சிக்காகப் பாடுபடும் ஆயிரக்கணக்கான தொண்டர்களில் ஒரு சாமானியத் தொண்டன். சுயராஜ்யம் இல்லையென்றால் ஆத்மசக்தி முழு வளர்ச்சி பெறாது என்பது எனது கருத்து. ஆதலால், இந்திய தேசிய காங்கிரஸின் ஆணைப்படி சுயராஜ்யத்துக்காக அஹிம்ஸா மார்க்கத்தில் பூரண ஒத்துழையாமை இயக்கத்தை ஆதரிக்கிறேன். ஒத்துழையாமைக் கொள்கைப்படி எனது இந்த ஓர் அறிக்கை தவிர வேறு எந்த வகையிலும் நான் இந்த வழக்கில் கலந்துகொள்ள விரும்பவில்லை.

1920 செப்டம்பர் 6ஆம் தேதி வாக்கில் நாகேசுவர சாஸ்திரியும் பி. வி. ராஜகோபாலாச்சாரியாரும் *தேசபக்தன்* பத்திரிகையையும் அதன் பிரிட்டிஷ் இந்தியா பிரஸ்ஸையும் வாங்கினார்கள். ஏற்கெனவே அங்கிருந்த என்னுடன் ஆசிரியர் வேலை பற்றி அவர்கள் எவ்வித ஒப்பந்தமும் செய்யவில்லை. நான் முன்போலவே ஆசிரியர் வேலை செய்துவந்தேன்.

1921 பெப்ருவரி 21ஆம் தேதி *தேசபக்தன்* நிறுத்தப்பட்டது. அம்மாதம் மத்தியில், என்னை வேலையிலிருந்து நீக்கிவிட்டதாகச் சொல்லிக்கொண்டு அரசுக்கு எழுதி புதிய 'டெக்ளரேஷன்'கள் வாங்கினார்கள். இதைப் பற்றி எனக்கு ஏதும் தெரிவிக்கவேயில்லை.

1921 ஜூன் முடிய, ஆசிரியர் குழு ஒன்று இருப்பதாகக்கூட என்னிடம் தெரிவிக்கவில்லை. எனக்கும் அது தெரியாது. இந்த விஷயம் பிற்பாடு எனக்குத் தெரியவந்தபோது, பத்திரிகையில் நான் தொடர்ந்து வேலை செய்யவேண்டுமானால் என்னை ஆசிரியராக நியமிக்கவேண்டும் என்று வற்புறுத்தினேன். அவர்கள் மழுப்பிவந்தார்கள். அதற்குள், என்னை வேலைக்கு வைத்துக் கொள்வது பற்றி இரண்டு சொந்தக்காரர்களுக்குள்ளேயும் அபிப்பிராய பேதம் எழுந்து விட்டது. ஒருவர் என்னை ஆசிரியராக நியமித்தார்; மற்றொருவர், என்னை எவ்வித வேலையும் இல்லையென வேலை நீக்கம் செய்தார். இதனால் மிக்க மனம் புண்பட்ட நான், ஒரு மாதம் நோட்டீஸ் கொடுத்துவிட்டு 1921 ஆகஸ்ட் 16ஆம் தேதியுடன் வேலையிலிருந்து நின்றுவிட்டேன்; இதை அன்றைய பத்திரிகையிலும் அறிவித்தேன்.

இந்த வழக்குக் காரணமான தலையங்கத்தை நான் எழுதவில்லை. அது வெளியிடப்பட்ட சமயம் நான் ஊரில் கூட இல்லை. ராமநாதபுரம் ஜில்லாவில் உய்யக்கொண்டான் சிறுவயல் என்ற ஊரில் ஒரு வாசகசாலையின் ஆண்டுவிழாவில் தலைமை வகிக்க அழைக்கப்பட்டிருந்ததால் மே 1ஆம் தேதி நான் சென்னையை விட்டுப் புறப்பட்டேன். ஆண்டு விழாவில் மே 2, 3 தேதிகளில் தலைமை வகித்துவிட்டு, மே 4, 5 தேதிகளில் காரைக்குடியில் பிரசங்கம் செய்துவிட்டு, மே 9ஆம் தேதி சென்னைக்குத் திரும்பி னேன். மே 1ஆம் தேதி முதல் 9ஆம் தேதிவரை, நான் *தேசபக்தனில்* ஏதும் எழுதவில்லை; நான் ஏற்கெனவே எழுதிய ஏதும் அந்த நாட்களில் அதில் வெளிவரவில்லை.

இந்தக் குறிப்பிட்ட தலையங்கம் நான் இல்லாத சமயம் வேறு யாரைக் கொண்டோ எழுதப்பட்டு வெளியாகிருக்கிறது. இதன் அசல். இவ்வழக்கின் 1,2,4 எதிரிகள் கைதான சமயம், சென்னை லிங்கி செட்டி தெருவில் 307ஆம் எண் இல்லத்திலுள்ள எம்.கே. ஸ்ரீநிவாஸன் என்பவரிடம் ஒப்படைக்கப்பட்டுள்ளது என்று அறி கிறேன். தலையங்கத்தின் கையெழுத்துப் பிரதியை வாங்கிப் பார்த் தால் அதை எழுதியது நானல்ல என்பது உறுதியாகும்.

ஆனால், ஒன்று சொல்வேன். நான் குறிப்பிட்ட தலையங்கத்தைப் படித்தேன். அதில் 124–ஏ செக்ஷன்படியோ, வேறு எந்த செக்ஷன் படியோ, குற்றமான எந்த விஷயமும் இல்லை என்றே நான் சொல்லுவேன்.

இந்த நிலையில், நான் எவ்விதக் குற்றமும் செய்யாதவன் என்றே கூற விரும்புகிறேன். அன்றி, நான் குற்றவாளி என்று இந்தக் கோர்ட்டார் தீர்மானிக்கும் பக்ஷத்தில், இந்தக் கோர்ட் அளிக்கும் எந்தச் சிறைவாச தண்டனையையும் மனமுவந்து ஏற்பேன்.

மாஜிஸ்டிரேட் தீர்ப்பு

மாஜிஸ்டிரேட் தமது தீர்ப்பில், ஐயர் குற்றவாளி என்று கருதி, ஒன்பது மாதம் வெறும் காவல் தண்டனை விதித்தார்.

சம்பந்தப்பட்ட தலையங்கத்தை ஐயர் எழுதவில்லை என்றாலும், அது வெளியான சமயத்தில் ஆசிரியக் குழுவில் ஐயரும் இருந்தா ராதலால், அவரும் சட்டபூர்வமாக இந்தத் தலையங்கத்துக்குப் பொறுப்பானவர் என்று மாஜிஸ்டிரேட் கூறினார். குறிப்பிட்ட தலையங்கம் அரசாங்கத்தின் மீது துவேஷம் கொள்ளுமாறு செய்வ தால், 124 – ஏ செக்ஷன்படி குற்றமிழைக்கப்பட்டுள்ளது.

வழக்கின் தீர்ப்பு 1921 செப்டம்பர் 19ஆம் தேதி திங்களன்று அறிவிக்கப்பட்டது. அப்போது கோர்ட்டில் ஐயரது மனைவியார் பாக்கியலக்ஷ்மி அம்மாளும், மகள் சுபத்திரையும், மகன் கிருஷ்ண மூர்த்தியும் வந்திருந்தார்கள். ஐயருக்கு ஒன்பது மாதச் சிறை தண்டனை விதிக்கப்பட்டதும், அவர் கோர்ட்டை விட்டு வெளியே

கொண்டுசெல்லப்பட்டார். அப்போது ஹிந்துக்களும் முஸ்லீம்களும் (காங்கிரஸ்காரர்களும் கிலாபத் இயக்கத்தினரும்) நிறைந்த பெருங் கூட்டம் அவருக்கு நிறைய மாலைகள் அணிவித்தது. தமது கணவர் தேசத்துக்காகச் சிறை செல்வது குறித்துத் தாம் மகிழ்வதாக ஸ்ரீமதி பாக்கியலக்ஷ்மி அம்மாள் தெரிவித்தார். ஐயரது மகள் சுபத்திரை தனது தந்தையின் காலடியில் விழுந்து நமஸ்கரித்து, அவர் சிறை செல்வது சுயராஜ்யத்தை விரைவில் கொண்டுதருமென நம்புவதாகச் சொன்னாள். போலீஸார் தங்கள் மோட்டாரில் ஐயரை ஏற்றிச் சென்றபோது கூட்டத்தினர் "மகாத்மா காந்தி – கி – ஜே" என்ற கோஷமிட்டார்கள். ஐயர் முதலில் சென்னை 'பெனிடென்ஷியரி' சிறைக்கும், பின்னர் பெல்லாரி மத்திய சிறைக்கும் அழைத்துச் செல்லப்பட்டார்.

நீதிபதியின் தீர்ப்பிலிருந்து, ஐயரது எழுத்துகள் அரசாங்கத்துக்குப் பெரும் தொல்லையாகத் தோன்றின என்றும், அவர் குறிப்பிட்ட மே 6ஆம் தேதி தலையங்கத்தை எழுதவில்லை என்றாலும் அவரை எப்படியாவது சிறைக்கு அனுப்பவேண்டுமென விரும்பியதாகவுமே தோன்றுகிறது.

பழி ஓர் இடம், பாவம் ஓர் இடம்!

இவ்வாறாக, தலையங்கத்தை எழுதியவர்கள் அது தவறான செயல் என்று கெஞ்சி, மன்னிப்புக் கோரி, விடுதலையும் பெற்று விட்டார்கள்.

ஒரு பாவமுமறியாதவரும், அத்தலையங்கத்தை எழுதாதவருமான ஐயரோ, அந்தத் தலையங்கம் துளியும் சட்ட விரோதமானதல்ல என்று வாதித்து, ஒன்பது மாதச் சிறைவாசமும் பெற்றார்!

தேசபக்தன் சொந்தக்காரர்களும் மானேஜரும் பெரிய தேசத் தொண்டர்கள் போல முதலில் பிரமாதமாகத் தோற்றமளித்துவிட்டு, சில தினங்கள் போலீஸ் காவலில் இருப்பதற்குள் தாங்கள் எப்படிப் பட்ட கோழைகள் என்றும் சர்க்கார் தாசர்கள் என்றும் காட்டிக் கொண்டுவிட்டார்கள்.

ஐயர் ஒன்பது மாதம் சிறைவாசம் அனுபவித்தாரென்றாலும், அவர் அதையும் பொதுத் தொண்டுக்குப் பயன்படுத்தினார். இந்த ஒன்பது மாத காலத்தில்தான், நெடுநாளாக அவர் எழுத நினைத் திருந்த ஆங்கில நூலொன்றை எழுதி முடித்தார். "கம்பராமாயணம் – ஒரு ஆராய்ச்சி" *(Kamba Ramayanam - A Study)* என்ற சிறப்பு மிக்க இலக்கிய ஆராய்ச்சி நூலே இது. தமிழ் இலக்கியத்தின் இணையற்ற இரு மணிகளான திருக்குறள், கம்பராமாயணம் இரண்டையும் ஆங்கில நூல்கள் மூலம் உலகுக்குப் பறையறிவித்த பெருமையை ஐயர் பெற்றார்.

தேசபக்தன் நாளிதழோ, சில மாதங்களில் நலிவுற்றுப் பின்னர் மறைந்தும் போயிற்று.

3

தமிழ் *ஸ்வராஜ்யா*

நாட்டு விடுதலைக்காக காந்தியடிகள் துவக்கிய முதல் போராட்டம் 1919இல் தோன்றிய ஒத்துழையாமை இயக்கமாகும். இது பலவகையில் சிறப்புக் கொண்ட இயக்கம். அதுவரை நாட்டு நலனில் கவலை கொண்ட மூத்தோர்கள் உழைப்புக்கு உறுதுணையாக எண்ணற்ற இளம் தொண்டர்கள் முளைத்தெழ இந்த இயக்கம் காரணமாயிற்று. பல்லாயிரக்கணக்கான படித்த இளைஞர்கள், பட்டம் பதவி பெற்ற இளைஞர்கள், கல்வித் துறையிலும் சட்டத்துறையிலும் சிறப்பாக முன்னேறும் தருவாயிலுள்ள இளைஞர்கள் தியாகத் தீயில் குதித்தார்கள்.

ஒத்துழையாமை இயக்கம்

"மூன்று பகிஷ்காரங்கள்" (ஒதுக்கப்பட வேண்டிய மூன்று) என்ற வழியை இந்த இயக்கம் கொடுத்தது. பிரிட்டிஷ் அரசின் அலுவலகங்களில் பணிபுரிவதைத் தவிர்த்தல், கோர்ட்டுகளை மிதிப்பதில்லை என்று வக்கீல்கள் தொழிலைத் துறத்தல், அடிமை புத்தியை வளர்க்கும் அரசுக் கல்விக் கூடங்களைவிட்டு வெளியேறுதல் (மாணவர்களைத் திருப்பி அழைத்தல் உட்பட), தேசியக் கல்விக் கூடங்கள் அமைத்தல் முதலிய மூன்று வழிமுறைகளை காந்தியடிகள் வகுத்தளித்தார். இவையாவும் தன்மறுப்பான, தியாகசீலமான செயல் முறைகள்.

இந்த மாதிரி தியாகத்துக்குத் துணிந்து தங்கள் தங்கள் வாழ்க்கையை நாட்டு நலனுக்கு அர்ப்பணித்த இளைஞர்கள் சிலர் கூடி சென்னையில் துவக்கியது *ஸ்வராஜ்யா* என்ற ஆங்கில நாளிதழ். ஆந்திர கேசரி என்று பிற்காலத்தில் பெயரெடுத்த டி. பிரகாசம் பாரிஸ்டர் தொழிலைத் துறந்து, தமது சொத்தையெல்லாம் முதல் ஆக்கித் துவக்கியது *ஸ்வராஜ்யா*.

இப்பத்திரிகையில் அவருடன் பணிபுரியச் சேர்ந்த இளைஞர் குழாமோ பல வக்கீல்களைக் கொண்டது. ஸர்தார் பணிக்கர், ஜி. வி. கிருபாநிதி, காஸா சுப்பராவ், பொ. திருகூடசுந்தரம் பிள்ளை முதலியவர்கள் இவர்களில் சிலர்.

ஸ்வராஜ்யா நாளிதழ் தோன்றக் காரணம் காந்திய இயக்கத்தைத் தீவிரமாக மக்களுக்கு எடுத்துரைக்க ஒரு பிரசாரக் கருவி தேவைப் பட்டதேயாகும். ஆங்கில நாளிதழ்களில் அப்போதிருந்தவற்றில் புகழ்பெற்ற *நியூ இந்தியா* ஒத்துழையாமை இயக்கத்தை எதிர்த்தது. *ஹிந்து* பத்திரிகை ஒரு மாதிரி யோசித்துக் கொண்டிருந்தது. இந்தச் சூழ்நிலையில் தீவிர காந்திய நாளிதழாக 1922இல் தோன்றிய ஆங்கில *ஸ்வராஜ்யா*, 1934 வரை நடந்தது.

எடுத்த எடுப்பிலேயே அதற்கு வெகு நல்ல பெயர், விற்பனை. சென்னை பிராட்வேயில், டேனிஷ் மிஷன் சர்ச்சை அடுத்தது ஜெனரல் முத்தையா முதலி தெரு; அதற்கு அடுத்த கட்டடம் *ஸ்வராஜ்யா* அலுவலகம். சாயந்திர வேளைகளில் அங்கே பத்திரிகை விற்பனையாளர்கள் கூடிநின்று முண்டியடித்து ஆவலுடன் பத்திரிகைப் பிரதிகளைக் கட்டுக்கட்டாக எடுத்தோடுவதை இப்பத்திரிகையின் கடைசி நாட்களில் நான் நேரே கண்டுள்ளேன்.

*ஸ்வராஜ்யா*வின் தமிழ் வடிவமாகத் தோன்றியதுதான் தமிழ் *ஸ்வராஜ்யா* நாளிதழ். ஆனால் அதன் பெயர் *ஸ்வராஜ்யா* என்ற ஒரே சொல்தான். பத்திரிகைப் பெயர், முதல் பக்கத்தில், பிறைச் சந்திரவளையமாகப் பெரிய எழுத்தில் வரைந்து அச்சிடப் பட்டிருக்கும்.

"டீ. பிரகாசத்தினால் பிரசுரித்து வெளியிடப்பட்டது. *ஸ்வராஜ்யா* அச்சுக்கூடம், நெ. 40, பிராட்வே, காந்தி நகர் (ஜார்ஜ் டவுன்), சென்னை. கூட்டு ஆசிரியர்கள்: பொ. திருகூடசுந்தரம், M.A. B.L.; க. வெ. கிருபாநிதி, M.A. B.L." – இவ்வாறு சட்டபூர்வமான வாசகம் அச்சிடப்பட்டிருந்தது.

டீ.டி. அல்ல. டங்குடூரிக்காக டீ

கூட்டு ஆசிரியர்களில் முதல்வரான பொ. திருகூடசுந்தரம் பிள்ளை திருநெல்வேலி மாவட்டத்தவர்; தமிழன்பர். போலீசு சர்க்கிள் இன்ஸ்பெக்டரின் புதல்வர். சட்டப் படிப்புப் படித்து, தொழிலில் பெயரும் பொருளும் குவித்து, சிறப்புற விளங்குவான் என்று பெற்றோர்கள் கனவு கண்ட சமயம், காந்தியின் குரல் திருகூடசுந்தரத்தைக் கவர்ந்தது. ஊதியம் பெறாத காங்கிரஸ் ஊழியரானார்; தமிழ் *ஸ்வராஜ்யா* ஆசிரியரானார். பின்னர் செட்டி நாட்டில் காந்தியத்தைப் பரப்பிப் புகழ் பெற்றபோது, ஹரிஜனங் களுடன் சேர்ந்து உணவு கொள்வதும், ஹரிஜனங்களுடன் சேரியில் வாழ்வதுமாகச் செயலில் லட்சியவாதியானார். கக்கூஸ்களை சுத்தம் செய்வதும் நற்பணியே என்ற காந்தி போதனையைக் கடைப்

பிடித்துக் காட்டினார். ஒரு பத்திரிகை (*குமரன்*) இவரைக் "கக்கூசு மகாத்மா" என்று கேலி செய்தது. சாதி வேற்றுமைகளைக் களையத் துணிவு கொண்ட திருகூடசுந்தரம் பிள்ளை, கலப்பு மணமும் செய்துகொண்டார். பிற்காலத்தில், காந்தியடிகளின் *ஹரிஜன்* வார இதழின் தமிழ்ப் பதிப்புக்கு ஆசிரியராகவும் விளங்கினார்.

பல துறைகளில் சிறப்புற்ற இவரது அடிப்படை சக்தி அவரது கள்ளம் கபடமற்ற நேர்மையாகும் என்று இவரது இளமைத் தோழரும் பத்திரிகை உலகு சோதரருமான பி. ஸ்ரீ. ஆசாரியா இவரைப் பற்றிய நீண்ட கட்டுரையில் குறிப்பிடுகிறார். (*நான் அறிந்த தமிழ்மணிகள்*)

கூட்டு ஆசிரியர்களில் இரண்டாமவரான ஜி. வி. கிருபாநிதி தெலுங்கர். தமிழ் பேசுபவர்! *ஸ்வராஜ்யா* ஆங்கிலப் பதிப்பிலும் உதவியாசிரியர் வேலை செய்து, தேறி, பின்னர் பல ஆங்கில நாளிதழ்களில் இருந்து புகழ் பெற்றவர்.

இத்தகைய துணிவு மிக்க இளைஞர்களால் நடத்தப் பெற்ற தமிழ் *ஸ்வராஜ்யா*வின் ஆசிரியக் குழாத்தில் எம். எஸ். சுப்பிரமணிய ஐயர் என்ற பண்பட்ட பத்திரிகையாளரும், யோகி சுத்தானந்த பாரதியாரும் இருந்தார்கள். சுப்பிரமணிய ஐயர் *சுதேசமித்திர*னில் பாரதியாருடன் வேலை செய்தவர். பிற்காலத்தில் தேச விடுதலைப் பிரசாரம் செய்வதில் முனைந்து, *ஸ்வராஜ்ய பேரிகை* என்ற சிறுபிரசுரங்கள் மூலம் அரிய வேலை செய்தவர்.

யோகி சுத்தானந்த பாரதியார் இளமையில் துறவு பூண்டு, காந்தீயத்தில் மூழ்கி, வ. வே. சு. ஐயரின் சேரன்மாதேவி குருகுலத்தில் பணி புரிந்து, *பால பாரதி* மாத இதழ் ஆசிரியராக ஐயருக்குப் பின் விளங்கி, பின்னர் யோகத்தில் முனைந்து ரமணாசிரமம், அரவிந்தா சிரமம் முதலியவிடங்களில் வாழ்ந்தவர். ஏராளமான கவி புனைந்த வர். பல நூல்களும் இயற்றியுள்ளவர்.

இனி, பத்திரிகையின் அமைப்பைக் கவனிப்போம்.

பத்திரிகையின் அளவு அரை டெம்மி (அதாவது *தினமணி* அளவில் பாதி); பக்கங்கள் 12; பக்கத்துக்கு 4 பத்திகள். முதல் பக்கம் முழுதும் விளம்பரம். உள்ளே சுமார் மூன்று பக்க அளவுக்கு விளம்பரங்கள்.

முதல் பக்கத்தில் பத்திரிகைப் பெயரின் அடியில் இரு வாசகங்கள்: "என்று தணியும் இந்த சுதந்திர தாகம், என்று மடியுமெங்கள் அடிமை யில் மோகம்"; "நோக்கும் திசையெல்லாம் நாமன்றி வேறில்லை, நோக்க நோக்கக் களியாட்டம்". பாரதியாரின் மந்திரச் சொற்கள்.

சந்தா விகிதம், சென்னையில் மாதம் முக்கால் ரூபாய்; மூன்று மாதத்துக்கு இரண்டு ரூபாய். தனிப் பிரதி முக்கால் அணா. வெளி யூர்களுக்கான சந்தா சற்று கூடுதல். அயல் நாடுகளுக்கு ஒரு பவுன்.

ஆர்வமிக்க இளைஞர்களால் பத்திரிகை நடத்தப்பெற்றதால், அதில் சிறந்த நாளிதழுக்கு அவசியமான அத்தனை விதமான

செய்திகளும், விலைவாசி, தங்கம், வெள்ளி பேரங்கள், பங்கு மார்க்கெட் விவரம், கப்பல் போக்குவரத்து விவரம், காலநிலை, கட்டுரைகள் முதலிய யாவும் இருந்தன. காங்கிரஸ் நடவடிக்கைகள் விவரமாகவே தரப்பட்டிருந்தன. எளிய தமிழ் நடை. தற்காலத்து நடைபோல, யாரும் புரிந்துகொள்ளக் கூடியது. பண்பட்டது. வ.வே.சு. ஐயர், டாக்டர் தி.சே.சௌ. ராஜன், தி.சதாசிவம் முதலியவர்கள் பத்திரிகையில் எழுதினர். அச்சுப் பிழைகள் அதிகம் இல்லாத சிறப்புக் கொண்டிருந்தது தமிழ் *ஸ்வராஜ்யா.*

விளம்பரங்கள் பத்திரிகை வாழ்வுக்கு உறுதுணை. 12இல் 4 பக்கங்கள் விளம்பரம் தாங்கிய தமிழ் *ஸ்வராஜ்யா* நாளிதழில் இந்தியன் பாங்கி, எஸ்ப்ளனேட் தியேட்டர், ராயல் தியேட்டர், மான் மார்க் வாசனைத் திரவியங்கள், ஸ்ரீ ஹர கஸ்தூரி மாத்திரை, சேலம் ச.கோ.இ. காதர் மீரா சாயுபு ஹெட் நர்சரி தோட்டத்தின் மாங்கனி, எலுமிச்சை, ஆரஞ்சு நாற்றுகள், சிவகெங்கை கைத் தொழில் கல்விச்சாலை முதலிய பலதரப்பட்ட விளம்பரங்கள் தொடர்ந்து வெளிவந்தன.

இத்தகைய சிறப்புகள் கொண்டிருந்த தமிழ் *ஸ்வராஜ்யா* நாளிதழ் 1923இல் தோன்றியவுடன் வெகு மும்முரமாக விற்பனையாயிற்று. 1924, 1925 ஆண்டுகளில் நல்ல நிலையில் இருந்தது. பல சீரும் சிறப்புமான கட்டுரைகள் தாங்கி வந்தது. வ.வே.சு. ஐயர் அருவியில் மறைந்தபோது அவரைப் பற்றிப் பக்கம் பக்கமாக இரங்கற் பாக்களும் நினைவுக் குறிப்புகளும் வெளிவந்தன. நாமக்கல் கவிஞர், பா. ஆதிமூர்த்தி, சுத்தானந்த பாரதி, பாரதிதாசன் முதலிய கவிஞர் கள் ஐயரைப் பாராட்டிப் பாடிய பாமாலைகளும், ஐயர் வாழ்க் கையை ஆதியோடந்தமாக அவரது தோழர் டாக்டர் தி.சே.சௌ. ராஜன் விவரித்துள்ளதும், தி.சதாசிவம் (*கல்கி* முதல்வர்) எழுதிய கட்டுரையும் குறிப்பிடத் தக்கவை.

ஒத்துழையாமை இயக்கம் நற்பயனளித்து, நாட்டில் விழிப்பை உண்டாக்கியது. சில ஆண்டுகளில் பிரிட்டிஷாரும் காந்தியடிகளின் சக்தியை உணரலானார்கள். அச்சமயம், அரசியல் விருவிருப்பு தளர்ந் தது. *ஸ்வராஜ்யா* நிறுவனத்தில் டங்குடூரி பிரகாசத்தின் செல்வமெல் லாம் கரைந்தது. முதலில் தமிழ் *ஸ்வராஜ்யா* சுமார் 1925 முடிவில் மறைந்தது. பின்னரும் நிதி நிலைமை படிப்படியாக நலிந்து கொண்டே வர ஆங்கில *ஸ்வராஜ்யா*வும் 1934இல் மறைந்தது. பிராட் வேயில் தோன்றிய அலுவலகம் ராயப்பேட்டை மிட்லண்டு தியேட்ட ருக்குப் பின் ஒரு தெருவில் சில ஆண்டுகள் வாழ்ந்து மறைந்தது.

இதன்பின், தமிழ், ஆங்கில *ஸ்வராஜ்யா*வின் ஆசிரியர் குழுவினர் பல்வேறு பத்திரிகைகளில் சிறப்புடன் பெயரெடுத்தனர்.

தமிழ்ப் பத்திரிகை உலகில் முதன்முதலாக முற்றும் காந்தியக் குரலாக ஒலித்துச் சிறப்புற்றது தமிழ் *ஸ்வராஜ்யா* எனலாம்.

4

தமிழ் நாடு

தமிழக அரசியல் வானில் மிகுந்த பிரகாசத்துடன் சில காலம் ஆட்சி புரிந்து சென்ற செயல் வல்லுநர் களில் டாக்டர் பி. வரதராஜுலு நாயுடு ஒருவர்.

இவரை ஒரு காலத்தில் 'தென்னாட்டுத் திலகர்' எனப் பாராட்டியிருக்கிறார்கள். செயல் துணிவு, சொல்வன்மை, வர்த்தகத் திறன் மூன்றும் கொண்ட டாக்டர் நாயுடு, பத்திரிகை, அரசியல், வாணிபம் ஆகிய மூன்று துறைகளிலும் வெற்றி எய்தினார்.

டாக்டர் வரதராஜுலு நாயுடு தோற்றுவித்த தமிழ் நாளிதழ் *தமிழ் நாடு*. சில காலம் அது *சுதேசமித்திர* னுக்கு இணையாகப் பிராபல்யம் அடைந்தது. டாக்டர் நாயுடு தோற்றுவித்த மற்றொரு நாளிதழ் *இண்டியன் எக்ஸ்பிரஸ்* என்ற ஆங்கில நாளிதழாகும்.

டாக்டர் வரதராஜுலு நாயுடு 1917இல் தமிழ்ப் பத்திரிகை உலகில் நுழைந்தார். 1920இல் *தமிழ் நாடு* என்ற வாரப் பதிப்பையும், 1927இல் *தமிழ் நாடு* நாளிதழையும் துவக்கினார். சுமார் பத்தாண்டுக் காலம் நாளிதழ் நடந்தது. பிற்காலத்தில் மதுரை கருமுத்து தியாகராஜ செட்டியார் இதே பெயரில் ஒரு நாளிதழ் நடத்தினார். அதற்கும் டாக்டர் நாயுடுவின் நாளிதழுக் கும் தொடர்பில்லை.

டாக்டர் வரதராஜுலு நாயுடு சேலம் மாவட்டம் ராசீபுரத்தில் 1887இல் பிறந்தார். தந்தை உள்ளூர் பெருமாள் கோவில் தர்மகர்த்தா. தனயனும் பரம வைணவராக, பன்னிரு நாமம் தரித்து, மார்கழி மாத பஜனைகளில் கலந்துகொள்வார்.

ஆரம்பப் படிப்பு ராசீபுரத்திலும், உயர்நிலைப் பள்ளிப் படிப்பு கோயம்புத்தூரிலும் நடந்தது. பின்னர், சென்னையில் இருந்த பர்மா மெடிகல் ஸ்கூலிலும், கல்கத்தாவில் இருந்த நேஷனல் மெடிகல் ஸ்கூலிலும் படித்து வைத்தியரெனப் பட்டம் பெற்றார். கோவை

மாவட்டம் திருப்பூரில் வைத்தியத் தொழில் துவக்கி, நல்ல வருமானமும் பெறலானார்.

1905ஆம் ஆண்டு முதல் சுதேசி இயக்கம் தீவிரமாக வளர்ந்தது. அப்போது டாக்டர் நாயுடு அந்நியத் துணிகளுக்குச் சொக்கப்பானை போட்டுக் கொளுத்தினார்.

1917இல் அன்னி பெஸண்ட் அம்மையார் 'ஹோம்ரூல்' இயக்கம் ஆரம்பித்தபோது டாக்டர் நாயுடு அதில் கலந்துகொண்டார். வன்மையான பேச்சாளர்; பொது மக்கள் அவரது சொல் வன்மையில் கட்டுண்டனர்.

இந்தச் சமயம், சுப்பிரமணிய சிவம் துவக்கியிருந்த *பிரபஞ்சமித்திரன்* வாரப் பத்திரிகையை டாக்டர் நாயுடு வாங்கினார். பிரிட்டிஷ் அரசாங்கம் ஆயிரம் ரூபாய் ஜாமீன் கட்ட உத்தரவிட்டது. அதைக் கட்டிவிட்டுப் பத்திரிகையை விறுவிறுப்பாகவே நடத்தினார் நாயுடு.

ராஜத்துவேஷ வழக்கு

1918இல் டாக்டர் நாயுடு மதுரையில் செய்த பிரசங்கம் ஒன்றை ஆட்சேபித்து அரசாங்கம் அவர்மீது ராஜத்துவேஷ வழக்கு தொடர்ந்தது. வழக்கில் அவருக்காக வாதாடியவர் மற்றொரு சேலம் இளைஞர் – சி. ராஜகோபாலாச்சாரியார்.

இவ்வழக்கு விசாரணை நடந்தபோது, பொதுக்கூட்டத்தைச் சமாளிக்க போலீஸார் துப்பாக்கிச் சூடு நடத்தினார்கள். இதில் மயிரிழையில் உயிர் தப்பினார் டாக்டர் நாயுடு; வேறு இருவர் மாண்டனர்.

'மின்சார ரசம்'

வைத்தியத்தில் மட்டுமன்றி, வைத்தியப் பொருள் வாணிபத்திலும் டாக்டர் நாயுடு தமது திறமையைக் காட்டினார். அஜீரணம், மலச்சிக்கல் போன்ற உபாதைகளுக்கு மருந்தாகப் பிரிட்டனிலிருந்து இறக்குமதியாகிவந்த சில புகழ்பெற்ற உப்பு மருந்துகளுக்கு பதில் 'அசோகா ஸால்ட்' என்ற மலமிளக்கியைத் தயாரித்து விற்கலானார் டாக்டர் நாயுடு. அத்துடன், வடநாட்டில் மிகப் புகழுடன் விளங்கிய 'அம்ரித்தாரா' என்ற தலைவலித் தைலத்தைப் போலவே 'மின்சார ரசம்' என்ற தைல மருந்தையும் தயாரித்தார்.

இந்த இரண்டு மருந்துகளையும் விரிவாக விளம்பரம் செய்து, இவை இரண்டும் அமோகமாக விற்கும்படி செய்தார் டாக்டர் நாயுடு. இரண்டு மருந்துகளுக்கும் அடக்க விலை குறைவானதால் ஏராளமான லாபம் ஏற்பட்டது.

தமிழ் நாடு நேர்நடை

1920ஆம் ஆண்டு டாக்டர் வரதராஜுலு நாயுடு *தமிழ் நாடு* என்ற வாரப் பத்திரிகையைத் துவக்கினார். இப்பத்திரிகை பலவிதங்

களில் சிறப்புடன் விளங்கியது. அதில் டாக்டர் நாயுடு துணிவான நேர்நடையைக் கையாண்டார்.

மறைமலை அடிகள், திரு. வி. கல்யாணசுந்தர முதலியார் முதலியவர்கள் தமிழ் நடை தனித்தமிழ் நடையாக விளங்க வேண்டுமென்று முயன்ற காலம் அது. அப்போது அவர்களது கொள்கையில் மாறுபட்டு, வழக்குத் தமிழே வளரும் தமிழ் என்று உறுதியாக நின்றார். இதைப் பற்றி டாக்டர் நாயுடு பி. ஸ்ரீ. ஆசாரியா விடம் பேசுகையில், "ரூபாயை ரூபாய் என்று சொல்லாமல் வெண்பொற்காசுகள் என்று குறிப்பிடுவோரும் இருக்கிறார்கள்!" என்று நகைத்து, "மறைமலையடிகளைப் பின்பற்றித் திரு. வி. கவும் அப்படித்தான் பேசுகிறார். அது செந்தமிழ் அன்று; சென்ற தமிழ்! அது வளரும் தமிழ் அல்ல; வாழும் தமிழ் அல்ல; தமிழ் – நாட்டுத் தமிழ் அல்ல!" என்று கூறி, மேலும் தமது *தமிழ் நாடு* அந்த நடையைப் பின்பற்றவில்லை என்று பெருமையுடன் சொல்லிக்கொண்டாராம்.

கார்ட்டூன் சிறப்பு

டாக்டர் நாயுடுவுக்கு அரசியல் கார்ட்டூன் சித்திரங்களில் நம்பிக்கை அதிகம். தென்னாட்டில் எம்மொழியிலும் முதன் முதலாக அரசியல் கார்ட்டூன்கள் வெளியிட்ட பெருமை பாரதியாரின் *இந்தியா* பத்திரிகையைச் சாரும். அதன்பின் கார்ட்டூன்கள் வெளியிட்டுப் பொது மக்களை வசீகரித்தவர் டாக்டர் நாயுடுவே.

1924–25 ஆண்டுகளில் அவரும் சி. ராஜகோபாலச்சாரியாரும் அரசியலில் மாறுபட்ட கருத்துகளைக் கொள்ள நேர்ந்தபோது, ஆச்சாரியாரைத் தாக்கித் *தமிழ் நாடு* வெளியிட்ட கார்ட்டூன்கள் பரபரப்பை உண்டுபண்ணின.

1924இல் தமிழ் நாடு காங்கிரஸ் கமிட்டியின் தலைவராக இருந்த டாக்டர் நாயுடு, சேரன்மாதேவி குருகுலக் கிளர்ச்சிக்குத் தலைமை வகித்து நடத்தியது தமிழக அரசியலில் பெரியதொரு நெருக்கடியை உண்டாக்கியது. அது முதலாகவே டாக்டர் நாயுடு காங்கிரஸின் தேசியப் பாதையிலிருந்து விலகிச் செல்லலானார். சுயமரியாதை இயக்கம் முதல் ஹிந்து மகாசபை வரை ஒன்றுக்கொன்று நேர் விரோதமான பாசறைகளிலும் அவர் "புகுந்து புறப்பட்டார்."

'பட்டது' ஒழிக!

தமிழ் நாடு வாரப் பத்திரிகை நல்ல செல்வாக்குடன் விளங்கிய காலத்தில், 1927இல், டாக்டர் நாயுடு *தமிழ் நாடு* என்ற நாளிதழைத் துவக்கினார். இது, சென்னை, தமிழ்நாடு பவர் பிரஸ்ஸில் அச்சாகி வெளிவந்தது. ஆசிரியர் பெயர், ஜி. இராமசந்திர நாயுடு என்று வெளிவந்தது. இவர் டாக்டர் நாயுடுவின் மைத்துனர் ஆவார்.

தமிழ் நாடு நாளிதழில் டாக்டர் நாயுடுவுக்கு வலது கையாக விளங்கியவர் ஆர். வேங்கடராஜுலு நாயுடு என்ற திறன் மிக்க

பத்திரிகையாளர். இவரைத் தவிர ஈ.ஆர்.கோவிந்தன், வ.ரா. (வ.ராமஸ்வாமி), தி.ஜ.ர. (தி.ஜ. ரங்கநாதன்) முதலியவர்களும் *தமிழ் நாடு* நாளிதழில் உழைத்திருக்கிறார்கள்.

தமது பத்திரிகையின் நடை பற்றி டாக்டர் நாயுடு மிகவும் கண்டிப்பாக இருப்பாராம். எந்த உதவியாசிரியராவது "சொல்லப் பட்டது", "செய்யப்பட்டது" என்பன போன்ற செயப்பாட்டு வினைச்சொற்களை உபயோகித்துவிட்டால் டாக்டர் நாயுடுவுக்கு வந்துவிடும் கோபம். உதவியாசிரியரை உடனே அழைத்து, "என்னய்யா 'செய்யப்படுகிறது', 'சொல்லப்படுகிறது'? தமிழா எழுதுகிறீர்? பேச்சில் அப்படியா பேசுகிறோம்? செய்கிறார்கள், சொல்கிறார்கள் என்று எழுதினால் குடியா முழுகிப் போகும்?" என்று கண்டிப்பார் என ஈ. ஆர். கோவிந்தன் சொல்லுவார்.

தி இந்தியன் எக்ஸ்பிரஸ்

1932ஆம் ஆண்டு டாக்டர் நாயுடு ஆங்கில நாளிதழ் ஒன்றை ஆரம்பித்தார். அதற்கு, *தி இந்தியன் எக்ஸ்பிரஸ்* என்று பெயர் கொடுத்தார்.

1932இல் சென்னையில் இருந்த ஆங்கில நாளிதழ்களில் *ஹிந்து* சிறப்புடன் விளங்கிவந்தது. *ஸ்வராஜ்யா* நலிந்து வந்தது. வெள்ளையர் பத்திரிகையான *மெட்ராஸ் மெயில்* அவர்களது குரலாக ஒலித்தது. இவை நடுவே *இந்தியன் எக்ஸ்பிரஸ்* தோன்றியது.

*இந்தியன் எக்ஸ்பிரஸ்ஸு*க்கு வந்த வாழ்த்துச் செய்திகளில் சி. ராஜகோபாலாச்சாரியாரின் செய்தி குறிப்பிடத்தக்கது. ஆங்கிலப் பத்திரிகைகளின் காலம் மலையேறி விட்டது; இந்தச் சமயம் பார்த்து நீங்கள் ஆங்கில நாளிதழ் துவக்குகிறீர்களே! என்னை முன்கூட்டியே கேட்டிருந்தால் வேண்டவே வேண்டாமென்று தடுத்திருப்பேன் என்று கூறியுள்ளார் ராஜாஜி. ஆங்கிலம் பற்றியும் ஆங்கிலப் பத்திரிகைகள் பற்றியும் அவரது 'தீர்க்க தரிசனம்' எப்படிப் பொய்த்துப் போனது என்பதைக் காலம் காட்டிவிட்டது.

இந்தியன் எக்ஸ்பிரஸ் துவங்கிய ஓராண்டுக்குள் அதை டாக்டர் நாயுடு எஸ். சதானந்துக்கு விற்க நேர்ந்தது. இரண்டொரு ஆண்டு களில் அது மீண்டும் கைமாறி ராம்நாத் கோயங்காவிடம் சென்றது. அதன்பின் அப்பத்திரிகை அடைந்த வளர்ச்சி நிகரற்றது!

அரசியல் ஓய்வு

1930–32இல் காந்தியடிகள் நடத்திய உப்பு சத்தியாக்கிரகம், சட்ட மறுப்பு இயக்கம் முதலியவற்றை டாக்டர் வரதராஜுலு நாயுடு எதிர்த்தார். இது அவரது அரசியல் தொய்வுக்கும் *தமிழ் நாடு* பத்திரிகையின் நலிவுக்கும் காரணமாயிற்று. தனது கடைசி நாட்களில் *தமிழ் நாடு* சென்னை ஜார்ஜ் டவுன், மூக்கர் நல்லமுத்து தெருவில் ஒரு பெரிய மாடி வீட்டின் ஒரு பாதியில் இருந்தது.

மறுபாதியில் இருந்தன கைமாறிவிட்ட *இந்தியன் எக்ஸ்பிரஸ்ஸு*ம் *1934*இல் தோன்றிய *தினமணி* நாளிதழும். இந்தக் காலத்தில் வ. ராவும், தி. ஜ. ரவும் *தமிழ் நாடு* நாளிதழுக்குப் புத்துயிர் கொடுக்க அமர்த்தப்பட்டார்கள். பலிக்கவில்லை.

செய்திகள் நிறையத் தருகிறது என்று காட்டும் நோக்கத்துடன் தினம்தோறும் *தமிழ் நாடு* நீளமான போஸ்டர் வெளியிட்டது; பத்துப் பன்னிரண்டு செய்திகளுடன் தலைப்புகள் தந்தது. போட்டிப் பத்திரிகை *தினமணி*யோ சிறிய போஸ்டரே வெளியிட்டது; மூன்று நான்கு செய்திகளின் தலைப்பே தந்தது. அப்படியிருந்தும் *தமிழ் நாடு* விற்பனை குறைந்தது; *தினமணி* விற்பனை பெருகியது.

"பத்திரிகைக்குப் பதிலாக போஸ்டர்கள் நிறைய அனுப்பும்படி ஏஜெண்டுகள் கேட்கிறார்கள்; போஸ்டரிலேயே அத்தனை செய்திகளும் கிடைத்துவிடுகின்றனவே!" என்று ஒரு சக – பத்திரிகைக் காரர் கேலி செய்தார். இதுபற்றி "நீளமான போஸ்டர் சம்பவம்" என்ற நையாண்டிச் சிறுகதை ஒன்றும் *ஜெயபாரதி* வாரப் பதிப்பில் வெளியாயிற்று!

அரசியலிலிருந்து ஓய்வு பெற்ற டாக்டர் நாயுடு பல ஆண்டுகள் வாழ்ந்தார். கடைசி காலத்தில் சென்னை ஐலண்டு கிரௌண்டில் ஒரு பொருட்காட்சி நடத்தி, அதற்கென அனுமதிக்கப்பட்ட துத்தநாகத் தகடுகள் விஷயத்தில் குற்றச்சாட்டுகளுக்கு இலக்காகி மீண்டும் பொதுவாழ்விலிருந்து மறைந்தார் டாக்டர் நாயுடு.

ஆனால், தமிழ்ப் பத்திரிகை உலகில் டாக்டர் நாயுடுவுக்கும் சரி, அவரது *தமிழ் நாடு* இதழ்களுக்கும் சரி, நிலையான ஸ்தான முண்டு, சந்தேகமில்லை.

5

இந்தியா

தமிழ்ப் பத்திரிகை உலகில் *சுதேசமித்திரன்* நாளிதழ் நெடுங்காலம் தன்னந்தனி ஆட்சி செய்துவந்தது. அந்த ஏகபோகத்தை *திராவிடன்* (1916), *தமிழ் ஸ்வராஜ்யா* (1924), *தமிழ் நாடு* (1927) முதலிய நாளிதழ்கள் வெவ்வேறு காலங்களில் சிற்சில ஆண்டுகள் போக்கியிருக்கின்றன. ஆனால், *மித்திரன்* தனது செல்வாக்கு குறையாமலே சிறப்பாக வளர்ந்து முன்னேறிச் சென்றுகொண்டிருந்தது.

இந்த நிலையில், 1930இல் காங்கிரஸைத் தீவிரமாக ஆதரிக்கும் ஒரு நாளிதழ் வேண்டுமெனத் தமிழ்நாட்டுக் காங்கிரஸ் முக்கியஸ்தர்கள் சிலர் கருதினார்கள். *சுதேசமித்திரன்* கட்சிப் பத்திரிகை அல்ல; காங்கிரஸை ஆதரித்தாலும் அது மிதவாதமான போக்கும், சட்டசபை அரசியல் பற்று உள்ள தன்மையும் கொண்டதாக இருந்தது. அதன் ஆசிரியராக 1927ஆம் ஆண்டு முடிய இருந்து வந்த ஏ. ரங்கஸ்வாமி ஐயங்காரின் அரசியல் அத்தன்மையது. 1928 ஜனவரி முதலாக அவர் *ஹிந்து* ஆங்கில நாளிதழின் ஆசிரியர் பொறுப்பை ஏற்று, *மித்திரனை* சி. ஆர். ஸ்ரீநிவாஸனிடம் ஒப்படைத்துச் சென்றார்.

சி. ஆர். ஸ்ரீநிவாஸனும் அரசியலில் காங்கிரஸ் மிதவாதியாவார். ஏ. ரங்கஸ்வாமி ஐயங்கார் *ஹிந்து* பத்திரிகையில் மேற்கொண்ட கொள்கைகள் *மித்திரனுக்கும்* பொருந்தும் என்ற முறையில் சி. ஆர். ஸ்ரீநிவாஸன் *மித்திரனை* நடத்தினார்.

மித்திரனுக்கும் ஹிந்துவுக்கும் இதர நெருங்கிய தொடர்புகளும் இருந்தன. *ஹிந்துவின்* ஏஜெண்டுகளும் நிருபர்களும் *மித்திரனுக்கும்* ஏஜெண்டுகளாகவும் நிருபர்களாகவும் இருப்பது சகஜமாக இருந்தது. பல சிறப்புச் செய்திகள் *ஹிந்துவுக்காக* வருபவை *மித்திரனிலும்* சுருக்கமாக வரலாயின. மேலும், *ஹிந்துவின்* சொந்தக்காரர்களில் மூத்தவரான கஸ்தூரி ஸ்ரீநிவாஸனும், *மித்திரன்* ஆசிரியர் சி. ஆர். ஸ்ரீநிவாஸனும் நெருங்கிய

நண்பர்களானார்கள். சுருங்கச் சொன்னால், *ஹிந்து* பத்திரிகையின் செல்வாக்கு நிழலில் *மித்திரன்* வளர்ந்துவந்தது.

தலையங்கம் கிருஷ்ணமாச்சாரியார்

இக்காலத்தில் *மித்திரன்* ஆசிரியக் குழுவில் கிருஷ்ணமாச்சாரி யார் என்ற அனுபவம் மிக்க உதவியாசிரியர் ஒருவர் இருந்தார். *மித்திரன்* தலையங்கங்களைப் பெரும்பாலும் அவர்தாம் எழுதி வந்தார். அவர் பத்தி பத்தியாக வெகு வேகமாக எழுதிக் குவிப்பதில் மன்னர். அவர் எழுதிய தலையங்கங்கள் மூன்று நான்கு பத்தி நீளத்துக்குப் போகும்; அதுவும் போதாமல் ஒரே தலைப்பில் தலையங்கம் 1, 2, 3 என்று தொடரவும் செய்யும். அவ்வாறு நீண்ட தலையங்கங்களும் தொடர்த் தலையங்கங்களும் எழுதுவது முற்கால வழக்கம். அதை விடாமல் கிருஷ்ணமாச்சாரியார் அனுசரித்து வந்தார்.

அதிலும் அவருடைய நடையோ அசல் தஞ்சாவூர் பிராமண நடையாக இருக்கும். வடமொழிச் சொற்களும் பிரயோகங்களும் நிறையக் கலந்த வேகமான (அக்காலத்திய) பேச்சுத் தமிழாக இருக்கும். இது ஒரு விதத்தில் உயிருள்ள உரமான நடைதான் என்றாலும். தமிழகம் முழுவதும் இது ரசிக்கப்படுமா என்பது சந்தேகம்.

'மிராசுதாரர் துயரம்'

தலையங்கத்துக்கான விஷயங்களிலும் பல தஞ்சாவூர்க்காரர்களது பிரச்னைகளாகவே அவருக்கு அகப்பட்டு வந்தன. "தஞ்சாவூர் மிராசுதாரர்கள் (அதாவது நிலச் சொந்தக்காரர்கள்) துயரம்" என்ற சொற்றொடர் *மித்திர*னில் கிருஷ்ணமாச்சாரியார் எழுதிய தலையங் கங்களால் மிகவும் பிரசித்தமடைந்தது.

அக்காலத்தில் நிலச் சொந்தக்காரர்களின் பிரச்னைகளெல்லாம் நிலவரியைப் பற்றியும், காவிரியில் தண்ணீர் விடுவது பற்றியுமே இருந்தன. காவிரி நீர்ப் பங்கீடு சம்பந்தமாக 1924இல் மைசூருக்கும் சென்னை ராஜதானிக்கும் நீண்ட பேச்சுகள் நடந்து, முடிவில் ஒரு ஒப்பந்தம் ஏற்பட்ட காலம் அது. மைசூர் ஸமஸ்தானத்தில் கண்ணம்பாடி அணையினால் காவிரி நீர் முடக்குண்டு போகிறது என்று தமிழர்கள் குறை கூறினார்கள். காவிரிமீது மேட்டூரில் ஒரு அணை கட்டினால் அது காவிரித் தண்ணீரை முடக்கி வைத்து, தமிழ்நாட்டின் விவசாயத் தேவைக்குத் தக்கபடி விட உதவும் என்று அப்போது மந்திரியாக இருந்த சி. பி. ராமசாமி ஐயர் யோசனை கூறினார். இதற்குத் தமிழ் நாட்டில் பெரிய எதிர்ப்பு இருந்தது; மேட்டூரில் அணை கட்டித் தண்ணீரை முடக்கி னால் தஞ்சாவூர் ஜில்லா பொட்டலாகி விடும் என்று சிலர் கூக்குரல் கிளப்பினார்கள்.

இவையெல்லாம் *மித்திரன்* தலையங்கத்துக்கு விஷயங்களாயின. *மித்திரன்* தஞ்சாவூர்க்காரர்கள் கட்சியை வலுவாகத் தக்க ஆதாரங்களுடன் எடுத்துரைத்து வந்தது. இதனால் தஞ்சாவூர் ஜில்லாவில் *மித்திரனுக்குத்* தனிச் செல்வாக்கு இருந்தது.

காந்தீயமா, சட்டசபையா?

இந்திய தேசிய காங்கிரஸ் அரசியலிலோ இந்தக் காலத்தில் காந்தீயவாதிகளுக்கும் 'ஸ்வராஜ்யக் கட்சி'யினருக்கும் வலுவான ஆதிக்கப்போட்டி இருந்தது. காந்திஜீயின் வழிமுறைகளே சிறந்தவை என்று காந்தியவாதிகள் (ஸர்தார் படேல், ராஜாஜி, ராஜேந்திர பிரஸாத் போன்றவர்கள்) வற்புறுத்தினார்கள். இவர்கள் காங்கிரஸ் காரர்கள் சட்டசபைகளுக்குப் போவதை விரும்பவில்லை.

ஸ்வராஜ்யக் கட்சியினர் என்பவர்களும் காங்கிரஸைச் சேர்ந்தவர்களே. காந்தியவழிகளில் நம்பிக்கையிழந்த சி. ஆர். தாஸ், பண்டித மோதிலால் நேரு, ஏ. ரங்கஸ்வாமி ஐயங்கார், எஸ். ஸத்தியமூர்த்தி முதலியோர் ஸ்வராஜ்யக் கட்சியைத் தொடங்கினார்கள். சட்டசபைகளிலும் புகுந்து, பெரும்பான்மை இடங்களைப் பிடித்து, அரசியல் சட்டம் நடைபெற முடியாமல் செய்து, பிரிட்டனை நமது வழிக்குக் கொண்டுவர முடியும் என்ற கொள்கை கொண்ட சட்டசபை வாதிகள் இவர்கள்.

காந்திய காங்கிரஸ் பத்திரிகை *இந்தியா*

இந்திய காங்கிரஸ் அரசியலில் *மித்திரன்* 'சட்டசபைப் பிரவேசத்தை' ஆதரித்தது. ஆகையால், தமிழ்நாடு காங்கிரஸ்காரர்களில் காந்தியவாதிகள் தங்களுக்கு ஆதரவாக ஒரு நாளிதழ் வேண்டுமெனக் கருதினார்கள்.

இந்தக் குறையை நீக்குவதற்காகவெனத் துவக்கப்பட்டது *இந்தியா* என்ற நாளிதழ். 'ஒருவாறு நீக்குவதற்காகத்'தான்; ஏனெனில், இந்த நாளிதழை ஆரம்பித்தவர்களோ இதற்குப் பொருளுதவி செய்தவர்களோ யாரும் காந்தியத்தில் ஊறித் ததும்பியவர்களல்லர்! மாறாக, தேசிய சக்திகளுக்கு விரோதமாக நடந்து கொண்டவர்கள்கூட! சூனாம்பேட்டை ஜமீன்தார் என்ற செங்கல்பட்டு மாவட்டப் பிரமுகர் *இந்தியா* துவக்கி நடத்த நிறைய பொருளுதவி செய்தாராம்.

ஆசிரியர் ஜே.எஸ். கண்ணப்பர்

புதுப் பத்திரிகைக்கு ஆசிரியராகத் தேர்ந்தெடுக்கப்பட்டவர் ஜே.எஸ். கண்ணப்பர் (ஜனக சங்கர கண்ணப்பர்) என்ற பத்திரிகையாளர். இவர் விறுவிறுப்பாக எழுதுவதற்குப் பெயர் பெற்றவர். ஆனால், அரசியலில் எங்கெங்கோ புகுந்து புறப்பட்டவர். 1916இல் ஜஸ்டிஸ் கட்சியின் கொள்கைகளை ஆதரித்து, காங்கிரஸை எதிர்த்தவர்; ஜஸ்டிஸ் கட்சியின் தமிழ் நாளிதழான *திராவிடன்* ஆசிரியராக விளங்கியவர்.

திராவிடன் 1929இல் மூடப்படும் முன்னரே கண்ணப்பருக்கு ஜஸ்டிஸ் கட்சிப் பற்று போய்விட்டது. பற்பல மாறுதல்களுக்குப் பின் அவர் 1930இல் வெண்மைக் கதருடை தரிக்கும் காங்கிரஸ்காரராக விளங்கினார். காங்கிரஸிலும் அவர் காந்தியவாதியாக விளங்கினார்!

புதிய நாளிதழுக்கு *இந்தியா* என்ற பெயர் தேர்ந்தெடுக்கப்பட்ட தன் காரணங்கள் நமக்குத் தெரியாது. ஆனால், பாரதியாரை ஆசிரிய ராகக் கொண்டு மூன்று ஆண்டுகள் மங்காப் புகழுடன் விளங்கிய *இந்தியா* வாரப் பத்திரிகையின் பெயர் தனி வசீகரம் கொண்டதாக இருந்திருக்கும். அதே பெயரைப் புது நாளிதழுக்குச் சூட்டியதில், இதுவும் தீவிரமான ஜொலிப்புடன் இருக்குமென்று நினைக்கத் தூண்டியது.

இந்தியாவில் சில புதுமைகள்

இந்தியா நாளிதழ் *சுதேசமித்திரன்*, *ஹிந்து* போன்ற பத்திரிகைகள் போலல்லாமல், சிறிய அளவில் வந்தது. *மித்திரன்*, *ஹிந்து* பத்திரிகை கள் டெமி அளவில் வந்தன; *இந்தியா*வோ, கிரவுன் அளவில் வந்தது. அதாவது அதன் பக்க அளவு: அகலம் 22½ செ.மீ; உயரம் 50 செ.மீ. (15 அங் x 20 அங்குலம்).

சிறிய அளவில் நாளிதழ்கள் வருவதென்பது புதியதல்ல. ஒரு காலத்தில், *ஹிந்து* நாளிதழ்கூட அதன் தற்போதைய அளவில் பாதி அளவில் வந்துகொண்டிருந்தது. இன்னும், அன்னி பெஸண்ட் அம்மையார் 1914 முதல் 1927 வரை நடத்திய *நியூ இந்தியா* என்ற புகழ்பெற்ற நாளிதழும் சிறிய அளவிலேயே வெளிவந்தது. இந்த ஆங்கில நாளிதழ்கள் தவிர, *சுதேசமித்திரனும்* முதலில் டெமி அளவில் பாதியாக, சிறிய அளவிலேயே வெளியாயிற்று. மேலும், *இந்தியா* நாளிதழின் ஆசிரியரான ஜே. எஸ். கண்ணப்பரை ஆசிரியராகக் கொண்டு 1916இல் வெளிவந்த தமிழ் நாளிதழ் *திராவிடனும்* சிறிய அளவிலேயே வெளிவந்தது.

ஆகையால் *இந்தியா* சிறிய அளவில் வந்தது புதுமையல்ல. ஆனால், அது நிகழ்த்திய புதுமை முதல் பக்கத்திலிருந்து விளம்பரங் களை விரட்டி விட்டுச் செய்திகளை அங்கே வெளியிட்டதேயாகும்.

எல்லா நாளிதழ்களும் முதல் பக்கம் முழுவதும் விளம்பரங்களாக வெளியிட்டுவந்த காலத்தில் ஆங்கிலப் பத்திரிகை உலகில் *நியூ இந்தியா*தான் முதன்முதலாக முதல் பக்கத்தில் செய்திகளை வெளி யிடத் துவங்கியது. அதைப் பின்பற்றி தமிழ்ப் பத்திரிகை உலகில் *இந்தியா* நாளிதழ் முதல் பக்கத்தில் செய்திகள் வெளியிட்டது.

இந்தியா சித்திர வாரப் பதிப்பு

ஜே. எஸ். கண்ணப்பரை ஆசிரியராகக் கொண்ட *இந்தியா* நாளிதழ் விரைவில் ஒரு சித்திர வாரப் பத்திரிகையையும் வெளியிட லாயிற்று. இதற்கு *இந்தியா இல்லஸ்ட்ரேட்டட் வீக்லி* (இந்தியா சித்திர வாரப்பதிப்பு) என்று பெயர் சூட்டப்பட்டிருந்தது.

இந்தியா வாரப் பதிப்பு கிரவுன் ஃபோலியோ அளவில் (19 செ.மீ. அகலம்; 25 செ.மீ. உயரம்) வெளிவந்தது. இந்த வாரப் பத்திரிகை இந்தச் சிறிய அளவில், வாரந்தோறும் சுமார் 24 பக்கங்கள் கொண்டதாக இருந்தது. மேலட்டை கெட்டியான வெள்ளைத் தாளிலும், உள் பக்கங்கள் வழவழப்பான நியூஸ் பிரிண்ட் காகிதத்திலும் இருந்தன. இவை தவிர, நடுப்பக்கங்கள் நான்கு, வழுவழுப்பான கெட்டிக் காகிதத்தில் இருந்தன. இந்த நான்கு பக்கங்களில் தரமான செய்திப் படங்கள் (போட்டோக்கள்) வெளியாயின. இந்தச் செய்தி போட்டோக்கள் தேர்ந்தெடுக்கப்பட்ட நேர்த்தியும், இவற்றைப் பெரிய அளவில் வெளியிட்ட அழகும், படங்களின் ப்ளாக்குகளின் தரமும், படங்களை அச்சடிக்க உபயோகிக்கப்பட்ட 'ஸெபியா' வண்ண மையும் யாவும் ஒன்று கூடிப் படப் பக்கங்களைப் பத்திரிகையின் சிறப்பானதோர் அம்சமாக்கின. கட்டுரைகள், செய்திகள் பக்கங்களும் தரமான விஷயங்கள் கொண்டவையாக இருந்தன.

ஆண்டு மலர்களும், சித்திர வாரப் பதிப்புகளும்

நான்கு பக்கங்களைப் படப் பக்கங்களாக ஒதுக்கும் பழக்கம் இப்போது எங்கும் இல்லை. இன்றைய தமிழ் வாசகர்களுக்கு இது புதுமையாக இருக்கலாம். ஆனால், 1930இல் தமிழ் வாசகருக்கு இது புதுமையல்ல. ஏனெனில், ஏற்கெனவே *சுதேசமித்திரன்* நாளிதழ் *சுதேசமித்திரன்* சிறிய அளவில் *சித்திர வாரப் பதிப்பு* ஒன்றை வெளியிட்டு வந்தது. இந்த *மித்திரன்* வாரப் பதிப்பும் மிக்க புகழுடன் விளங்கவே செய்தது. ஆனால், செல்வாக்கு மிக்க பழைய பத்திரிகை *மித்திரனு*க்குப் போட்டியாகத் தோன்றிய ஒரு புத்தம் புதிய பத்திரிகையின் வாரப் பதிப்பும் பழைய பத்திரிகைக்கு இணையாகப் புகழ் பெற்றதுதான் குறிப்பிடத்தக்கது.

தமிழ் நாளிதழ்கள் அக்காலத்தில் இவ்வாறு சிறிய அளவில் தனியாக ஒரு வாரப் பதிப்பு வெளியிடும் பழக்கம் எப்படி ஏற்பட்டதென்பதே ஒரு சுவையான விஷயம். அந்தப் பழங்கதையை நாம் தெரிந்துகொள்ளும்போது, தமிழ்ப் பத்திரிகை உலகின் முற்காலச் சாதனைகளை உணர்ந்து அவற்றுடன் நமது பத்திரிகைகளின் நிலையை ஒப்பிட்டுப் பார்த்து, அக்காலத்தில் இருந்த தர உயர்வையும் இக்காலத்திய தரத் தாழ்வையும் உணர முடியும்.

இந்த நூற்றாண்டுத் துவக்கத்தில் ஆங்கிலப் பத்திரிகை உலகில் வெள்ளையர் நடத்திவந்த *டைம்ஸ் ஆஃப் இந்தியா ஆன்யுவல்* என்ற வருட வெளியீடும், *டைம்ஸ் ஆஃப் இந்தியா இல்லஸ்ட்ரேட்டட் வீக்லி* என்ற வாரப்பத்திரிகையும் புகழுடன் விளங்கி வந்தன. ஆனால் இவை ஆங்கிலேயரால், ஆங்கிலேயரின் கருத்துக்களை ஆதரிக்கும் வகையிலேயே வெளிவந்தன. இந்திய வாசகர்களின் திருப்திக்கான வகையில் கட்டுரைகள் இல்லை. இதனால் இந்தியப் பத்திரிகைகள் இக்குறையைத் தீர்க்க முயன்றன.

ஹிந்து சித்திர வாரப்பதிப்பு

சென்னையில் ஆங்கில நாளிதழான *ஹிந்து*, 1925, 26ஆம் ஆண்டுக் காலத்தில் *தி ஹிந்து ஆன்யுவல்* என்ற அழகான ஆண்டு மலரைச் சில வருஷங்கள் வெளியிட்டது. இதன் அச்சு நேர்த்தியும், விஷயங்களின் தரமும் எல்லாரையும் கவர்ந்தன. இதில் வெளியான வண்ணப் படங்கள் அற்புதமாக அச்சடிக்கப்பட்டிருந்தன. வெள்ளை யர்களின் வெளியீடுகளுக்கு இணையாக விளங்கிய இந்த *ஹிந்து* ஆண்டு மலர்கள் இன்றளவும் நமது பாராட்டைப் பெறுகின்றன.

ஆண்டு மலரின் இந்த வெற்றியைத் தொடர்ந்து, 1928இல் *ஹிந்து* அலுவலகம் *தி ஹிந்து இல்லஸ்ட்ரேட்டட் வீக்லி* (ஹிந்து சித்திர வாரப் பதிப்பு) ஒன்றையும் வெளியிடலாயிற்று. இவ்விரு வெளியீடுகளின் தயாரிப்புக்கும் பொறுப்பாக இருந்தவர் டி. எஸ். தண்டபாணி ஐயர் என்ற *ஹிந்து* அஸிஸ்டெண்ட் எடிட்டர்.

சூரர் தண்டபாணி ஐயர்

தண்டபாணி ஐயர் பல துறைகளில் திறமை படைத்தவர். வக்கீல் தொழிலுக்குப் படித்துப் பட்டம் பெற்றார்; போட்டோ எடுக்கும் கலையில் சர்வதேசப் போட்டிகளில் கலந்து பரிசு பெறும் அளவு திறன் பெற்றார்; போட்டோக் கலையில் ஈடுபட்டவர், அச்சுக் கலையிலும் ஈடுபடலானார். முக்கியமாக, அதிவேகமாக அச்சிடும் ரோட்டரி யந்திரங்களின் நுணுக்கத்திலும், வண்ணப் படங்களை அசல் படங்களுக்கு இணையாக அச்சிடும் திறமையிலும் அவர் நிபுணரானார். பேச்சிலும் நடை உடை பாவனைகளிலும் முரடர் போலிருப்பார். ஆகையால், அவரை நெருங்க யாரும் அஞ்சுவர்; அவர் சொன்னால் சொன்னபடி எல்லாம் நடக்கும். தண்டபாணி ஐயர் உப ஆசிரியர் பதவியைத் தவிர, மாபெரும் *ஹிந்து* அச்சகத்தின் மேலதிகாரியாகவும் (பிரஸ் ஸூபரிண்டெண்டெண்ட்) இருந்துவந்தார்.

உப – ஆசிரியர் என்ற பொறுப்பில், அவர் *ஹிந்து* சித்திர வாரப்பதிப்பில் பொறுப்பாசிரியராக இருந்து புகழ் பெற்றார். இந்த வாரப் பதிப்பு, *ஹிந்து* பத்திரிகையின் அளவில் பாதி அளவாக, சுமார் 32 பக்கங்கள் கொண்டதாக வெளிவந்தது. இதற்கு கெட்டி மேலட்டை இருந்தது; உள்ளே பல சமயங்களில் அழகான ஓவிய வண்ணப் படங்கள் வெளிவந்தன. கட்டுரை, கதைகளும் சிறந்த முறையில் தேர்ந்தெடுக்கப்பட்டு அளிக்கப் பெற்றன.

மித்திரன் அனுபந்தம் வாரப் பதிப்பு

ஹிந்து அலுவலகத்தைப் போலவே *சுதேசமித்திரன்* அலுவலகமும் *வருட அனுபந்தமும்*, சித்திர வாரப் பத்திரிகையும் வெளியிட்டது. வருட அனுபந்தம் 1916, 1917 ஆண்டுக் காலத்திலிருந்து பல

வருடங்கள் வெளிவந்தது. ஆனால், இது முற்றிலும் கதை, கட்டுரை விஷயமேயன்றி, படங்கள் ஏதும் இல்லாதது. *சுதேசமித்திரன்* சித்திர வாரப் பதிப்பு, *மித்திரனில்* பாதி அளவில், சுமார் 32 பக்கங்கள் கொண்டதாக, நடுவில் 4 பக்கங்கள் போட்டோக்கள் கொண்டதாய் வெளிவந்தது. இது 1930–32 ஆண்டுக் காலத்தில் பல வருஷங்கள் வெளிவந்தது. (1950 ஆண்டுக் காலத்தில் வெளிவந்த *சுதேசமித்திரன்* வாரப் பதிப்பு முற்றிலும் வேறுவிதமான வெளியீடாகும்.)

சுதேசமித்திரன் சித்திர வாரப் பதிப்புக்குத் தகுந்த போட்டியாக வெளியான *இந்தியா* சித்திர வாரப்பதிப்பு சிறிது காலமே நடந்தது; நடந்த வரையில் நல்ல பெயர் வாங்கியது.

இந்தியா நாளிதழும் அதிக ஆண்டுகள் நீடிக்கவில்லை. இரண்டு மூன்று ஆண்டுகளில் அது மறைந்து விட்டது. 1934இல் *தினமணி* நாளிதழ் தோன்றிய சமயம் *இந்தியா* அதனுடன் இணைக்கப்பட்ட தாக அறிவித்தனர்.

இந்தியா கிருஷ்ணமூர்த்தி

இந்தியா நாளிதழில் ஆசிரியர் கண்ணப்பருக்கு உதவியாக யார் யார் இருந்தனர் என்ற முழுவிவரம் தெரியவில்லை. ஆனால், எஸ். கிருஷ்ணமூர்த்தி என்ற பத்திரிகையாளர் தலையங்கம் எழுது வதில் உதவி புரிந்தார். இவர் ஏற்கெனவே *தமிழ் நாடு* நாளிதழில் இருந்தாரென நினைக்கிறேன். *இந்தியா* கிருஷ்ணமூர்த்தி என்றழைக் கப்படும் அளவுக்குச் சிறப்புப் புகழ்பெற்ற இவர் பிற்காலத்தில் *சுதேசமித்திரனில்* சேர்ந்து அதன் தலையங்கம் எழுதுபவராக நீண்டகாலம் பணிபுரிந்தார்.

காஞ்சிபுரம் வேங்கட ஆரியா, நாரதர் டி. ஸ்ரீநிவாஸ ராவ், 'சிட்டி' என்ற பெ. கோ. சுந்தரராஜன் ஆகியோரும் *இந்தியா*வின் ஆசிரியக் குழுவில் இருந்திருக்கிறார்கள். வேங்கட ஆரியா பழம்பெரும் பத்திரி கையாளர்; பாரதியாரின் புதுவை *இந்தியா* வாரப் பதிப்பில் 1909–10இல் உதவியாசிரியராக இருந்தவர். தீவிர காந்தியவாதி; சட்டை அணியாதவர்; பூப்போட்ட கதர் அங்கவஸ்திரமே அணி வார்; நீண்ட நரைத் தாடி உள்ளவர்; நெற்றியில் பரந்த திருமண் தரித்தவர்; குழந்தை உள்ளம் கொண்டவர். *இந்தியா*வுக்குப் பின் *ஜெயபாரதி* நாளிதழில் உழைத்து வந்தார்.

நாரதர் ஸ்ரீநிவாஸராவ்

நாரதர் டி. ஸ்ரீநிவாஸராவ் *இந்தியா*வில் இருந்துவிட்டு, *முரசு* என்ற வாரப் பதிப்பின் ஆசிரியராக 1932இல் இருந்தார். இதை விட்டுவிட்டு அவர் *ஆனந்த விகடன்* பத்திரிகையில், தங்கசாலைத் தெருவில் அது இருந்த காலத்தில், சேர்ந்தார். *ஆனந்த விகடனிலேயே* எஸ்.எஸ். வாஸனின் நெருங்கிய நம்பிக்கைக்குப் பாத்திரமாக இருந்து வாஸன் துவக்கிய *நாரதர்* வாரப் பதிப்பின் பொறுப்பாசிரி

யராக இருந்து, பல ஆண்டுகள் பணி புரிந்தபின் வேலையிலிருந்து ஓய்வுபெற்று, வாஸன் ஆசியுடன் *நாரதர்* பத்திரிகையைத் தமது சொந்தப் பொறுப்பில் பல காலம் நடத்திப் புகழ் பெற்றார். மிகவும் திறமைசாலியான பத்திரிகையாளர் இவர்; போட்டோக்கள் எடுப்பதிலும் நாடகம் போடுவதிலும் கூடத் திறமையானவர். கலை உலகில் இவரை அறிந்திராத பேர்களே இல்லை.

'சிட்டி' என்ற பெ.கோ. சுந்தரராஜன் ஜே. எஸ். கண்ணப்பருடன் ஒத்துப்போக முடியாமல், *இந்தியா*விலிருந்து விலகி, *முரசு* பத்திரிகையில் *1932*இல் சேர்ந்தார். பத்திரிகையைத் தம் இஷ்டப்படி நடத்தவிட்டால் கல்கியை ஆசிரியராகக் கொண்ட *ஆனந்த விகட*னை விரைவில் தோற்கடித்துவிடலாமென முதலாளியிடம் சொன்னார் இவர். பி.என். குப்தா என்ற கன்னடப் பத்திரிகை முதலாளி இவ்வாறே இவருக்கு சுதந்திரம் தந்தார். *முரசு* அளவைக் குறைத்து, மேலட்டையில் மூவண்ணப் படம் போட்டு உள்ளே கதை கட்டுரைகள் போட்டுப் பார்த்தார் 'சிட்டி'. அது கொஞ்ச காலம் ஓடிற்று. பிறகு *முரசு* இருந்த இடம் தெரியாமல் மறைந்தது. தமிழ்ப் பத்திரிகைகளில் முதன்முதலாக மூவண்ண அட்டை போட்டது *முரசு*தான் என்று 'சிட்டி' சொல்லிக்கொள்வதுண்டு. ஆனால் இது தவறான செய்தி. *1924*இலேயே, வ.வே.ஸு. ஐயர் தமது *பால பாரதி* மாதப் பத்திரிகையை அழகான மூவண்ணப் படம் கொண்ட அட்டையுடன் வெளியிட்டிருக்கிறார்.

6

ஜெயபாரதி

தமிழ்ப் பத்திரிகை உலகில் *சுதந்திரச் சங்கு*, *ஜெயபாரதி* என்ற இதழ்கள் தனிப்புகழ் வாய்ந்தவை.

தமிழ்ப் பத்திரிகை உலகில் முதன்முதலில் ஒரு லட்சம் பிரதிகள் விற்பனையான பத்திரிகை *சுதந்திரச் சங்கு*. இது வாரம் மும்முறை இதழாகும். இது 1930இல் காந்தியடிகளின் சட்டமறுப்பு, உப்பு சத்தியாக்கிரக இயக்கங்களை ஒட்டித் தோன்றிய வெளியீடு. இயக்கச் செய்திகளையும் இயக்கத்துக்கு ஆதரவான செய்திகளையும், அரசியல் குறிப்பு, முதல் பக்க அரசியல் கார்ட்டூன் முதலியவற்றுடன் வெளியிட்டு மக்கள் மனதை ஈர்த்த பத்திரிகை *சுதந்திரச் சங்கு*. தனிப்பிரதி காலணா.

வழிகாட்டி *சுதந்திரச் சங்கு*

சுதந்திரச் சங்கு இன்னொரு விதத்திலும் வழிகாட்டியாக அமைந்தது. இந்தப் பத்திரிகை தோன்றிய காலத்தில், 1930இல், பத்திரிகைகளின் விற்பனையில் பெரும் பாகம் தபால் மூலமே நடந்து வந்தது. அதாவது, சென்னை நகரம் தவிர மற்ற ஊர்களிலுள்ளவர்கள் பத்திரிகைகள் பெறவேண்டுமானால் அவற்றுக்கு சந்தா கட்டித் தபாலில் பெறுவதே வழக்கமாக இருந்தது. இப்போது இருப்பதுபோல வெற்றிலை பாக்குக் கடைகளிலெல்லாம் பத்திரிகை விற்பனை கிடையாது. வெளியூர்களில் பத்திரிகைகளைத் தருவித்து விற்கும் பத்திரிகை ஏஜண்டுகளும் கிடையாது. இந்தப் புதிய வழக்கத்துக்குத் தன்னை அறியாமல் அடிகோலிய பெருமை *சுதந்திரச் சங்கு* பத்திரிகையைச் சாரும்.

காந்தியடிகளின் இயக்கத்தை ஆதரிக்கவென்று தோன்றிய பத்திரிகையாதலால், *சுதந்திரச் சங்கை* வெளியூர்களில் விநியோகிக்கப் பல காங்கிரஸ்காரர்கள் முன்வந்தார்கள். *சங்கு* தனது முதல் தலையங்கத்தில், அப்பத்திரிகை வாரம் ஒரு முறை வருமோ, வாரமிரு முறை, மும்முறை வருமோ, நாள்தோறும்தான் வருமோ,

ஏதுமே சொல்ல முடியாது என்றும், தேவைப்பட்டபோது வெளி வரும் என்றும், குறிப்பிட்டிருந்தது. பிரிட்டிஷ் அரசாங்கத்தின் அடக்குமுறையால் நிலைமை அவ்வளவு நிச்சயமற்றதாக இருந்தது.

சங்கு ஆரம்பித்தவர்கள்

இந்த நிச்சயமற்ற நிலைமையில் *சுதந்திரச் சங்*கை தேச சேவை கருதி வெளியிடத் துணிந்தவர்கள் ஐந்தாறு இளைஞர்களாவர். எஸ். வேங்கடராமன், கே. சடகோபன், கே. பி. மகாதேவன், தேவி பிரஸ் வேம்பு ஐயர், ஷெரிபுத்தீன் என்ற ஐந்து காங்கிரஸ் இளைஞர் கள் ஆளுக்குப் பத்துப் பத்து ரூபாய் போட்டு *சுதந்திரச் சங்*கை ஆரம்பித்தார்கள்.

பத்திரிகைக்குக் கே. சடகோபன் சட்டபூர்வமான ஆசிரியர், வெளியீட்டாளர். பத்திரிகை எஸ். கணேசன் என்ற பிரபல பிரசுர கர்த்தரின் கரெண்ட் தாட் பிரஸ் அச்சகத்தில் அச்சாயிற்று.

எஸ். கணேசன் அக்காலத்தில் மிகச் சீரும் சிறப்புமாக விளங்கிய நூல் வெளியீட்டாளர். மகாத்மா காந்தியடிகளின் நூல்களையும், அவரைப் பற்றிய அந்நியர்கள் சிலரது நூல்களையும், காந்தியடி களின் *யங் இந்தியா* பத்திரிகைக் கட்டுரைகளின் நூல்வடிவுத் தொகுப்புகளையும் வெளியிட்டு 'காந்தியடிகளின் பிரசுரகர்த்தர்' என்ற புகழுடன் விளங்கியவர். அலுவலகமும் அச்சுக்கூடமும் பைகிராப்ட்ஸ் ரோடில் 7–c என்ற எண்ணில் இருந்தன. (பிற்காலத் தில் இக்கட்டடத்தில் பிரஸிடென்ஸி புக் டிப்போ என்ற புத்தகக் கடை இருந்தது. பைகிராப்ட்ஸ் ரோடும் ராஜா ஹநுமந்த லாலா தெருவும் கூடும் முனையில் வடக்குப் பார்த்த கட்டடம் இது.)

சுதந்திரச் சங்கு பத்திரிகையின் ஆசிரியப் பணிகளை கே. சடகோபனைத் தவிர வேங்கட ஆரியா கவனித்தார். அவரது நடை பழங்கால தேசபக்த நடை; நீண்ட வாக்கியங்கள் நிறைந்தது.

சங்கு விற்கப்பட்ட விதம்

சுதந்திரச் சங்கு வெளியானவுடன் சென்னையில் அதன் பிரதி களை எஸ். வெங்கடராமன் முதலியவர்கள் தாமே தெரு மூலை களில் நின்று விற்கலானார்கள். வெளியூர்களில் காங்கிரஸ்காரர்கள் தேசிய ஆர்வத்துடன் பத்திரிகையை அதிக எண்ணிக்கையில் தருவித்து விற்கலானார்கள். அவர்களுக்கு சொற்ப கமிஷன் கிடைத் தது. பிரதிகள் ஏராளமாக விற்க ஆரம்பித்ததும் கமிஷன் தொகை கணிசமாகக் கிடைத்தது. பத்திரிகையை விற்பதே ஒரு வியாபாரமாக நடத்தலாம் என்ற யோசனை தமிழ்நாட்டில் முதன்முதலில் இவ்வாறு உதயமாயிற்று.

சென்னை நகரில் தாம் *சுதந்திரச் சங்கு* பிரதிகளை விற்ற அனுபவங்களை அதன் ஸ்தாபகர்களில் ஒருவரான எஸ். வெங்கட் ராமன் ஒரு பேட்டியில் என்னிடம் விளக்கினார் : *சுதந்திரச்*

சங்கு பிரதிகள் ஒரு கட்டுடன் நான் பிராட்வே முனையில் நிற்பேன். போவோர் வருவோர் ஓரொரு பிரதி வாங்கிச் செல்வார்கள். ஆனால் சர்க்காருக்கு விரோதமான பத்திரிகை என்று பயம் இருந்தது. ஆகையால் பலரது ஆதரவு மறைமுகமாக இருக்கும். யுனைட்டெட் இந்தியா இன்ஷ்யூரன்ஸ் கம்பெனி நிர்வாக மேலதிகாரியான எம். கே. ஸ்ரீனிவாஸன் காரில் வருவார். நான் பத்திரிகை விற்கும் இடத்தருகே வந்து காரை நிறுத்துவார். ஒரு சில பிரதிகளை எடுத்துக்கொண்டு ஒரு பத்து ரூபாய் நோட்டைக் கொடுத்து விட்டுப் போய்விடுவார். இதுமாதிரி ஆதரவாளர்கள் ஆங்காங்கே இருந்தார்கள்.

சிறைவாசத்தால் நேர்ந்த சிக்கல்

நாலைந்து இதழ்கள் வெளிவந்தன. பத்திரிகையைத் துவக்கிய எஸ். வெங்கட்ராமனும் கே. சடகோபனும் உப்பு சத்தியாக்கிரகத்தில் ஈடுபட்டுச் சிறைச்சாலைக்குப் போய்விட்டார்கள். இதனால், கே. சடகோபன் பெயரில் இருந்த பத்திரிகையின் சட்டபூர்வ 'டெக்ளரேஷ'னை வேறு ஒருவர் பெயருக்கு மாற்ற வேண்டி வந்தது. பத்திரிகை தொடர்ந்து நடைபெற வேண்டுமே என்று அதை எஸ். கணேசன் பெயருக்கு மாற்றினார்கள்.

எஸ். கணேசன் பத்திரிகைக்கு ஆசிரியராக எஸ். சுப்ரஹ்மணியன் என்பவரைக் கொண்டுவந்தார். தமிழ் *ஸ்வராஜ்யா* பத்திரிகையில் கொஞ்சகாலம் உதவியாசிரியராக இருந்து அனுபவம் பெற்றவர் அவர். உணர்ச்சி மிக்க பேச்சாளர், பாடகர், பாரதி பாடல்களைப் பரவசத்துடன் பாடிக் கூட்டத்தை மெய்ம்மறக்கச் செய்ய வல்லவர். *சுதந்திரச் சங்கு* அவரது ஆசிரியப் பொறுப்பில் விறுவிறுப்பாக வளர்ந்தது. அவருக்கு இதனால் 'சங்கு சுப்ரஹ்மணியன்' என்று பெயரேற்பட்டது.

சில மாதங்களுக்குப் பிறகு வெங்கட்ராமனும் சடகோபனும் விடுதலையாகி வெளியே வந்தனர். *சுதந்திரச் சங்கு* பத்திரிகையைத் திருப்பித் தருமாறு கணேசனிடம் அவர்கள் கேட்டார்கள். கணேசன் மறுத்துவிட்டார். சமரச முயற்சிகள் பலிக்கவில்லை. முடிவில் வெங்கட்ராமனும் நண்பர்களும் தாங்கள் புதிதாக ஒரு பத்திரிகை துவங்குவது என்று தீர்மானம் செய்தார்கள்.

ஜெயபாரதி நாளிதழ்

புதிய பத்திரிகையை நாளிதழாக நடத்துவதென்றும், காலணா விலையில் விற்பதென்றும், *ஜெயபாரதி* என்று பெயரிடுவதென்றும் நண்பர்கள் தீர்மானித்தார்கள்.

புதிய பத்திரிகை, அதுவும் நாளிதழ், துவங்கத் திட்டம் போட்டார்களே தவிரப் போதிய பணம் அவர்கள் யாரிடமும் இல்லை. பணம் இல்லை; பத்திரிகை அச்சடிக்க அச்சு யந்திரம்

இல்லை; காகிதம் வாங்கக் காசில்லை; அலுவலகம் நடத்த ஓர் இடம் இல்லை!

இந்த இக்கட்டான நிலையில், அடையாற்றில் ஒரு அச்சு மெஷின் விற்பனைக்கு இருப்பதாகத் தெரிந்தது. தியஸாபிகல் சங்கத் தலைவி அன்னி பெஸண்டு அம்மையார் 1914 முதல் 1927 வரை சீரும் சிறப்புமாக நடத்திய *நியூ இந்தியா* ஆங்கில நாளிதழுக்காக அவர் வாங்கிய அச்சியந்திரங்களில் ஒன்று விலைக்கு இருப்பதாகத் தெரிந்தது. *நியூ இந்தியா*வின் போஸ்டர்கள் அச்சடிக்க உபயோகிக்கப்பட்ட 'ட்ரம் சிலிண்டர் மெஷீன்' அது. அது ஒரு பழங்கால மெஷீன், ஆனால், 'ஆவி வந்தது'.

எப்படியோ பணம் திரட்டி, சிரமப்பட்டு அந்த அச்சு யந்திரத்தை வாங்கி விட்டார்கள்.

அச்சு யந்திரத்தை ஏற்றுக்கொண்டாயிற்று. அதை எடுத்துச் சென்று இனி தங்கள் இடம் ஒன்றில் அமைக்க வேண்டுமே, அதற்கு இடம் கிடைக்கவில்லை. முடிவில், *சுதந்திரச் சங்கு* பத்திரிகை துவக்கிய இளைஞர்களில் ஒருவரான வேம்பு ஐயர், தமது தேவி பிரஸ் அச்சகத்தில் ஒரு அறையைக் காலி செய்து *ஜெயபாரதி*யின் அச்சு மெஷீன் அமைக்க இடம் கொடுத்தார். தேவி பிரஸ்ஸின் 'பைண்டிங் ஸெக்ஷ'னாக உபயோகிக்கப்பட்ட ஒரு வராந்தா *ஜெயபாரதி* ஆசிரியர்களும் நிர்வாகிகளும் அமரும் அலுவலகம் ஆயிற்று. கடைசியாக, 1933ஆம் ஆண்டு மே மாதத்தில் *ஜெயபாரதி* காலணா நாளிதழ் வெளிவந்தது. அதன் சட்டபூர்வ ஆசிரியர், அச்சிடுபவர், வெளியீட்டாளர் எல்லாம் எஸ். வெங்கடராமன்.

காங்கிரஸ் தொண்டில் பழுத்தவர்

எஸ். வெங்கட்ராமன் புதுக்கோட்டையைச் சேர்ந்தவர். 1903இல் பிறந்தவர். தகப்பனார் வீணை சுப்பிரமணிய ஐயர் என்ற புகழ் பெற்ற வீணை வித்வான்.

வெங்கட்ராமனது படிப்பு திருச்சியில் நடந்தது. நேஷனல் காலேஜ் ஹைஸ்கூலிலும், காலேஜிலும் அவர் படித்தார். காலேஜில் படித்துக்கொண்டிருக்கையில், 1920இல் காந்திஜீயின் ஒத்துழையாமை இயக்கம் வந்தது. வெங்கட்ராமன் அந்நியத் துணியைச் சொக்கப் பனை எரித்துப் படிப்புக்கு முற்றுப்புள்ளி வைத்து காங்கிரஸ் இயக்கத்தில் சேர்ந்தார். அப்போது அவருடன் தோழர்களாக உழைத்தவர்கள் ஸையது முர்த்துஜா ஸாஹேப், டி. வி. சுவாமிநாத சாஸ்திரி முதலியோர். பிரபல காங்கிரஸ் தலைவர் டாக்டர் தி. சே. சௌ. ராஜன் இவர்களுக்குப் போஷகர்.

காங்கிரஸ் அலுவலகப் பணி

டாக்டர் ராஜன் கட்டளைப்படி எஸ். வெங்கட்ராமன் தமிழ் நாடு காங்கிரஸ் கமிட்டியில் சேர்ந்து, அதன் அலுவலக நிர்வாகி

ஆனார். அக்காலத்தில் தமிழ்நாடு காங்கிரஸ் தலைமை அலுவலகம் திருச்சியில் இருந்தது. கமிட்டியின் செயலாளர்களில் ஒருவர் ஈ.வே. ராமஸ்வாமி நாய்க்கர் (பெரியார்). அப்போது அவர் சிறந்த காந்தி பக்தர்; கதர் அபிமானி; ஊர் ஊராகச் சென்று கதர் விற்று வருவார்.

ஒத்துழையாமை இயக்கத்தில் தலைவர்கள் சிறை சென்று விட்ட சமயம், வெங்கட்ராமனும் ஈ.வே. ராவுமே வெளியில் இருந்தனர். அச்சமயம் காங்கிரஸ் அலுவலகத்தை ஈரோடுக்குக் கொண்டு சென்றார்கள். வெங்கட்ராமனும் சென்றார்.

அடுத்த சில ஆண்டுகளில், தமிழ்நாடு காங்கிரஸ் நடவடிக்கைகளில் முக்கிய பங்கு வகித்த எஸ். ஸ்ரீநிவாஸ ஐயங்காருடன் உழைக்கும் பாக்கியம் வெங்கட்ராமனுக்குக் கிடைத்தது. எஸ். ஸ்ரீநிவாஸ ஐயங்கார் பொறுப்பில் சென்னை காங்கிரஸ் மகாசபைக் கூட்டம், சேத்துப்பட்டு மைதானத்தில் அமைந்த பெரிய கூடார நகரில் பிரமாதமாக நடந்தேறியது. 1929இல் லாகூர் காங்கிரஸுக்குப் பிறகு எஸ். ஸ்ரீநிவாஸ ஐயங்கார் மகாத்மா காந்தியின் அரசியல் போக்கை விரும்பாமல் அரசியலிலிருந்தே விலகினார். வெங்கட்ராமனோ, காந்திய இயக்கத்தில் தீவிரமாக ஈடுபட்டார். அதன் பலனாகத்தான் *சுதந்திரச் சங்கு* பத்திரிகை ஆரம்பித்தார்; பிறகு சிறைக்குச் சென்றார்.

ஜெயபாரதி மும்மூர்த்திகள்

ஆரம்ப சங்கடங்களுக்குப்பின் *ஜெயபாரதி* நாளிதழ் டின்ரோஸ் எஸ்டேட் காம்பவுண்டிலேயே வேறு ஒரு இடத்துக்கு மாறி சிறப்புடன் நடந்து வரலாயிற்று.

பத்திரிகையை நடத்தும் பொறுப்பு ஆசிரியர் வெங்கட்ராமன், மானேஜர் டாக்டர் வி. எஸ். ராமஸ்வாமி, விளம்பர மானேஜர் கே.பி. மகாதேவன் என்ற மும்மூர்த்திகளிடம் இருந்தது. பத்திரிகை துவங்கப்பட்டபோது கே. சடகோபன், பி. எஸ். ராமையா, வெ. சந்தானம், கே. எஸ். வி. ரமணி, எஸ்.டி. கள்ளபிரான் ஆகியோர் உதவியாசிரியர்களாக இருந்தார்கள்.

ஜெயபாரதி முதலில் சிறிய அளவில் வந்து, பிறகு ராயல் ஃபோலியோ அளவில் (13அங் x 20அங்; 33 x 51 செ.மீ) வந்தது. சிறிய அளவில் (டெம்மி. ஃபோலியோவில்) சாதாரண நாட்களில் 8 பக்கங்கள் காலணா; சனிக்கிழமை போன்ற விசேஷ நாட்களில் 16 பக்கங்கள் அரை அணா. பெரிய அளவில் (ராயல் ஃபோலியோவில்) வந்தபோது, சாதாரண நாட்களில் 6 பக்கம் காலணாவும், சனிக்கிழமைகளில் 12 பக்கம் அரையணாவும் என விற்கப்பட்டது.

காலணாப் பத்திரிகைதானென்றாலும், *ஜெயபாரதியில்* செய்திகள் நிறையத் தரப்பட்டன. உலகச் செய்திகள் சுருக்கமாக ராய்ட்டர் ஸ்தாபனத்திடமிருந்தும், இந்தியச் செய்திகள் அஸோஸியேட்டட் பிரஸ் ஸ்தாபனத்திடமிருந்தும் பெறப்பட்டன. சனிக்கிழமை இதழ்

களில், கதைகள், கட்டுரைகள், சினிமா செய்திகள், சினிமா விமர்சனம், புத்தக விமர்சனம் யாவும் வெளிவந்தன.

சுத்த சுதேசி லட்சியம்

*ஜெயபாரதி*யின் நிதி நிலைமை எப்போதும் நெருக்கடி நிறைந்ததாகவே இருந்தது. அதன் நிர்வாகிகள் விரும்பியிருந்தால் அது செல்வாக்குடன் சிரமமின்றி வாழ்ந்திருக்கலாம். ஆனால், ஒரு உயர்ந்த லட்சியத்துக்காக அவர்கள் வலிய வறுமையை ஏற்றார்கள். *ஜெயபாரதி* காந்திய காங்கிரஸ் தேசியப் பத்திரிகையானதால் அதில் அந்நிய விளம்பரங்களை வெளியிடுவதில்லை என்ற வைராக்கியத்துடன் அவர்கள் பத்திரிகையை நடத்தினார்கள்.

பத்திரிகைகள் நடத்த விளம்பர வருமானம் மிக அவசியம். அந்தக் காலத்தில் அந்நியக் கம்பெனிகளின் விளம்பரங்களே அதிகம். ஸன்லைட் சோப்பு, பியர்ஸ் சோப்பு, வினோலியா ஓயிட் ரோஸ் ஸோப்பு, ஈனோஸ் ஃப்ரூட் ஸால்ட், க்ருஷன் ஸால்ட், கிளாக்ஸோ, கௌ அண்டு கேட், ஆலன்பரீஸ், பீக்ப்ரீன் பிஸ்கட்கள், ஷெவ்லே கார்கள் – இவை போன்ற விளம்பரங்களே அதிகம்.

சுதேசிப் பண்ட விளம்பரங்கள் ஒரு சிலதான் இருந்தன. டாட்டா 501 ஸோப்பு, காத்ரெஜ் சோப்புகள், டி. எஸ். ஆர். கம்பெனி தைலங்கள் முதலியவை.

ஸன்லைட் ஸோப் ஏஜெண்ட் டி.டி. கிருஷ்ணமாச்சாரி *ஜெயபாரதி* நிர்வாகிகளின் நெருங்கிய நண்பர். அவர்கள் மட்டும் சரி என்று சொல்லியிருந்தால் அவர் ஸன்லைட் ஸோப்பு விளம்பரத்தை வாரி வழங்கியிருப்பார். அவர்கள்தான் சரி என்று சொல்லவில்லை!

இம்மாதிரி ஒரு கொள்கைக்காக நடந்த பத்திரிகைகள் ஒரு சிலவேயாகும். காந்தியடிகளின் *யங் இந்தியா, ஹரிஜன்* போன்றவை விளம்பரமே இல்லாமல் நடந்தன; பொதுப் பத்திரிகைகளில் *ஜெயபாரதி* போல இன்னொரு பத்திரிகை இருந்ததாகத் தெரியவில்லை. ஒருவேளை, டி. பிரகாசத்தின் *ஸ்வராஜ்யா* நாளிதழ்கள் அவ்வாறு அந்நிய விளம்பரம் வாங்குவதில்லை என்ற வைராக்கியத்துடன் இருந்தனவோ என்னவோ தெரியவில்லை.

அன்றாட வறுமை

*ஜெயபாரதி*யின் வறுமை நிலைமையினால் அதன் அன்றாடச் செலவுக்கே சதா தட்டுப்பாடு இருந்து வந்தது. பேப்பர் வாங்க, மை வாங்கப் பணம் இராது; தபாலில் அனுப்பப் பணம் இராது; ரயிலில் பார்ஸல்கள் அனுப்பப் பணம் இராது. வெங்கட்ராமன் எங்கெங்கெல்லாமோ அலைந்து கொஞ்சம் பணம் கொண்டுவருவார். மானேஜர் டாக்டர் ராமஸ்வாமி தமது சொந்தப் பணத்திலிருந்து கொஞ்சம் போட்டு காரியத்தை 'ஒப்பேத்துவார்'. விளம்பர மானேஜர் கே. பி. மகாதேவன் ஸ்டுடியோக்களில் அலைந்து திரிந்து

சில சினிமா விளம்பரங்களும் சில செக்குகளும் கொண்டுவருவார். செக்குகள் பாங்குக்குப் போய் செக்குக்குப் பணம் கிடைத்தால்தான் நிச்சயம்! இப்படி, அன்றாடம் *ஜெயபாரதி* நித்திய கண்டம், பூர்ணாயுசாக நடந்துவந்தது. பத்திரிகைக் கட்டுகளை ரயிலுக்கு அனுப்பும் கே. கோபாலன், கடைசி நிமிஷத்தில் ஆட்களை எழும்பூருக்கு விரட்டுவார்.

ஊழியர்களின் விசுவாசம்

ஜெயபாரதி ஸ்தாபகர்கள் எப்படியோ அப்படியேதான் அதில் பணிபுரிந்த ஆசிரியக் குழுவினரும் இதர ஊழியர்களும், தியாகபுத்தியுடன் உழைத்து வந்தார்கள் என்று சொல்ல வேண்டும். சம்பளமும் குறைவு, அந்தக் குறைந்த சம்பளமும் மொத்தமாக ஒரு தேதியில் கிடைப்பதில்லை. அவ்வளவு பண நெருக்கடி. இருபது முப்பது ரூபாய் சம்பளம் வாங்குபவர்கள்கூட, இரண்டு ரூபாய், மூன்று ரூபாய் அதிசயமாக ஐந்து அல்லது பத்து ரூபாய் என்று சம்பளத்தைத் துண்டு துண்டாகப் பெறுவார்கள். இந்த மாதிரி பெற்றும்கூட, சம்பளம் முழுவதும் பெறாமல் பாக்கி நிற்கும் அனுபவமும் சகஜம். இவ்வாறு இருந்தும் *ஜெயபாரதி* ஊழியர்கள் வேலைநிறுத்தம் செய்ததாகவோ செய்ய நினைத்ததாகவோகூடத் தகவல் கிடையாது. அது ஒரு பொற்காலம்!

திறமைசாலிகளது பயிற்சிக் கூடம்

ஜெயபாரதி நாளிதழுக்கு இன்னொரு பெருமையும் உண்டு.

ஜெயபாரதி திறமைசாலிகளின் பயிற்சிக்களமாக விளங்கியது.

ஜெயபாரதியில் முதலில் பயிற்சி பெற்று, பின்னர் வேறிடங்களுக்குச் சென்று பெயர் வாங்கியவர்கள் பலர்.

அவ்வாறு *ஜெயபாரதியில்* முதலில் இருந்து, பின்னர் பிறவிடங்களில் புகழ் பெற்ற எழுத்தாளர் பட்டியலைப் பாருங்கள் :

ஜெயபாரதியின் ஆரம்ப ஆசிரியர் கோஷ்டித் தலைவர் கி. சடகோபன், 'கி. ச.' என்ற பெயரில் 'சிந்தனைச் சுடர்கள்' என்ற அரசியல் குறிப்புகள் எழுதிப் பெயர் பெற்றார். *ஹிந்துஸ்தான்* வாரப் பத்திரிகையில் இவர் உழைத்தார்.

உதவியாசிரியர் பி. எஸ். ராமையா, பிற்காலத்தில் சிறுகதை எழுத்தாளர், *மணிக்கொடி* மாதப் பத்திரிகை ஆசிரியர், சினிமா எழுத்தாளர், நாடகாசிரியர் என்ற பல்வேறு துறைப் புகழாரம் பெற்றார்.

மற்றொரு உதவியாசிரியர், வெ. சந்தானம், *தினமணி* நாளிதழில் சேர்ந்து, பின்னாளில் அதன் மதுரைப் பதிப்பின் பொறுப்பாசிரியராக இருந்தார்.

கே. எஸ். வி. ரமணி என்ற உதவியாசிரியரும் *தினமணியில்* சேர்ந்து, நெடுங்காலம் வரை அதன் ஆசிரியக் குழுவில் பணிபுரிந்தார்.

எஸ். டி. கள்ளபிரான், *ஜெயபாரதிக்கு* வருவதற்கு முன்பு வ. வே. ஸு. ஐயரின் சேரன்மாதேவி தமிழ்க் குருகுலத்தில் இருந்தவர். *ஜெயபாரதிக்குப்* பின் *ஹநுமான்* பத்திரிகையில் உழைத்தார்.

ஜெய பாரதியில் உழைத்தவர்கள்

ஜெயபாரதியில் உழைத்துள்ள வேறு சில எழுத்தாளர்கள்:

கி. ரா. (கி. ராமச்சந்திரன்) *மணிக்கொடியில்* இருந்தார்; ஜெமினி ஸ்டுடியோ கதை இலாகாவில் இருந்து பல புகழ்பெற்ற படங்களுக்குக் கதை வசனம் எழுதினார்.

ந. ராமரத்தினம் : இவர் *பாரததேவி* முதலிய பல பத்திரிகைகளில் இருந்துவிட்டு, கடைசியாக *தினமணியில்* பணியாற்றினார்.

கே. அருணாசலம் (அருண்) : இவரும் *பாரததேவி, சுதந்திரம், ஆனந்த விகடன்* முதலிய பத்திரிகைகளில் இருந்து பெயர் பெற்றார். *விகடனில்* இவர் எழுதிய 'அந்த நாளில்' என்ற வாழ்க்கைக் குறிப்புகள் புகழ் பெற்றவை.

சி. சு. செல்லப்பா : *எழுத்து* இலக்கியப் பத்திரிகை ஆசிரியர் செல்லப்பா, சிறுகதையாளர், நாவலாசிரியர், இலக்கிய விமர்சகர்.

பி. ஆர். எஸ். கோபால் : குண்டூசி என்ற புனைபெயரில் சினிமா கேள்வி – பதில் பகுதி நடத்திப் புகழ் பெற்ற இவர் *ஹநுமான், பேசும் படம், குண்டூசி* சினிமா பத்திரிகைகளில் இருந்து புகழ்பெற்றார்.

எம். ஜே. ராமலிங்கம் (றாலி) : இவர் அல்பாயுஸாக மடிந்த திறன்மிக்க எழுத்தாளர்; *ஆனந்தவிகடன், ஹநுமான்* முதலிய பத்திரிகைகளில் இருந்தார்.

வி. பாலசுப்பிரமணியம் (பாலு) : காந்தி பக்தர்; தமது சொந்த ஊரான சேந்தமங்கலம் (மன்னார்குடி அருகே) சென்று அங்கே சொந்த முயற்சியில் ஒரு பள்ளியை நடத்தினார்.

ஜெயபாரதியில் இந்நூலாசிரியர் (ரா. அ. பத்மநாபன்) 1936 – 37 ஓராண்டு இருந்த விவரமும் இந்தப் பட்டியலில் சேர்க்கலாம்.

ரா. நாராயண ஐயங்கார்

ஜெயபாரதி என்றால் மற்றொரு பெயர் சதா நினைவு வரும். அதுதான் ரா. நாராயண ஐயங்கார் என்ற பெயர்.

நாராயண ஐயங்கார், 1934–35இல் *ஜெயபாரதியின்* பொறுப்பாசிரியரானார். நாராயண ஐயங்கார் திருச்சியைச் சேர்ந்தவர்; அங்கே வக்கீலாகத் தொழில் நடத்திவந்த சமயம் ஒத்துழையாமை இயக்கத்தில் (1919) சேர்ந்து, வக்கீல் தொழிலைத் துறந்தார்; காங்கிரஸ் இயக்கத்தில் தீவிரமாக ஈடுபட்டார். 1933இல், இவரது 'சீடர்' ரா. கிருஷ்ணமூர்த்தி (கல்கி) இவரது சிறுகதைகள் சிலவற்றை *ஆனந்த விகடனில்* வெளியிட்டு இவரைப் பத்திரிகை உலகுக்குக் கொண்டு வந்தார். 1934இல் சென்னைக்கு வந்து *காங்கிரஸ்மன்* என்ற ஆங்கில வாரப் பத்திரிகையின் ஆசிரியர் ஆனார்.

ஜெயபாரதியில் 1934 இறுதி முதல் இருந்த இவர், 1938இல் *ஹிந்துஸ்தான்* என்ற தமிழ் வாரப் பதிப்பின் ஆசிரியரானார். *ஹிந்துஸ்தான்* பத்திரிகை பாரதி மலர், ஐயர் மலர், அரவிந்தர் மலர், சுதந்திர மலர் என்ற பல சிறப்பிதழகளை வெளியிட்டு அரிய விஷயங்களை வெளிக்கொணர்ந்து புகழ் பெற்றது. 1945க்குப் பிறகு சுயேச்சையாக இருந்த நாராயண ஐயங்கார், 1970களின் இடைப் பகுதியில் காலமானார்.

ஆசிரியர் என்ற முறையில் நாராயண ஐயங்கார் சிறிதும் ஆடம்பரம் இல்லாதவர். தமது சக ஊழியர்களுடன் – வயதில் சிறியவர்களுடனும்கூட – சமமாகப் பழகும் பண்பாளர். அவரவருக்கு ஒதுக்கியுள்ள வேலைகளில் சர்வ சுதந்திரம் தருவார். எல்லாருடைய எழுத்துகளையும் பாராட்டுவார். அரசியல் நன்கு அறிந்தவர். அவரது தலையங்கங்கள் பாரத நாட்டு அரசியல் ஞானத்தை நன்கு பிரதிபலிக்கும்.

வேங்கட ஆரியா

ஜெயபாரதியில் இருந்த மற்றொரு பிரமுகர் வேங்கட ஆரியா என்ற பழம் எழுத்தாளர். இவர் *ஜெயபாரதியில்* வேலையாக இல்லாவிட்டாலும் அந்த அலுவலகத்தில் பெரும்பாலும் இருப்பார். இவர் 1908இல் நீலகண்ட பிரம்மச்சாரியால் கண்டுபிடிக்கப்பட்டு சுதேசிய இயக்கத்தில் சேர்ந்தவர். காஞ்சிபுரத்தவர். 1909–10இல் புதுவையில் பாரதியின் *இந்தியா* வாரப் பத்திரிகையில் உழைத்திருக்கிறார். பிறகு, வேறு சில பத்திரிகைகளில் தொடர்பு கொண்டிருந்துவிட்டு, கடைசியாக *ஜெயபாரதியில்* வந்து போய்க் கொண்டிருந்தார்.

நீண்ட வெண் தாடியும், பரந்த தலைமுடியும், நெற்றியில் அகலமான நாமமும், கபடமற்ற புன்முறுவலும், குழந்தை போன்ற வசீகரமான கண்களும் கொண்ட வேங்கட ஆரியா பார்வைக்கு ரிஷி போலிருப்பார். அவர் சட்டை போடமாட்டார்; முரட்டுக் கதரில் எட்டுமுழம் வேஷ்டியைப் பஞ்சகச்சம் கட்டியிருப்பார்; மேலே, அகலமான பலவர்ணப் பூப்போட்ட கரை கொண்ட கதர் அங்கவஸ்திரம் போர்த்தியிருப்பார். கம்பீரமான தோற்றம்.

ஜெயபாரதி வாரப் பதிப்பு

ஜெயபாரதி நாளிதழின் துணைப்பத்திரிகையாக *ஜெயபாரதி* வாரப்பதிப்பு ஒன்று சுமார் ஒரு வருஷகாலம் நடந்தது. 1936 நவம்பரில் இது துவக்கப்பட்டது. காங்கிரஸ் கட்சி முதன்முறையாக, 1937இல் தேர்தல்களில் கலந்து போட்டியிட முன்வந்த சமயம், காங்கிரஸை ஆதரிக்கவென்று வாரப் பதிப்பு ஆரம்பிக்கப்பட்டது. இதற்கு தி. ஜ. ர. ஆசிரியராகப் பொறுப்பேற்றிருந்தார். ஒரு மாத காலத்திலேயே அவர் வெளியேறியதால் ரா. அ. பத்மநாபன் அப்பொறுப்பை ஏற்றார்.

1937ஆம் ஆண்டுத் தேர்தலில் ஒவ்வொரு கட்சிக்கும் வெவ்வேறு வண்ண வாக்குப் பெட்டிகள் தந்திருந்தார்கள். வாக்காளர்கள் தங்களுக்குப் பிடித்தமான கட்சியின் பெட்டியில் வாக்கைப் போட வேண்டும். காங்கிரஸுக்கு மஞ்சள் பெட்டி தரப்பட்டிருந்தது. ஆகையினால், தமிழ்நாட்டில் காங்கிரஸ் தலைவர் ராஜாஜி 'மஞ்சள் பெட்டிக்கு ஜே!' என்ற கோஷத்தைப் பரப்பி காங்கிரஸ் அமோக வெற்றியடையச் செய்தார்.

தேர்தலை முன்னிட்டு, *ஜெயபாரதி* நாளிதழ் ஒரு சிறப்பிதழ் வெளியிட்டது. காங்கிரஸ் கட்சி அபேட்சகர்கள் அனைவரது படங்களையும் வெளியிட்டு அவர்களது வாழ்க்கைக் குறிப்புகளையும் தந்திருந்த இந்தத் தேர்தல் சிறப்பிதழுக்கு அட்டை மஞ்சள் வண்ணத்தில் இருந்தது. பல்லாயிரம் பிரதிகள் நொடியில் விற்றுப்போயின.

ஜெயபாரதி வாரப்பதிப்பும் வாரம்தோறும் மஞ்சள் அட்டையுடன் வந்தது, தனது காங்கிரஸ் ஆதரவைக் காட்ட.

ஆண்டு மலர்

*ஜெயபாரதி*யின் மற்றொரு வெளியீடு 1936 டிசம்பரில் அது வெளியிட்ட ஆண்டு மலராகும். பெரிய அளவில், உயர்ந்த தாளில், வ. ரா., எஸ். வி. வி., ந. பிச்சமூர்த்தி, கு. ப. ராஜகோபாலன், ந. சிதம்பர சுப்பிரமணியன் முதலியோரது எழுத்துக்களைத் தாங்கிவந்த இந்த ஆண்டு மலரின் மேலட்டை மூவர்ணத்தில் கல்கத்தாவில் ஆஃப்செட் முறைப்படி அச்சிட்டுப் பெறப்பட்டது.

ஜெயபாரதி வாரப்பதிப்பும் சரி, ஆண்டு மலரும் சரி, தேசியத் தலைவர்களது பெரிய அளவு போட்டோ படங்களை ஆர்ட் ப்ளேட்டாக அளித்தன. ராஜாஜி, சத்யமூர்த்தி, ராஜன் பாபு, ஸர்தார் படேல், ஜவஹர்லால் நேரு முதலிய தலைவர்களது படங்கள் இவ்வாறு தரப்பட்டன. இவற்றுக்கு நிறைய கிராக்கி இருந்தது.

யுத்த மேகங்கள்

1937ஆம் ஆண்டு *ஜெயபாரதி* நிறுவனத்துக்கு ஒரு பெரிய சோதனையாக இருந்தது. இத்தாலிய சர்வாதிகாரி முஸ்ஸோலினி ஆப்பிரிக்காவில் அபிஸ்ஸீனியா (தற்போது 'எதியோப்பியா') என்ற நாட்டின் மீது படையெடுத்துச் சென்றான். இரண்டாவது உலக மகாயுத்தத்திற்கு ஒத்திகை போல அமைந்த இந்தப் போரினால் காகிதம், மை, ப்ளாக் தகடுகள் முதலிய அச்சுப் பொருள்களின் விலைகள் வானளாவி ஏறிவிட்டன.

இந்த நெருக்கடியைச் சமாளிக்க முடியாமல் *ஜெயபாரதி* வாரப்பதிப்பு மூடப்பட்டது. *ஜெயபாரதி* நாளிதழ்மட்டும் மேலும் நாலைந்து ஆண்டுகள் நொண்டிக்கொண்டே சென்று, 1942இல் மறைந்தது. அதன் கடைசி காலத்தில் 'நாலி' அதன் பொறுப்பாசிரியராக இருந்தார்.

7

ஆனந்த போதினி

தமிழ்நாட்டில் எழுபதாண்டுகளுக்கு முன் பிரபலமாக இருந்த தமிழ் மாதப் பத்திரிகைகளில் *ஆனந்த போதினி, ஆனந்த குண போதினி* இரண்டும் குறிப்பிடத்தக்கவை.

ஆனந்த போதினி முன்னால் துவக்கப் பெற்றது. 1915இல் தோன்றிய இப்பத்திரிகை, இரண்டாண்டு களில் 10,000க்கும் அதிகமான சந்தாதாரர்களைப் பெற்றது; 1928இல், அதன் பன்னிரண்டாவது ஆண்டுத் துவக்கத்தில் சந்தாதாரர்கள் எண்ணிக்கை 20,000க்கும் அதிகமாக இருப்பதாக அறிவிக்கப்பட்டது.

*ஆனந்த போதினி*யை நா. முனிசாமி முதலியார் தமது ஆனந்த போதினி பிரஸ்ஸில், சென்னை சவுகார் பேட்டை, வெங்கடேச மேஸ்திரி தெரு, 15ஆம் எண் இல்லத்திலிருந்து வெளியிட்டு வந்தார். ஆண்டுச் சந்தா ரூபாய் ஒன்று. தனிப் பிரதி விற்பனை அக்காலத்தில் இருந்ததாகத் தெரியவில்லை. ஒவ்வொரு இதழும் ‘டெம்மி 1/8’ (21 செ.மீ. உயரம், 12½ செ.மீ. அகலம்) அளவில் 48 பக்கங்கள் கொண்டதாக இருந்தது. மேலட்டை பச்சை நிற மெல்லிய தாளாக இருந்தது.

*ஆனந்த போதினி*யின் முதல் பக்கத்தில், பத்திரிகை யின் பெயருக்கு மேலே,

உ

ஓம்

பரப்பிரஹ்மணே நம :

என்று தெய்வ வணக்கமும், பெயருக்குக் கீழே, “எப்பொரு ளெத்தன்மைத் தாயினு மப்பொருள் மெய்ப்பொருள் காண்ப தறிவு” – திருவள்ளுவர்

என்ற குறிக்கோள் வாசகமும் காணப்பட்டன.

பத்திரிகையின் முதல் பக்கத்தில் மூன்று நான்கு பாடல்கள் பழைய நூல்களிலிருந்து எடுத்து, ‘கடவுள் வணக்க’மாகத் தரப் பட்டுவந்தன. பின் பக்கத்தில்

'அரும்பொருள் விளக்கம்' என்ற தலைப்பில் கடவுள் வணக்கச் செய்யுட்களின் கருத்து வழங்கப்பட்டு வந்தது.

ஆனந்த போதினி தொடங்கப்பட்ட காலத்தில் *விவேக போதினி* போன்ற பிற தமிழ் மாதப் பத்திரிகைகள் இருந்தனவென்றாலும் அவையெல்லாம் 'கற்றார் பத்திரிகைகளாக' விளங்கி வந்தன; *ஆனந்த போதினி*தான் கற்றாரும் பாமரரும் ரசிக்கும்படி நடையிலும் விஷயத்திலும் விளங்கிய தமிழ் மாதப் பத்திரிகையாக மலர்ந்தது. ஆனால், காலப்போக்கில், *ஆனந்த போதினி*யும் பாமர ரஞ்சகத்தை இழந்து, முதலில் *ஆனந்த குண போதினி* மாதப் பத்திரிகைக்கும் பின்னர் *ஆனந்த விகடன்* மாதப் பத்திரிகைக்கும் முதன்மை ஸ்தானத்தை விட்டுவிட்டது.

ஆனந்த போதினி எவ்வாறு ஆரம்பிக்கப்பட்டது என்ற விவரங்கள் அப்பத்திரிகையின் 14ஆம் ஆண்டுத் துவக்கத்தில் விபவ ௵ ஆடி மீ கஉ (1928, ஜுலை 16) இதழின் தலையங்கப் பக்கத்தில் தரப்பட்டுள்ளன. 'நம் போதினியின்மீது ஆர்வமிக்க அன்பர்களே!' என்று பத்திரிகையின் சந்தாதாரர் கவனத்துக்காகப் பத்திராதிபர் எழுதும் குறிப்பாக உள்ள இந்தத் தலையங்கம் கூறுவதாவது:

> கலியுகாதி ௵ 5017, இராக்ஷஸ ௵ ஆடி மீ 1௨ இங்கிலீஷ் 1915 ௵ ஜுலை மீ 16௨ வெள்ளிக்கிழமை கிருஷ்ணபக்ஷம் சதுர்த்தி திதி, மக நக்ஷத்திரத்தில், செந்தமிழ் நாட்டில் சிறப்புற்று விளங்கிவரும் இம்மாத சஞ்சிகையானது, சென்னையைச் சார்ந்த வியாசர்பாடியில் உள்ள சாது நிலையத்தில் எழுந்தருளியிருந்த ஸ்ரீலஸ்ரீ கரபாத்திர சிவப்பிரகாச சுவாமிகள் திருக்கருணையால் சூட்டப்பெற்ற *ஆனந்த போதினி* என்னும் அழகிய பேருடன், தமிழ் மக்கள் மனத்தில் ஆனந்தம் பொங்கியெழ உதயஞ்செய்தது. மிகப் பெரியாராகிய சுவாமிகளின் அனுக்கிரகத்தால் இது வெளிப்போந்ததாகலின், தோன்றிய நாள் தொடங்கி, ஆண்டாண்டுதோறும் அளவற்ற சிறப்புடன் வளர்ந்தோங்கித் தமிழறிஞர் பலருடைய ஆதரணையை அதிகமாகப் பெற்று, இப்போது இருபதினாயிரம் பேர்களுக்கு மேற்பட்ட சந்தாதாரர்களையுடையதாய்த் திகழ்ந்து வருகிறது...

புதிய சந்தாதாரர்கள் சேரவேண்டும், 'ஜீவிய சந்தாதாரர்கள்' சேரவேண்டும் என்ற கோரிக்கையுடன், 'நம் போதினியை இம்மாத முதல் 56 பக்கங்களுள்ளதாகவும், ஆப்டோன் படங்களுடனும் வெளிப்படுத்தி வரத்' தீர்மானித்துள்ள தகவலும், எதிர்காலத்தில் 64 பக்கங்களாக விரிக்க உத்தேசித்துள்ள விவரமும் காண்கிறோம்.

ஒவ்வொரு மாதமும் கடைசிப் பக்கத்தில் அந்தத் தமிழ் மாதத்தின் பஞ்சாங்கம் இருந்தது. இந்த வழக்கத்தை அக்காலத்திய பிற மாதப் பத்திரிகைகளும் கையாண்டுள்ளன.

ஆனந்த போதினியில் வேதாந்த விஷயங்கள், இலக்கிய விஷயங்கள், கைத்தொழில் விஷயங்கள், விவசாயம், உலக நடப்பு, நாட்டு நடப்பு விஷயங்கள் முதலிய பல்வகைக் கட்டுரைகள் வெளிவந்தன. ஆனால் வேதாந்தபரமான விஷயமே அதிகம். 1928 வரை கட்டுரைகளுக்குப் படங்கள் போடும் வழக்கமில்லை; அந்த ஆண்டுதான் செய்திகளில் வரும் சில பிரமுகர்களது போட்டோ படங்களும் (உதாரணமாக தாகூர், லஜபதி ராய், மோதிலால் நேரு), அபூர்வமாகக் கட்டுரைகளுக்கான சிறு சித்திரப் படங்களும் வெளியிடத் தொடங்கினார்கள். ஆங்கிலப் பழமொழிகளும் அவற்றின் மொழிபெயர்ப்பு அல்லது அவற்றுக்கு இணையான தமிழ்ப் பழமொழிகள் தருவது அக்காலத்திய பத்திரிகைகளின் வழக்கம். இந்த 'அறிஞரின் அமுத மொழிகள்' *ஆனந்த போதினியிலும்* வெளியாயின.

ஆனந்த போதினி என்றால் அக்கால வாசகர்களுக்கு ஆரணி குப்புசாமி முதலியார் என்ற பிரபல நாவலாசிரியரது பெயரும் நினைவுக்கு வரும். ஆரணி குப்புசாமி முதலியாரது தொடர் நாவல்கள் *ஆனந்த போதினியில்* தொடர்ந்து வந்துகொண்டேயிருந்தன. 'அம்பாலிகை அல்லது அதிசய மரணம்', 'கிருஷ்ணாஸிங் அல்லது துப்பறியும் சீடன்' முதலிய நவீனங்கள் இதழுக்கு இரண்டு பக்கம், ஒரு பக்கம் என்று வெளிவந்தன. தொடர்கதையை இவ்வளவு குறைவாக வெளியிடுவதைப் பற்றி வாசகர்கள் குறைபடவில்லை போலும்.

1930ஆம் ஆண்டுத் தொகுதியான 16ஆம் தொகுதியில், பிற்காலத்தில் புகழ்பெற்ற பல எழுத்தாளர்களின் கட்டுரை கதைகளைக் காண்கிறோம். ஆண்டுக்கு ஒரு ரூபாய் சந்தாவில் மாதம் 80 பக்கங்கள் கொடுக்கத் தொடங்கிவிட்ட *ஆனந்த போதினியில்* ரா. பி. சேதுப் பிள்ளை, பொ. திரிகூடசுந்தரம் பிள்ளை, தொ. மு. பாஸ்கரத் தொண்டமான், ஆரியூர் வ. பதுமநாபப் பிள்ளை, பண்டித லி. ராமசாமி, பண்டிதை அசலாம்பிகை அம்மையார், பண்டித ரா. திம்மப்பய்யர், தமிழாசிரியர் எம். எஸ். சுப்பிரமணிய ஐயர் முதலியவர்களது கட்டுரைகளும் ஒரு சில கதைகளும் காண்கிறோம்.

இந்த ஆண்டுக்குள் *ஆனந்த விகடன்* பிரபலமாகிவிட்டபடியால், விகடத் துணுக்குகள் 'விசித்திர விநோதம்' என்ற தலைப்பில் *ஆனந்த போதினியிலும்* சிறு படங்களுடன் வெளியாகத் தொடங்கிவிட்டன. (*ஆனந்த விகடன்* 1926இல் பூதூர் வைத்தியநாதய்யர் என்ற விகட கவியால் மாதப் பத்திரிகையாகத் துவக்கப்பட்டு, சிறிது காலத்துக்குப் பின் எஸ்.எஸ். வாஸனால் வாங்கப்பெற்று திருத்தியமைக்கப்பட்டது. அது முதல் அது பிராபல்யம் மிகுந்த மாதப்பத்திரிகையாகிவிட்டது.)

ஆனந்த போதினி மாத இதழின் செல்வாக்கு அதிகரித்திருந்த காலத்தில் அதற்குத் துணையாக ஒரு வாரப் பதிப்பும் அதே பெயரில் தோற்றுவிக்கப்பட்டது. விபவ ஆண்டு மாசிமீ 9உ (20. 2. 1929) முதல் *ஆனந்த போதினி* வாரப்பத்திரிகை பண்டித

வி. இராமசாமியை உதவியாசிரியராகக் கொண்டு வெளியாகத் தொடங்கியது. "மத சமூக விஷயத்திலும், அரசியல் விஷயத்திலும் தடுமாற்றமடைந்திருக்கும் இந்நாளில் சாதாரண மக்கட்கு உண்மையை விளக்கித் தக்க வழிகாட்ட *ஆனந்த போதினி* வாரப் பதிப்பாக வெளிவரவேண்டுமென்று பல கனவான்கள் எம்மை வற்புறுத்துகின்றனர். நாட்டு நிலையை நோக்குமிடத்து அங்ஙனம் செய்தல் அத்தியாவசியமானதென்றே யாமும் கருதுகின்றோம். ஆயினும் வழக்கம்போல் சிறந்த அமைப்பில் மாத வெளியீடு வந்துகொண்டுதானிருக்கும். இடவசதி கருதி இதுகாறும் வாரப் பதிப்பில் சிந்தை செலுத்தாதிருந்தோம். நமது காரியாலயத்திற்கெனப் புதிதாக நிருமாணிக்கப்பெற்ற கட்டிடத்திற்கு ஆபீஸ் மாற்றப் பட்டிருத்தலால் கார்த்திகை மாதம் *ஆனந்த போதினி* வாரப் பதிப்பு வெளியிடத் தீர்மானித்திருக்கிறோம்..." என்று வாரப்பதிப்பு பற்றிய முன்னறிவிப்பு கூறியது.

ஆனந்த போதினி மாதப் பதிப்பும் வாரப் பதிப்பும் பொதுவாகக் காங்கிரஸ் தலைவர்களைப் பாராட்டி விஷயம் வெளியிட்டு வந்தாலும் 1928–29இல் பிரபலமடைந்த *ஆனந்த விகடன்* போல முழு மூச்சுடன் காங்கிரஸ் பிரசாரத்தில் இறங்கவில்லை. அதனால் *ஆனந்த போதினி* வாரப் பதிப்பு விரைவிலேயே ஆதரவின்றி நின்றுபோயிற்று. *ஆனந்த போதினியும்* படிப்படியாகப் பிராபல்யம் குறைந்ததும், பல ஆண்டுகளுக்குப் பின், நின்றும் போயிற்று.

8

ஆநந்த குண போதினி

தெய்வ கிருபையாலும், பெரியோர்களின் ஆசியாலும், சந்தா நேயர்களின் அளவற்ற அபிமானத்தாலும் *ஆநந்த குண போதினி*யின் இருவருடங்களும் பூர்த்தி பெற்று, இன்று முதல் மூன்றாவது ஆண்டு ஆரம்பமாகின்றது. இப் புது வருஷத்தில் நமது *ஆனந்த குண போதினி* மேன்மேலும் செழித்தோங்குமாறு நாமெல்லோரும் ஏகமனதாய் ஸர்வேசுவரனைப் பிரார்த்திக்கக் கடவோம்.

ஆநந்த குண போதினி பத்திரிகையானது *ஆநந்த கதா கல்பம்* என்ற அநுபவ ஞான நூலின் சாயலாக நடத்தப்படுகின்றது. *ஆநந்த கதா கல்பகம்* என்பது *1913*ம் வருஷ முதற்கொண்டு மூன்று வருடங்களுக்கு ஒரு வால்யமாக வெளிவந்துகொண்டிருக்கும் ஓர் அரிய நாவல் பிரபந்தமாகும். அதன் முதல் வால்யம் *1913*ம் வருஷத்தில் பிரசுரமாயிற்று. இது பதினெட்டு வால்யங்கள் கொண்ட ஒரு பெரிய நூல். இதுவரையில் ஐந்து வால்யங்கள் வெளிவந்துள்ளன. *ஆநந்த கதா கல்பகத்தில்* உள்ள 'விகட மாமா' என்ற விகடப் பகுதியை *ஆநந்த குண போதினி*யில் 'விகடப் பிரதாபன்' என்று மாற்றியும் இன்னும் *ஆநந்த கதா கல்பத்தில்* என்னென்ன விசேஷ அம்சங்கள் சிறந்து விளங்குகின்றனவோ அவற்றையெல்லாம் *ஆநந்த குண போதினி*யில் காணும்படி திருத்தியும் – இவ்வாறாக *ஆநந்த கதா கல்பகத்தின்* முழுச் சாயலையும் *ஆநந்த குண போதினி*யில் அமைப்பித்து அதற்குத் தகுந்த விதமாய்ப் பிரதி தடவையும் விஷயங்களைத் தேர்ந்தெடுத்து எழுதப்பட்டு வருகின்றது.

இவ்வாறாக *ஆநந்த கதா கல்பகத்தின்* சாயலாய் நடத்துவதற்கு ஒரு அறிகுறியாய் இருப்பதற்காக *ஆனந்த கதா கல்பகத்தின்* முதற் பதம் ஆகிய *ஆநந்த* என்ற பதத்தை, ஏற்கெனவே ஸ்ரீமான் தி. இராஜகோபால் முதலியாரவர்களின் மைத்துனரால் பிரசுரமாகிப் பின்

நின்றுவிட்ட *குண போதினிப்* பத்திரிகையின் பெயருக்கு முன்பு சேர்க்கப்பட்டு, *ஆநந்த குண போதினி* என்று இப்பத்திரிகைக்குப் பெயரிடலானது.

ஆநந்த குண போதினி என்ற கம்பீரமான நாமத்தால் சிறப்புற்ற இப்பத்திரிகையானது ஆநந்த குண போதினியாய், ஆநந்த கதா போதினியாய், ஆநந்த ரஸ போதினியாய், ஆநந்த விகட போதினியாய், ஆநந்த சுகிர்த போதினியாய், ஆநந்த பிரேம போதினியாய்ப் பிரதி தட்வையும் ஈசுவர தியானத்துடனும் ஆரம்பமாகி நல்ல நடையில் தெளிவான வாக்கியங்களில் எழுதப்பட்டு, எண்ணற்ற அநுபவங்களையும், ஆழ்ந்த ரகசியங்களையும், பயனுள்ள விஷயங்களையும் தன்னுள் அடக்கிக் கொண்டு தமிழுலகெல்லாம் சென்றுலாவி வருகின்றது. இந்த சொற்ப காலத்துக்குள் பல்லாயிரக்கணக்கான சந்தாதாரர்கள் சேர்ந்து இப்பத்திரிகை வெகு சிரேஷ்டதரமான நிலையில் உயர்ந்து விளங்குவதும் ஈசுவர கிருபையை நன்று விளக்கும். இப் பத்திரிகையின் பெரிய நிர்வாகத்தை யேற்றுச் சிறப்புடன் நடத்திவருகின்ற இதன் அதிபர் ஸ்ரீமான் தி. இராஜகோபால் முதலியாரவர்கட்கு இதை வாசிக்கிறவர்கள் எல்லோரும் நன்றி கூறுவார்கள். இப் புது வருடத்தில் நமது *ஆநந்த குண போதினி* இன்னும் சர்வ சிலாக்கியமாய் உயர்வுற்று ஜ்வலிக்குமென்பது திண்ணம். நமது நேயர்களான பத்திரிகாபிமானிகள் அனைவருக்கும் நமது வருட வந்தனங்களைப் பிரேமபூர்வமாய்த் தெரிவித்துக் கொள்கின்றோம். ஸர்வலோக சரண்யராகிய ஜகதீசன் நம்மெல்லோரையும் ரக்ஷிப்பராக. வந்தே மாதரம்.

– பத்திராசிரியர்

– விபவஷு சித்திரை மீ1 உ *(1928, ஏப்ரல் 14)*
ஆநந்த குண போதினி மாதப் பத்திரிகை தலையங்கம்,
பத்திராசிரியர்: திரிசிரபுரம் எஸ்.ஜி. இராமாநுஜலு நாயுடு
ஆநந்த குண போதினி பிரஸ்
நெ *302*, தங்கசாலைத் தெரு, சென்னை

ஆநந்த குண போதினி தன் பக்கங்களில் தன்னைப் பற்றி அறிவித்துக்கொண்ட சில விஷயங்கள்:

ஆனந்த குண போதினி என்ற முதல் பக்கக் கொட்டையெழுத்துக்கு மேலே, 'ஓம் பரப்பிரம்மணே நம:' என்ற வாசகம், கீழே பத்திரிகை பற்றிய வாசகம், ஆசிரியர், குறிக்கோள் முதலியன வருமாறு தரப்பட்டிருந்தன.

அறிவை விளக்கி, உற்சாகத்தைப் பெருக்கி, ஆநந்தத்தைத் தரவல்லதான அநுபவ வினோத ஞான கலா விலாஸங்கள் நிறைந்திலங்கும் அமிர்தச் சுவையுள்ள மாதப் பத்திரிகை.

பத்திராசிரியர்: திரிசிரபுரம் எஸ்.ஜி. இராமாநுஜலு நாயுடு

'எண்ணிய எண்ணியாங் கெய்தும்; எண்ணியார்
திண்ணிய ராகப் பெறின். —திருக்குறள்'

ஆண்டுத் தொகுதிக்கு *கமலம்* என்றும், மாத இதழுக்கு *இதழ்* என்றும் பெயரிடப்பட்டுள்ளது. விபவ ௵ சித்திரை ௴ 1௳ *இதழ்: கமலம் 3: இதழ் 25*

முதல் பக்கத்தின் அடியில் கீழ்க்கண்ட விளம்பர வாக்கியம் உள்ளது: 'இந்த *அமிர்த போதினி*யின் 56 பக்கங்களையும் வாசிக்கும் வீடு மிகுந்த பாக்கியமுள்ள அதிர்ஷ்ட வீடு. அங்கு ஒரு புதிய உணர்ச்சியின் ஜோதி எப்பொழுதுமே உலாவி நிற்கும்.'

பத்திரிகையின் பெயர் *ஆநந்த குண போதினி*யாக இருக்க இந்த விளம்பர வாக்கியத்தில் *அமிர்த போதினி* என்று வருவது குறிப்பிடத்தக்கது. இதுவும் இப்பத்திரிகையின் பெயர். எதிர்பாராதபடி, விரைவில் *அமிர்த குண போதினி* என மாற்றப்படப் போவதற்கு முன்வாடை போல உள்ளது.

ஆநந்த குண போதினி மாத இதழ் *ஆனந்த போதினி*யைவிட ஜனரஞ்சகமாக இருந்தது. துண்டு துணுக்குகள், அனுபவ ரத்தினங்கள், நகைச்சுவை கலந்த சம்பவக் குறிப்புகள் முதலியன பத்திரிகையில் இடம்பெற்றன. ஆசிரியர் எஸ். ஜி. இராமாநுஜலு நாயுடு அனுபவமிக்க பழம் பத்திரிகையாளர். அது மட்டுமல்ல; விஷய ஞானம் கொண்ட நாவலாசிரியர்; தராதரம் தெரிந்த எழுத்தாளர்; கவி பாரதியாரின் நண்பர்.

எஸ். ஜி. இராமாநுஜலு நாயுடு *பிரஜாநுகூலன்* என்ற பத்திரிகையின் புகழ்மிக்க ஆசிரியராகவும் இருந்தவர். இப்பத்திரிகை முதலில் சென்னையிலும், பிற்காலத்தில் திருச்சிராப்பள்ளியிலும் நடந்தது. இராமாநுஜலு நாயுடு திருச்சிராப்பள்ளியைச் சேர்ந்தவர்.

இராமாநுஜலு நாயுடு முதிர்ந்த அனுபவம் மிக்க பத்திராதிபர் என்பது மட்டுமல்ல, பத்திரிகைத் தொழிலிலும் எழுத்துத் தொழிலிலும் லட்சிய ஆர்வமிக்கவர். முந்தைய பத்திரிகாளர்கள் பற்றியும் பத்திரிகைகளைப் பற்றியும் பிந்தைய தலைமுறையினருக்கு எடுத்துரைப்பதில் தனிப் பிரியம் உடையவர் இவர். 'சென்று போன நாட்கள்' என்ற தலைப்பில் எஸ். ஜி. இராமாநுஜலு நாயுடு *ஆநந்த குண போதினி*யிலும் *அமிர்த குண போதினி*யிலும் எழுதி வந்த நினைவுக் குறிப்புகள் தமிழ்ப் பத்திரிகை உலக வளர்ச்சியில் ஈடுபாடு உள்ள யாருக்கும் மிக விருப்பமானவை.

பாரதியாரின் தராசுக் கடையைப் பின்பற்றி, 'நமது கடை' என்ற தலைப்பில், 'பொன்வண்டு செட்டியார்' என்ற புனைபெயருடன் ஒருவர் தொடர்ச்சியாக எழுதிவந்தார். நடையிலிருந்தும் விஷய கணிப்பிலிருந்தும் அபிப்பிராயங்களிலிருந்தும் இது பத்திராதிபர்

இராமாநுஜலு நாயுடுவே எழுதிய விஷயமாக இருக்கலாமென்று தோன்றுகிறது.

இராமாநுஜலு நாயுடு பலதரப்பட்ட விஷயங்களை ஏராளமாக எழுதிக் குவிக்கும் வன்மை படைத்தவர். பத்திரிகையில் பெரும்பகுதி அவரது கைவண்ணமாகவே விளங்கியது.

ஆனந்த குண போதினி தொடங்கப்பெற்ற மூன்றாண்டுகளில் அதன் பெயர் பற்றிய வழக்கொன்று நடந்ததாகத் தெரிகிறது. இந்தப் பெயர் *ஆனந்த போதினியின்* பெயர் போலவே இருப்பதால், இப்பெயரைத் தடைசெய்ய வேண்டுமென்று வழக்கு தொடரப் பெற்றதாகத் தெரிகிறது. அதன் பேரில், *ஆனந்த குண போதினி* என்ற பெயர் *அமிர்த குண போதினி* என மாற்றப்பட்டது. பத்திரா சிரியர் எஸ்.ஜி. இராமாநுஜலு நாயுடுவின் பெயருடன் விபவ ஃ ஆடி மீ *12 (1928 ஜூலை 15)* தேதியிட்ட இதழில் வெளியான ஒரு குறிப்பு கூறுவதாவது:

> இறைவனின் திருவருளால் இதுகாறும் *ஆநந்த குண போதினி* என்ற பெயருடன் நடைபெற்றுவந்துள்ள இப்பத்திரிகையை இந்த ஆடி மாத முதற்கொண்டு *அமிர்த குண போதினி* என்னும் புதுப் பெயரால் அழைத்து முன்னிலும் மிகு மேன்மையாக நடத்துவதென்று தீர்மானித்திருக்கிறோம். அதே ஆசிரியர் அதே தலைவரின் கீழ் பத்திரிகையின் கொள்கைகள் எவற்றிலும் மாறுதலின்றிப் பெயர் மட்டும் *ஆநந்தம்* என்பதற்குப் பதிலாக *அமிர்தம்* என்று திருத்தப்பட்டுள்ளது...

அமிர்த குண போதினி மேலும் ஐந்தாறு ஆண்டுகள் நடந்து பின்னர் நின்றது.

*1931 – 32*க்குப் பின், *ஆனந்த விகடன்* தமிழ்ப் பத்திரிகை உலகில் புதுவழி புகுத்திக் கீர்த்தியுடன் வளர ஆரம்பித்த சமயம், *ஆனந்த போதினி, அமிர்த குண போதினி* முதலிய பழைய போக்குப் பத்திரிகைகள் தேயவாரம்பித்தன. *ஆனந்த விகடன்* தீவிரக் காங்கிரஸ் பிரசாரத்துடன் முற்போக்கான நேர் நடையில் நகைச்சுவை மிகுந்த கதை கட்டுரைகளை வெளியிட்டும், நகைச்சுவைப் படங்கள், அரசியல் கார்ட்டூன் சித்திரங்கள் முதலியவற்றை வெளியிட்டும் வாசகர்களின் ஆதரவை அபரிமிதமாகப் பெற்றது. மிகவும் வேதாந்த பரமாக விளங்கிய *ஆனந்த போதினிக்கும்* நடுத்தரமாக விளங்கிய *அமிர்த குண போதினிக்கும்* புதிய சூழ்நிலையில் ஆதரவு குறைந்தது.

1931 – 32 முதலாகவே *விகடப்* பத்திரிகைகள் யுகம் பிறந்துவிட்டது.

9

நகைச்சுவைப் பத்திரிகைகள்

1931–32 முதலாகவே தமிழ்ப் பத்திரிகை உலகில், *ஆனந்த விகடனது* பிராபல்யத்தினால் விகடப் பத்திரிகைகள் யுகம் பிறந்ததென்றாலும், தமிழ்ப் பத்திரிகை உலகுக்கு நகைச்சுவையும் விகடமும் புதியவையல்ல; *ஆனந்த விகடன்* முதல் விகடப் பத்திரிகையன்று.

தமிழில் பத்திரிகைகள் முதன்முதலாக வெளிவரத் தொடங்கிய பத்தொன்பதாம் நூற்றாண்டின் இறுதியிலேயே, 1886ஆம் ஆண்டு, *மகா விகட தூதன்* என்ற பெயருடன் ஒரு மாதப் பத்திரிகை நகைச்சுவையே நோக்கமாகக் கொண்டு சென்னையிலிருந்து வெளிவந்துள்ளது; தமிழில் மங்காக் கீர்த்தி பெற்ற பத்திரிகைகளில் இது ஒன்று.

மகா விகட தூதனுக்குப் பின், புகழ்மிக்கதாக விளங்கிய *பிரபஞ்ச மித்திரன்* என்ற பத்திரிகை 1898இல் தோன்றியது. இது மறைந்த பின் இதே *பிரபஞ்ச மித்திரன்* என்ற பெயரில் ஒரு மாதப் பத்திரிகையைத் தேசபக்தர் சுப்பிரமணிய சிவம் 1916 முதல் நடத்தலானார். தூத்துக்குடி கலவர வழக்கில் வ. உ. சியுடன் சிறை சென்று, நாலாண்டுகளுக்குப்பின் வெளியே வந்திருந்த சிவம், 1913இல் *ஞானபாநு* என்ற உயர்தர மாதப் பத்திரிகையை இரண்டரை ஆண்டுகள் நடத்தினார். அது நின்று போனதும், *பிரபஞ்ச மித்திரன்* மாதப் பத்திரிகையைத் துவக்கிச் சிறிதுகாலம் சிறப்புற நடத்தினார். அதில், 'பழைய நாரதர்' என்ற புனைபெயரில் அவர் எழுதிய சித்திரங்கள் நகைச்சுவைக்கும் கிண்டல் கேலிக்கும் பெயர் வாங்கின. இந்தப் பத்திரிகையை டாக்டர் பி. வரதராஜுலு நாயுடுவுக்கு விற்றுவிட்டு, 1919இல் *இந்திய தேசாந்தரி* என்ற மாதப் பத்திரிகையை ஆரம்பித்து முன்போல எழுதிவந்தார் சிவம்.

1900ஆம் ஆண்டில் *விநோத விசித்திரப் பத்திரிகை* என்ற இதழ் சென்னையில் வெளிவரலாயிற்று. ஆனால் இது 'அறிவு புகட்டுவதை' முதன்மையாகக் கொண்டிருந்தது.

1915இல் *ஆனந்த போதினி* மாதப் பத்திரிகை வெளிவரலாயிற்று. ஆனால் இது நகைச்சுவைப் பத்திரிகையன்று; பேரானந்தம் என்ற ஆனந்தத்தையே முதலாகக் கொண்டிருந்தது. இதே போல் கொழும்பு விலிருந்து 1921 முதல் வெளிவந்த *ஆனந்த சாகரம்* மாத இதழும் பெயரளவிலேயே நகைச்சுவை ஆனந்தத் தொடர்புள்ளதாக இருந்தது. 1924இல் பாளையங்கோட்டையிலிருந்து வெளியான *ஆனந்த விஜயன்* பத்திரிகையும் இவ்வாறே இருந்தது. அதன்பின், 1926இல் தோன்றியது *ஆனந்த விகடன்* என்ற பத்திரிகை.

அக்காலத்திய விகடங்கள், மாமி – மருமகப்பெண் ஏசல், தாசி வீட்டுக்குப் போகும் மைனர் திண்டாட்டம், பிராமணர் இல்லத்து நகைச்சுவைகள், சாதி சமய நகைச்சுவைகள் முதலியனவே முக்கிய மாகக் கொண்டு விளங்கின. சில உதாரணங்களைச் சுருக்கமாகப் பாருங்கள்:

ஒரு வீட்டுக்கு வேண்டா விருந்தாளி ஒருத்தன் வந்தான். அவனுக்கு உணவளிக்க விரும்பாத வீட்டுக்காரன், தன் மனைவி யுடன் சண்டை போடுவதுபோல ஒரு பொய்க்கூச்சல் போட்டு, அவளை அடித்து மிரட்டுவதுபோலப் பொய்யாக மொத்து மொத்தென்று மொத்தினான். மனையாள் ஓவென்று கதறியழுதாள். தம்பதியரின் கள்ளத்தனத்தைக் கண்ட விருந்தாளி, வந்தவழியே வாசற் பக்கம் போய் விட்டான். விருந்தாளி போய்விட்டானென்ற மகிழ்ச்சியில், புருஷன் ‘என்னடி, பார்த்தாயா! நான் எப்படி அடிக் கிறாப்போல் அடித்தேன்!’ என்று சிரித்தான். ‘நான் மட்டுமென்ன? நான் எப்படி அழுகிறாற்போல அழுதேன் பார்த்தீர்களா?’ என்று மனைவி பதிலுரைத்தாள். வெளியே நடையிலிருந்து ஒரு குரல் கேட்டது. பரணிலிருந்து குதித்த விருந்தாளி, ‘நானும் எப்படி போகிறாற்போல போனேன் பார்த்தீர்களா?’ என்று உள்ளே நுழைந்தான். விடாக்கண்டன் விருந்தாளிக்கு, வேறு வழியின்றி உணவு படைத்தனர் வீட்டார்.

○

ஒரு முகமதியருக்கும் ஒரு கோமுட்டிச் செட்டியாருக்கும் வாய்ச்சண்டை முற்றி ஒருவர்மேல் ஒருவர் கைவைக்கும் நிலை வந்துவிட்டது. சாயபு செட்டியாரின் உச்சிக் குடுமியைப் பிடித்துக் கொண்டுவிட்டான். செட்டியார் உறுமினார். ‘அடே சாயபு, நீ என் குடுமியைப் பிடித்துக்கொண்டாய், போனால் போகிறதென்றுவிட் டேன். என் புனிதமான பூணூலை மட்டும் பிடித்திருப்பாயானால், என்ன செய்திருப்பேன் தெரியுமா?’ என்று. உடனே, சாயபு, ‘அரே என்ன செஞ்சூடுவே!’ என்று செட்டியாரின் குடுமியை விட்டுவிட்டு அவருடைய பூணூலைப் பிடித்துக் கொண்டான். அவ்வளவுதான். அடுத்த விநாடி, செட்டியார் டபக்கென்று குனிந்து பூணூலிலிருந்து தம்மை விடுவித்துக்கொண்டு, ஒரே ஓட்டமாய் ஓடிவிட்டார்.

○

பிராமணர்கள் சந்தியாவந்தனம் செய்ய ஜலம் அவசியம் வேண்டும். இதுபற்றி ஒரு துணுக்கு

அப்பா : ஏண்டா கிட்டு, சந்தியாவந்தனம் பண்ணினே யாடா?

கிட்டு : பண்ணினேன்ப்பா.

அப்பா : எங்கேடா பண்ணினே?

கிட்டு : மேலக் குட்டையிலேப்பா.

அப்பா : (வியப்புடன்) மேலக் குட்டையிலேயா? அதுலே தான் சொட்டுத் தண்ணிகூட இல்லையே?

கிட்டு : (பிரமிப்புடன்) இருக்குன்னு ராமு சொன்னானே!

○

தாசி – மைனர் நகைச்சுவைகள் பெரும்பாலும் கீழ்த்தரமானவை. ஆதலால் அவற்றுக்கு இங்கு உதாரணம் தரவில்லை.

○

விதவைகளைப் பற்றி ஒரு நகைச்சுவை. புருஷனை இழந்ததால் தலைக்கூந்தல் மழிக்கப்பட்ட ஒரு கைம்பெண் மயிர் வினைஞர் மாதா மாதம் சரிவர வருவதில்லை என்று குறைபட்டுக் கொண்டாள். தன் தோழி ஒருத்தியிடம் அவள் முறையிட்டாளாம், 'என் புருஷருக்கு இருந்த செல்வாக்கென்ன, சிறப்பென்ன! நாவிதன் வராமல் நான் இப்படிக் கஷ்டப்படுவதை அவர் பொறுப்பாரா? அவர் மட்டும் இப்போதிருந்தால் நொடியில் நாலு நாவிதரைக் கொண்டு வந்திருக்கமாட்டாரா!'

○

ஸோடா புட்டியை உடைத்துக்கொண்டு வா என்றதும் புட்டியைத் தூள் தூளாக உடைத்துக்கொண்டு வந்தான் வேலைக்காரன் என்ற நகைச்சுவையும் (*Handy Andy* என்ற பழைய ஆங்கில நாவலில் வரும் முட்டாள் வேலைக்காரனது பிரதாபங்களில் ஒன்றான இது, தமிழில் ப. சம்பந்த முதலியாரால் *சபாபதி* என்ற நாடகத்தில் கையாளப்பட்டுள்ளது), எதிரே வரும் மோட்டாரைக் கண்டு மிரளுகிற தன் வண்டி மாடுகளைப் பிடித்துக்கொண்டு, வண்டிக்காரன், 'சாமி, நான் மாட்டை கெட்டியா மிரளாமே புடிச்சுக்கறேன்: நீங்க உங்க வண்டி மிரளாமே பத்திரமா ஓட்டிட்டுப் போங்க!' என்று சொன்ன நகைச்சுவையும் இக்காலத்தவையே.

○

பூதூர் வைத்தியநாத ஐயர் *ஆனந்த விகடனை* சிறிது காலம் நடத்திவிட்டுப் பிறகு அதை எஸ்.எஸ். வாஸனுக்கு விற்றுவிட்டார். *ஆனந்த போதினியில்* விளம்பரம் சேகரிக்கும் வேலை பார்த்துவந்த வாஸன், கிருஷ்ணா ஏஜென்ஸி, ஜெனுவின் வாட்சு கம்பெனி

என்ற 'மெயில் ஆர்டர் பிஸினஸ்'ஸும் செய்து வந்தார். ஒன்றரை ரூபாய்க்கு 317 சாமான்கள் (இவற்றில் குண்டூசியும் ஸேப்டிபின்னும் 200க்கு மேல் இருக்கலாம்!). ஒரு ரூபாய் இரண்டணா விலையில் தங்கம் போன்ற சங்கிலி, மூன்று ரூபாயில் லீவர் கைகடிகாரம், உங்கள் எதிரிகளை வசீகரித்து உங்கள் அடிமையாக்கி வாழ்க்கையில் வெற்றி தரும் மாயமோதிரம் போன்ற சாமான்களைப் பற்றிப் பத்திரிகைகளில் விளம்பரங்கள் போட்டு, தபால் மூலம் விளம்பரம் நடத்தும் இந்த யுக்தி அக்காலத்தில் நல்ல லாபம் தந்துவந்தது. பலதரப்பட்ட திறமைகள் படைத்தவரும், முயற்சி செய்தால் தம்மால் சாதிக்க முடியாததே கிடையாது என்ற தன்னம்பிக்கை மிகுந்தவருமான எஸ். எஸ். வாஸன் *ஆனந்த விகடனில்* துமிலனையும் ரா. கிருஷ்ணமூர்த்தி (கல்கி)யையும் வேலைக்கு அமர்த்தி, மாதப் பத்திரிகையாக இருந்த *ஆனந்த விகடனை* 1932இல் மாதம் இருமுறையாக்கியதும், 1933 மத்தியில் மாதம் மும்முறையாக்கியதும், அதே 1933 நவம்பர் மாதத்தில் வாரப் பத்திரிகை ஆக்கியதும் நாடறிந்த கதை. *ஆனந்த விகடனுடைய* வெற்றி – 1933இல் வாரம் 23 ஆயிரம் பிரதிகளும், 1934இல் வாரம் 30 ஆயிரம் பிரதிகளும் அது விற்கலாயிற்று! – வேறு பல விகடப் பத்திரிகைகள் தோன்றக் காரணமாயிற்று.

ஆனந்த விகடனைத் துவக்கி விற்றுவிட்ட பூதூர் வைத்தியநாத ஐயர் அவர்களே 1928இல் *ஆனந்த விஜய விகடன்* என்ற மாதப் பத்திரிகையை ஆரம்பித்து சொற்ப காலம் நடத்தினார். 1936இல் *விகடச் சக்கரம்* என்ற வாரப் பத்திரிகையை ஆரம்பித்தார். அதுவும் சிறுது காலமே நடந்தது. அதன் பின்னர், 1941இல், *விகட ரத்தினம்* என்ற பத்திரிகையை, சென்னை பத்ரையன் தெருவில் இரத்னம் அச்சக முதல்வர் வி.டி. முனிரத்ன முதலியாரைக் கொண்டு துவக்கச் செய்து அதன் ஆசிரியரானார். ஆனால், பொருள் வசதியும் அச்சக பலமும் கொண்ட இப்பத்திரிகையும் மாறிவிட்ட சூழ்நிலையில் நிலைக்கவில்லை.

10

விகடன் ஆரம்ப காலம்

1933 செப்டம்பர் 1ஆம் தேதியன்று, *ஆனந்த விகடன்* மாதம் இருமுறையாக வெளிவந்துகொண்டிருந்த சமயம், அதன் ஆசிரியர் குழுவில் உதவியாசிரியனாக 'கல்கி', 'துமிலன்', 'தேவ'னுடன், நான்காவது நபராகப் பணிபுரியும் வாய்ப்பு எனக்குக் கிடைத்தது.

பொறாமைப்படத்தக்க வாய்ப்பு.

ஏனென்றால், முதலாவதாக எனக்கு வயது பதினாறு தான்; சிறுவன். இரண்டாவதாக, தமிழ்ப் பத்திரிகை உலகில் *ஆனந்த விகடன்* இணையற்ற கீர்த்தியுடன் விளங்கிவந்தது. மூன்றாவதாக, எஸ். எஸ். வாசனுடைய மேற்பார்வையில், 'கல்கி', 'மாலி' போன்ற மேதைகளுடன் பணிபுரிவது எந்த இளைஞனும் பெருமை கொள்ளத்தக்க அதிர்ஷ்டமேயல்லவா?

நான் சேர்ந்த ஒரு வாரத்திற்குள் 'றாலி'யும் வந்து சேர்ந்தார்.

1933 நவம்பரில் *விகடன்* வாரப்பதிப்பானபோது இருந்தவர்கள் நாங்கள் ஐவராகும். வாரப் பதிப்பு ஆரம்பமானவுடனே ஆர். பார்த்தசாரதியும் வந்து சேர்ந்தார். போகப் போகப் பல சிறந்த எழுத்தாளர்கள் *விகடனை* அலங்கரித்தார்கள்.

'றாலி' 1933 துவக்கத்தில் *விகடன்* நடத்திய முதல் சிறுகதைப் போட்டியில் முதல் பரிசாக 100 ரூபாய் பெற்றவர். சிறந்த சிறுகதை எழுத்தாளர். *விகடனில்* பணி செய்தபின், *ஜெயபாரதி* நாளிதழ், *ஹநுமான்* வார இதழ் ஆகியவற்றில் பொறுப்பாசிரியராக இருந்து கீர்த்தி பெற்றார். 1942இல் சிறை சென்று வந்தார். பிறகு *கதை மலர்* என்ற மாதம் ஒரு புத்தகம் சொந்தத்தில் நடத்தினார். 1948 டிசம்பர் 8ஆம் தேதி தமது 36ஆம் வயதில் காலமானார்.

தமிழ் எழுத்தாளர்களுள் மங்காப் புகழுடன் விளங்கும் 'துமிலன்' தாலுகா கச்சேரியிலும், மிலிடரி

அக்கவுண்ட்ஸ் இலாகாவிலும் வேலை பார்த்துவிட்டுப் பத்திரிகை உலகுக்கு 1928இல் வந்தார். லஜபத்ராயின் சுயசரிதம் அவர் மொழிபெயர்த்து *லோகோபகாரி*யில் வந்தது. பிறகு ஜனாப் அல்ஹஜ் பா. தாவுத் ஷாவின் *தாருல் இஸ்லாம்* தமிழ் மாதப் பத்திரிகையில் சேர்ந்தார். *விகட* னுக்கு நகைச்சுவைக் கதை, கட்டுரைகள் எழுதி, பின்னர் துணையாசிரியருமானார். *விகடன்* வளர்ச்சியில் அவருக்கும் பெரும் பங்கு உண்டு.

ஹநுமான், கலைமகள், கல்கி, தினமணி கதிர் முதலிய பத்திரிகை களிலும் பொறுப்பான பதவிகள் வகித்த 'துமிலன்' சொந்தமாக *சுதாமணி* என்றொரு பத்திரிகையும் நடத்திப் பார்த்தவர். அவரு டைய ஆசிரியப் பொறுப்பில்தான் தமிழ் வாரப் பத்திரிகைகளில் முதன்முதலாக *தினமணி கதிர்* ஒரு லட்சம் பிரதிகளுக்கு மேல் விற்றது. வாழ்க்கையை ஒட்டிய இயற்கையான நகைச்சுவையுடன் கதை, கட்டுரை, நாவல் எழுதுவதில் 'துமிலன்' புகழ்பெற்றவர்.

○

1926இல் பூதூர் வைத்தியநாதையர் என்ற புலவர் ஆரம்பித்த *விகடன்* 1928இல் வாசன் கைக்கு வந்தது. வாசன் சிறந்த நிர்வாகி மட்டுமல்ல; விஷயமறிந்த எழுத்தாளர்; திறன்மிக்க பத்திரிகாசிரி யரும்கூட. ஒன்றரை ஆண்டுகள் அவர் தனியாகத் தாமே பத்திரிகை யின் ஆசிரியப் பொறுப்பை ஏற்று நடத்தினார். *விகடன்* அவர் கையில் பற்பல புதிய அம்சங்களுடன் புதுப் பொலிவு பெற்றது. விற்பனை படுவேகத்தில் அதிகரித்தது.

வாசன் செய்த மாற்றங்களில் முக்கியமானது பழைமையின் வாடையை நீக்கிக் காலத்துக்கேற்ற புதுமை சேர்த்ததேயாகும். 'விகட விநாயக'ருக்குப் பதில் பாரத மாதா தோன்றினாள்; 'விகட விநாயகர் துதி'க்குப் பதிலாக "எல்லோரும் இன்புற்றிருக்க நினைப்பதுவேயல் லாமல் வேறொன்றறியேன் பராபரமே" என்ற வேதாந்தப் பாடல் நகைச்சுவைப் பத்திரிகையின் லட்சிய வாசகமாகியது. வாசனது திறனை விளக்க இது ஒன்றே போதும்! எவ்வளவு பொருத்தமான பாடலை வாசன் தேர்ந்தெடுத்துவிட்டார்!

வாசன் செய்த இரண்டாவது புதுமை, நல்ல நகைச்சுவை எழுத்தாளர்களைக் கண்டுபிடித்து ஊக்கியதாகும். அவர் *விகட*னை ஏற்ற ஆறு மாதத்துக்கெல்லாம் ரா. கிருஷ்ணமூர்த்தி என்ற இளைஞர் அவரைத் தேடி, நெல்லையப்ப பிள்ளையின் சிபாரிசுடன் வந்தார். நம் நாட்டில் நகைச்சுவை போதவில்லை என்று தலையங்கமே எழுதிய வாசன், கிருஷ்ணமூர்த்தியின் நகைச்சுவைக் கட்டுரைகளை விரும்பி, வரவேற்று, நல்ல சன்மானமளித்து ஊக்கி, 'கல்கி' என்ற சிறந்த எழுத்தாளர் உருவாக உதவினார்.

இதேபோல, 'துமிலன்' என்ற ந. ராமஸ்வாமியையும் ஊக்கப் படுத்தி, அவரும் *விகட*னில் தொடர்ந்து எழுத வகை செய்தார். இயற்கையாக, வாழ்க்கையை நகைச்சுவையாக எழுதுவதில் தேர்ந்த

‘தூமிலன்’, சிறிது காலத்தில் *விகடன்* அலுவலகத்தில் முதல் உதவி யாசிரியராக வந்துசேர்ந்தார்; பிறகு துணையாசிரியருமானார். வெளியிலிருந்து ‘கல்கி’யும், அலுவலகத்தில் வாசனும் ‘தூமில’னுமாகப் பத்திரிகையில் தலையங்கம் முதல் விமரிசனங்கள் வரை எல்லாவற் றிலுமே நகைச்சுவையைக் கலந்து தமிழ் மக்களை மகிழ்வித்தார்கள்.

‘விகடன் பேச்சு’ என்ற பகுதியில் தரமான துணுக்குகள் வந்தது போதாதென்று, ‘நேயர்கள் விகடம்’ என்ற பகுதியையும் துவக்கி, இதழ்தோறும் சிறந்த நேயர் விகடத்துக்கு *3* ரூபாய் பரிசளித்தார்கள். இருபது ரூபாய் மாதச் சம்பளம் என்றிருந்த அக்காலத்தில் மூன்று ரூபாய் கணிசமான தொகை.

‘ஆசிரியர் பதில்’, ‘சின்னஞ்சிறு தமாஷ்’, ‘துக்கடா’, ‘பொறுக்கு மணிகள்’, ‘பொன் மொழிகள்’, ‘என்ன? எங்கே? எப்பொழுது?’, ‘திரட்டுப்பால்’ முதலிய தலைப்புகளில் நகைச்சுவையுடன் பல விஷயங்கள் வந்தன. இவை தவிர, ஹாஸ்யச் சித்திரங்களும், நகைச் சுவைக் கதை, கட்டுரைகளும் எங்கே திருப்பினாலும் தென்பட்டன.

*விகடனு*க்காக வாசன் கண்டெடுத்த முதல் சித்திரமணி சி. வி. மார்கன் என்று ஆங்கிலத்தில் கையெழுத்திட்டுவந்த சி. வி. மார்க்க பந்து ஆகும். தமிழ்நாட்டு மணம் கமழ, தமிழ் மக்களைத் தமிழ் மக்களாகவே அற்புதமாய்ச் சித்திரிக்கும் அருந்திறன் பெற்றிருந்தவர் மார்கன். அந்நியவாடையே அவரது படங்களில் இராது. சாதாரண கோடுகளைக் கொண்டே உயிர்த்துடிப்புள்ள ஆண் பெண், சிறுவர் சிறுமியரைத் தோற்றுவித்து விடுவார்.

ஆரம்பத்தில் மார்கனே அரசியல் கார்ட்டூன்களும் வரைந்து வந்தார். தலைவர்களை அவர் நேரில் பார்த்திருக்க மாட்டார், உடல் நலக் குறைவால். போட்டோக்களிலிருந்துதான் வரைவார். ஆனால் நேரில் பார்த்து எழுதியது போலப் படங்கள் இருக்கும்.

‘மாலி’ என்ற மகாலிங்கம், முதலில் பம்பாய் *ஃப்ரீ ப்ரெஸ் ஜர்னல்* ஆங்கில நாளிதழில் கேலிச்சித்திரங்கள் வரைந்துவந்தார். அப்பத்திரிகையின் முதல்வர் எஸ். சதானந்து சென்னை *இந்தியன் எக்ஸ்பிரஸ்*ஸை வாங்கியபோது, ‘மாலி’யின் படங்கள் *எக்ஸ்பிரஸ்*ஸிலும் வெளிவந்தன. பிறகு, வாசன் அவரைத் தமது *விகடனு*க்காக முழு நேரச் சித்திரக்காரராக அமர்த்திக்கொண்டார்.

○

‘மாலி’யின் உயிர் ததும்பும் படங்கள் *விகடன்* மூலம் தமிழ் மக்களின் உள்ளங்களைக் கொள்ளை கொண்டன. *விகடன்* மாதம் மும்முறையாக *1933*இல் நடந்தபோது, முதன்முதலாக மேலட்டை யில் இதழ்தோறும் புதுப் புதுப் படங்கள் போடுவதென்ற ஏற்பாடு வந்தது. உள்ளே ‘கர்நாடகம்’ என்ற பெயரில் கல்கி எழுதிவந்த ‘ஆடல் பாடல்’ சங்கீத விமரிசனப் பகுதிக்கென ‘மாலி’ போட்ட அரியக்குடி, செம்பை, மகராஜபுரம் முதலிய சங்கீதமணிகளின்

படங்கள் மேலட்டையிலும் வந்து இசைப்பிரியர்களின் அமோக ஆதரவைப் பெற்றன. சங்கீத சபைக்காட்சிகள், சங்கீத வித்வான்களின் உருவங்கள் முதலியவற்றை வரைவதில் 'மாலி'க்கு இணை அவரே.

'மாலி' பேனாவால் படம் வரையமாட்டார். அவருடையது ப்ரஷ் உபயோகித்துத் தீட்டப்பட்ட சித்திரங்கள். 'காரிகேச்சர்' என்ற மிகைப்படுத்திய உருவச் சித்திரங்களில் 'மாலி' பிரமாத வெற்றிபெற்றார்.

அரசியல் கார்ட்டூன்களுக்குத் தாமே கருத்துத் தேடி வரைந்து கொடுக்கும் அளவு தேர்ந்த அரசியல் ஞானமுள்ளவர் அவர். ஆனால், ஆசிரியர் 'கல்கி'யின் தீர்ப்பே முடிவானதால், 'மாலி' வாரத்துக்குத் தேவையான முழுப்பக்க, அரைப்பக்க கார்ட்டூன்களுக்காக நிறையப் படங்களைப் 'பென்ஸில் ஸ்கெட்ச்' ஆகப் பென்ஸிலில் வரைந்து கொடுப்பார். அவற்றில் திருப்தியானவற்றை ஆசிரியர் தேர்ந்தெடுத்ததும், தேர்ந்தெடுக்கப்பட்டவற்றை மையால் எழுதித் தருவார்.

கார்ட்டூன் போட வேண்டிய நாட்களில் காலை 9.30 மணிக்கு வந்து, பென்ஸிலால் வரைந்த கார்ட்டூன்களை என்னிடம் ஒப்படைத்துவிட்டு 'மாலி' வெளியே போய்விடுவார்.

பகலில், ஆசிரியர் 'கல்கி' வந்ததும் அப்படங்களைக் காட்டி, அவர் தேர்ந்தெடுப்பதை மாலையில் 'மாலி'யிடம் தருவது என் வேலை. 'மாலி' தேர்ந்தெடுக்கப்படாத படங்களை உடனே கிழித்தெறிந்து விடுவார். தேர்ந்தெடுக்கப்பட்டவற்றை நொடியில் மை தீட்டித் தந்துவிடுவார்.

'மாலி'யின் பென்ஸில் படங்களில் மாறுதல் செய்தால் நன்றாயிருக்குமே என்று 'கல்கி' சில சமயம் விரும்புவார். ஆனால், அதை நேரில் சொல்லமாட்டார்! என் மூலமாக, சொல்லும்படி பணிப்பார். நான் 'மாலி'யிடம் இதைத் தெரிவிப்பேன். 'அப்படிச் சொன்னாரா?' என்று சொல்லி, அவருக்காக ஆசிரியர் சொன்ன மாறுதல் சரி என்று படுவதை உடனே ஏற்பார்.

'மாலி' வண்ணப்படங்களிலும் தமது கேலிச்சித்திரங்களை வரைவார். அவற்றில் சில *விகடன்* சாதாரண இதழ் மேலட்டைகளிலும் தீபாவளி மலர்களிலும் வெளிவந்துள்ளன.

'ப்ரபோர்ஷன்', 'பெர்ஸ்பெக்டிவ்' என்பவை அவரிடம் சற்றுக் குறைவு. ஆனாலும், என்னமாய் உருவச் சித்திரங்கள், முக்கியமாக முகங்களும் செயல் நிலைப்படங்களும் வரைவார்! இதை அவரது படங்களைப் பார்த்துத்தான் தெரிந்து கொள்ள முடியும்! அதில் அவர் நிகரற்ற மேதை.

'மாலி' போட்டோ பிடிப்பதிலும் ஆர்வம் கொண்டிருந்தார். ஆனால் அந்தக் காலத்தில் மின்சார 'ப்ளாஷ்' கிடையாது. 'மாலி'

இருக்கிற ஒளியில் படமெடுப்பார். அப்படி அவர் எடுத்த படங்களில் வீணை தனம் படம் தலை சிறந்தது. பிற சங்கீத வித்வான்களின் படங்களும் நன்றாக 'ஆக்ஷன் பிக்சர்ஸ்' ஆக அமைந்திருந்தன. இவை யாவும் *விகட*னில் வந்து வாசகர்களை மகிழ்வித்தன.

படமெடுக்கவென்றே 'மாலி' இரண்டு குரங்குகளையும், வேறு சில வளர்ப்பு மிருகங்களையும் வளர்த்தார். அந்தக் குரங்குகளின் சேஷ்டைகளை அவர் எடுத்த படங்களும் *விகட*னில் வந்தன.

'கல்கி'யும் 'மாலி'யும் *ஆனந்தவிகட*னின் இரு கண்கள் என வாசன் கருதினார். அவ்வாறே, 'கல்கி' மறைந்த சமயம் வாசன் விகடனில் எழுதிய கட்டுரையிலும் குறிப்பிட்டுள்ளார். ஆசிரியர் 'கல்கி'க்கு இணையான அந்தஸ்து ஓவியரான தமக்கும் வேண்டுமென்று 'மாலி' விரும்பினார். 'கல்கி' எழுதிய 1936ஆம் ஆண்டு 'ஆடல் பாடல்' பகுதிகளில் 'மாலி'யின் படங்களும் வந்ததால், 'ஆடல் பாடல்' – 'கர்நாடகம்' – 'மாலி' என்று இருவர் பெயரும் இணைந்து வெளியாயின.

'மாலி' *விகட*னில் பல இளைஞர்களை ஓவியர்களாக்கினார். 'கோபுலு', 'சில்பி', 'சிவம்' முதலியோருக்கு 'மாலி'யின் பாணி பிடிபட்டது. பிறகு கோபுலு பிற ஓவியத் துறைகளிலும் விற்பன்னரானார்.

○

வாசன் *விகட*னை 1928இல் மேற்கொண்டவுடனேயே பத்திரிகையின் பக்கங்களை 64ஆக உயர்த்தி, ஆண்டுச் சந்தாவை இரண்டு ரூபாயிலிருந்து ஒரு ரூபாயாகக் குறைத்தார். துணிச்சலான காரியம்!

அது மட்டுமல்ல; செலவுக்கு அஞ்சாமல், 'நேயர் விகட'த்துக்கு இதழ்தோறும் 3 ரூபாய், குறிப்பிட்ட விஷயம் பற்றிச் சிறந்த சிறுகதைக்கு 10 ரூபாய், அதிர்ஷ்ட எண்கள் உள்ள பிரதிகளுக்கு மொத்தம் 500 ரூபாய், விளம்பரங்களில் வரும் வாசகங்களைக் கொண்டு அமைக்கப்பட்ட 'சொற் புதி'ருக்கு 25 ரூபாய் என்றெல்லாம் வாசகர்கள் பத்திரிகையுடன் நெருங்கித் தொடர்புகொள்வதற்கான பல அம்சங்களை உருவாக்கினார்.

தமிழ்நாட்டில் முதல்முறையாக ஒரு சிறுகதைப் போட்டியை நடத்தியவரும் அவரே. 1933இல் நூறு ரூபாய் முதற்பரிசுடன் நடந்த இந்தப் போட்டியில் 'றாலி' முதற்பரிசு பெற்றார். இரண்டாவது பரிசு பி. எஸ். ராமையா பெற்றார். மூன்றாவது பரிசு, ரா. ஸ்ரீ. ஸ்ரீகண்டன் பெற்றார்.

*ஆனந்த விகட*னில் முதல் தொடர்கதை எழுதிய பெருமை எஸ். எஸ். வாசனையே சாரும். பத்திரிகையைத் தாம் மேற்கொண்டதும், 'இந்திர குமாரி' என்ற தொடர்கதையை எழுதினார் வாசன். வேறு சில நாவல்களும் அவர் எழுதியுள்ளார்.

விகடன் நகைச்சுவைப் பத்திரிகையென்றாலும், ஆதி முதலே தமிழ் இலக்கியத்துக்கு அது சிறப்பான இடம் தந்துவந்துள்ளது.

வாசன் கண்டுபிடித்த முதல் இலக்கியப் பொக்கிஷம் பி. ஸ்ரீ. ஆச்சாரியா என்ற தமிழறிஞராவார். ஆரம்ப காலத்தில் 'கலை விநோதன்' என்ற பெயரில் பி. ஸ்ரீ. எழுதிய 'இலக்கியப் பூஞ்சோலை' யும் 'ஆனந்தப் பூங்காவன'மும் வந்தன. பிறகு, 'கம்ப சித்திரம்' என்ற தொடர் நெடுநாள் வந்தது. இதற்கு ஏ.கே. சேகர் வரைந்த சித்திரங்கள் அற்புதமாயிருந்தன.

இதன்பின் ஆழ்வார்கள், நாயன்மார்களின் பக்திப் பாடல்கள் பற்றி இரண்டு தொடர்கள் எழுதிவந்தார் பி. ஸ்ரீ. மற்றும் *விகடன்* வாரப் பதிப்பான சமயம், மேலட்டையில் இலக்கியக் காட்சிகளும் அவற்றுடன் இலக்கிய வரிகளும் வெளியாயின. அப்போது பி.ஸ்ரீ. தனிப் பாடல்கள், முத்தொள்ளாயிரம், குற்றாலக் குறவஞ்சி, முக்கூடற் பள்ளு முதலியவற்றிலிருந்து வரிகள் தேர்ந்தெடுத்து, சித்திர விளக்கமும் எழுதிக் கொடுத்தார்.

○

தீபாவளி மலர்கள் வெளியிடும் வழக்கம் 1928இல் தோன்ற வில்லை. டிசம்பரில் ஆண்டு மலர்கள் வெளியிடுவது அக்காலத்திய மரபு. அதன்படி, 1928இன் இறுதியிலும் அதற்கடுத்த ஆண்டுகளிலும் விகடன் அளவில், நல்ல வெள்ளைத் தாளில் 80 பக்கம் கொண்ட *ஆனந்த விகடன் ஆண்டு மலர்கள்* வெளிவந்தன. சிறந்த கதை, கட்டு ரைகள் இருந்த இம்மலர்கள் விலை கால் ரூபாய் (நாலணா).

வெளி விளம்பரங்கள் பத்திரிகையின் விஷயப் பக்கங்களில் போடப்படாத காலம் அது. அலுவலகத்தின் அறிவிப்புகளே கால் பக்கம் அல்லது குறைவான அளவில் கட்டம் கட்டி வெளியிடப்பட் டிருக்கும். வெளி விளம்பரங்களும் வாசனது வி. பி. பி. வியாபார விளம்பரங்களும் இதழுக்கு 32 பக்கங்கள் வெளிவரும்.

மேலட்டை டிராமா நோட்டீஸ் காகிதத்தில், அழுத்தமான பச்சை வர்ணத்தில் இருந்தது. கண்ணைப் பறிக்கும் பச்சை. அதில் பூப்போட்ட பார்டர். உள்ளே ஆனந்த விகடன் என்ற பெயர். நடுவே கொடியேந்திய பாரத மாதா படம். அதன் கீழே 'வந்தே மாதரம்' என்ற வாசகம். மேலட்டையில் படமோ, துணுக்கோ, விளம்பரமோ கிடையாது.

இந்தப் பச்சை அட்டை காரணமாக ஒரு வழக்கும் நடந்தது. நெடுங்காலமாகப் பச்சை அட்டையுடன் வந்துகொண்டிருந்த *ஆனந்த போதினி* பத்திரிகையின் அதிபர் முனுசாமி முதலியார் *விகடன்* அதே போன்ற பச்சை அட்டையுடன் வருவதை ஆட்சே பித்தார். இதற்கு முக்கிய காரணம் *ஆனந்த போதினி*க்குப் போட்டி யாக முனுசாமி முதலியாரின் பங்காளி தி. இராஜகோபால முதலியார் *ஆனந்த குண போதினி* என்ற ஒரு புது தமிழ் மாதப் பத்திரிகை தொடங்கியதே!

ஆனந்த குண போதினி மீது (தமது பங்காளி மீது) வழக்குப் போட்ட முனுசாமி முதலியார் தமது நண்பர் வாசனையும்

எச்சரிக்க வேண்டிவந்தது. வாசன் உடனே பச்சை அட்டையை நீக்கிவிட்டு, வெளிர் ரோஜா அட்டை போட்டு *விகடனை* அனுப்ப லானார். *விகடனுடைய* வெளிர் ரோஜா அட்டை ஓராண்டே இருந்தது; பிறகு வாரப் பத்திரிகையானபோது வெள்ளை ஆர்ட்தாள் அட்டை வந்துவிட்டது.

வாசன் வாங்கியபோது மாதம் 1000 பிரதிகளுக்கும் குறைவாக விற்பனையாகிக் கொண்டிருந்த *விகடன்* இரண்டாண்டுகளில் மாதம் 10,000 பிரதிகள் விற்றது! அதே 1930ஆம் ஆண்டு முடிவில் மாதம் 15,915 பிரதிகள் விற்பனையாயின.

1932 ஜனவரியில் *விகடன்* மாதம் இரு முறையாகி, மே மாதத்தி லிருந்து சில காலம் மாதம் மும்முறையாக, ஆங்கிலத் தேதி 1, 10, 20இல் வெளி வந்தது. இதழ் தோறும் 20,000 பிரதிகள் விற்பனை! 1932 நவம்பரில் வாரப்பத்திரிகையானபோது இதழ்தோறும் விற்பனை 45,000 பிரதிகள்! அதன்பின் மேன்மேலும் அதிகம்!

மாதமிருமுறையானதை முன்னிட்டு 'தேவன்' என்ற ஆர். மகா தேவன் *விகடன்* உதவியாசிரியராக எடுத்துக்கொள்ளப்பட்டார். 'மைனர் ராஜாமணி' என்ற (சிறுவனைப் பற்றிய) நகைச்சுவைக் கதையினால் புகழ்பெற்றுப் பத்திரிகை உலகிற்கு வந்தவர் 'தேவன்.' 'தேவன்' பிற்காலத்தில் பல சமூக நாவல்களையும், 'துப்பறியும் சாம்பு' என்ற கதைத் தொடரையும் எழுதிப் புகழ் பெற்றார். *விகடன்* பொறுப்பாசிரியராகவும் இருந்தார்.

இதே சமயம், டி. ஸ்ரீநிவாஸ ராவ் என்ற அனுபவம் உள்ள பத்திரிகையாளரும் எடுத்துக்கொள்ளப்பட்டார். ஆனால், அவர், போட்டிப் பந்தய இலாகாவில் உதவியாளராக வேலை பார்த்தார்.

1933–34இல் 'நாரதர்' என்ற புதிய வாரப் பத்திரிகையை வாசன் தொடங்கியபோது அதன் பொறுப்பும், போட்டிப் பந்தயங்களை முன்னிட்டு *விகடன்* அகராதியைத் தயாரிக்கும் பணியும் ஸ்ரீநிவாஸ ராவிடம் போயிற்று. ராவுஜி என்ற பெயரில் *விகடனுடைய* போட்டோக்காரராகவும் அவர் விளங்கினார். *விகடனிலிருந்து* விலகிய சமயம் *நாரதர்* பத்திரிகையை வாசனிடமிருந்து பெற்று, தமது கடைசி நாள் வரை அவர் நடத்திவந்தார்.

1928இல் ஒரு பத்திரிகை தமது கையில் வந்துசேர்ந்ததும், அது சிறப்பாக நடக்கச் சொந்தத்தில் ஒரு அச்சகம் வேண்டுமென்பதை உணர்ந்திருந்த வாசன், விரைவில் அதற்கான ஏற்பாடுகளைச் செய்து முடித்தார். *ஆனந்த விகடன்* அலுவலகம், அச்சகம், தமது வி. பி. பி. வியாபாரம், குடியிருப்பு எல்லாவற்றிற்கும் சேர்த்து, பார்க் டவுனில் 244, தங்கசாலைத் தெருவில் விசாலமான பெரிய வீட்டை எடுத்துக் கொண்டார்.

வீட்டின் கீழ்ப் பகுதியில், திண்ணையைத் தாண்டி நுழைந்த வுடன் இரு அறைகள்: ஒன்றில் *விகடன்* ஆசிரியக்குழு இருந்தது;

மற்றதில் சித்திரக்காரர் மார்கன் இருந்தார். உள்ளே முற்றத்தை ஒட்டிய நீண்ட கூடத்தில் அச்சகமும் வாசனது மேஜையும் இருந் தன. பின்புறம் பைண்டிங் இலாகாவும், வி. பி. பி. இலாகாவும் இருந் தன. வீட்டு மாடியில் இரண்டு அறைகளில் வாசன் குடியிருந்தார்.

கிழக்குப் பார்த்த இந்த வீட்டில் முன்புறம் மொட்டைமாடி இருந்தது. அதன் கைப்பிடிச் சுவர்களில், தெருப்பக்கம் 'வாசன் புத்தகசாலை' என்ற பெயர் நீல வண்ணத்தில் பெரிய எழுத்துக்களில் தீட்டப்பட்டிருந்தது. 1960கள் வரை அந்த நீல நிற எழுத்துக்கள் மேலே பூசிய வெள்ளையையும் மீறித் தெரிந்து வந்தன. பிற்பாடு வீட்டின் முகப்பு மாறிவிட்டது.

*விகட*னைத் தவிர *ஆனந்த வாஹினி* என்ற தெலுங்கு மாதப் பத்திரிகையையும், *தி மெர்ரி மாகஸீன்* என்ற உயர்தர ஆங்கில மாதமிருமுறை நகைச்சுவைப் பத்திரிகையையும்கூட வாசன் துவக்கினார்.

தெலுங்குப் பத்திரிகையை வி. காளிதாஸ் என்ற தெலுங்கர் பார்த்துக் கொண்டிருந்ததாகத் தெரிகிறது. இதில் வந்த ஒரு விஷயத்துக்காக 1930இல் 2,000 ரூபாய் ஜாமீன் கட்ட வேண்டுமென அரசாங்கம் உத்தரவிட்டது. ஜாமீன் கட்டாமல் *வாஹினி, விகடன்* இரண்டையும் இரண்டு மாதம் நிறுத்திவிட்டார் வாசன். பிறகு *விகடன்* மட்டும் தொடர்ந்து வெளிவரலாயிற்று.

தி மெர்ரி மாகஸீன் 1933 ஜனவரி 15ம் தேதி வெளிவந்தது. தங்கசாலைத் தெருவில் இருந்தபோதே இதை வாசனுடைய நெருங்கிய நண்பரும் வக்கீலுமான எஸ். சிங்கம் ஐயங்கார் என்ற சிறந்த எழுத்தாளர் பார்த்துக்கொண்டிருந்தார். இது 1936 வரை நடந்தது. இதில் டி. சுந்தரவரதன் என்ற நாவலாசிரியர், 'டெய்ஸ்வி' என்ற புனைபெயரில் 'பாலா, தி பாட் வுமன்' (*Bala, the bad woman*) 'தேவி, தி டான்ஸர்' (*Devi, the dancer*) என்ற மறக்கவொண் ணாத தொடர்கதைகளை எழுதிவந்தார். வி. ஸி. கோபாலரத்னம், பி. பி. ஸாமுவேல், பி. ஆர். ராம ஐயங்கார் முதலிய சிறந்த எழுத் தாளர்களும் பல புதிய எழுத்தாளர்களும் இதில் எழுதிவந்தார்கள்.

சிங்கம் ஐயங்கார் 1935இல் இதைவிட்டுச் சென்றபோது கொஞ்ச நாள் சுந்தரவரதனும், கொஞ்சநாள் மாலியும் இதன் ஆசிரியப் பொறுப்பை ஏற்றிருந்தார்கள். வனமாலி, பி. பிரஸாத், கே. ஏ. பத்மநாபன், எஸ். கிருஷ்ணா என்ற உதவியாசிரியர்களும், எஸ். விஜயம் என்ற சித்திரக்காரரும் இதில் இருந்தனர். கீர்த்தியில் உயர்ந்திருந்தாலும், பெரிய அளவில் சிறப்பாகத் தயாரித்து வெளி யான *மெர்ரி மாகஸீ*னுக்கு விளம்பர ஆதரவு போதுமானபடி கிடைக்கவில்லை. நஷ்டம் அதிகமாகவே வாசன் 1936இல் இதை நிறுத்திவிட்டார்.

○

1938இல் மார்கன் மறைந்து போனார். மாலி, சேகர், வர்மா, ஏவி, ராகவன் முதலிய சித்திரக்காரர்களின் படங்கள் *விகடனை* அலங்கரித்தன. லட்சணமான கதாநாயகிகளையும், நுணுக்கமான வேலைப்பாட்டுடன் வரையப்பட்ட மாடமாளிகைகளையும் வரைவதில் புகழ்பெற்ற ஏ.கே. சேகர், பிற்காலத்தில் சினிமா உலகில் சிறந்த ஆர்ட் டைரக்டராக விளங்கினார். வர்மாவும் ஏ.வி. ராகவனும் *விகடனில்* ஏராளமான சித்திரங்கள் போட்டிருக் கிறார்கள்.

1933இல் நான் சேர்ந்தபோது பிராட்வேயில் இருந்த அலுவல கத்தில் உள்ளே நுழைந்ததும் கணக்கு இலாகாவும், இடதுபுறம் சர்க்குலேஷன் இலாகாவும் இருந்தன. போட்டிப் பந்தயத்துக்கு விடை அனுப்பும் கடைசி நாட்களில் தேர்த் திருவிழா போல வாசகர்களது கூட்டம் நெரிக்கும். கணக்கு இலாகாவில் அக்கவுண் டண்டாக எஸ். ஆர். வாஞ்சிநாதய்யரும், அவரது உதவியாளராக டி. வி. வைத்தியநாதனும், பிறகு எஸ். ஆர். சீனிவாஸனும், காஷியராக கோபாலாச்சாரியாரும் இருந்தனர். எம். குப்புசாமிப் பிள்ளை சர்க்குலேஷன் இலாகாவைக் கவனித்து வந்தார்.

விளம்பர இலாகா 1933இல் புதிதாகத் துவக்கப்பட்டபோது டி. சதாசிவம் விளம்பர மானேஜராக வந்தார். அவருக்கு உதவியாள ராக என். சீனிவாசன் பணிபுரிந்தார். விளம்பரத் திறனில் சதாசிவ மும் சூரர். *விகடன்* 45,000 பிரதிகள் விற்று முதலிடம் வகித்த சமயம், இரு லண்டன் பத்திரிகைகளில் "நிகரற்று விளங்கும் *விகடனில்* உங்கள் விளம்பரங்கள் வருகின்றனவா?" என்ற கேள்வி யுடன் முழுப் பக்க விளம்பரங்களை வெளியிட்டார். பெரிய பெரிய பிரிட்டிஷ் கம்பெனிகளெல்லாம் தங்கள் இந்திய அலுவலகங் களைக் குடைந்தன; அவற்றின் பிரதிநிதிகள் ஓடோடி வந்து *விகடனுக்கு* விளம்பரம் தந்தார்கள்!

அச்சகம் உள்ளே பெரிய ஹாலில் இருந்தது. ஒரு கிளி பிரஸ்ஸும், நான்கு ஃப்ளாட்–பெட் அச்சியந்திரங்களும் இருந்தன. அவை மணிக்கு 2,000 பிரதிகள் அடித்தால் அதிகம். அச்சகத்தில் ஃபோர்மனாக, எப்போதும் அடக்கமாக, சாந்தத்துடன் விளங்கிய மாணிக்க நாயகரும், மெஷின்மன்களில் முதன்மையானவராகப் பாலசுந்தரமும் இருந்தனர். தக்ஷிணாமூர்த்தி என்ற அச்சுக்கோப்பவர் *நாரதர்* பத்திரிகையின் ஃபோர்மனாக இருந்தார்.

கணக்கிலாகாவைத் தாண்டி, அகன்ற படியிலேறி மாடிக்குச் சென்றால் முன்னால் ஒரு சின்ன ஹால் உண்டு. இந்த ஹாலில், ஒரு தடவை கல்கி கிருஷ்ணமூர்த்தியின் ஏற்பாட்டில் மதுரையி லிருந்து கட்டுக் குடுமியுடன் வந்த மணி என்ற இளைஞர் கச்சேரி செய்தார். மதுரை மணியின் முதல் சென்னைக் கச்சேரி அதுதானோ தெரியாது. கல்கி தமது 'ஆடல் பாடல்' பகுதியில் மணியைச் சிலாகித்து எழுதினார்.

மாடி முன்ஹாலிலிருந்து சில படிகள் ஏறி உள்ளே சென்றால் ஒரு பெரிய ஹால் இருக்கும். அதன் இரு ஓரங்களிலும் மரப் பலகையால் அறைகள் உண்டாக்கப்பட்டிருந்தன. வலதுபுறம் முதல் அறையில் 'ப்ரொப்ரைட்டர்' வாசன் இருப்பார். அதையொட்டிய அறையில் 'மாலி'. கடைசி அறையில் உதவியாசிரியனான நானும் டெலிபோன் ஆபரேட்டரும் (ஆண்தான். ஆங்கிலோ இந்தியர்) இருந்தோம். பிறகு அதே அறையில் வர்மாவும் ராகவனும் இடம் பெற்றனர்.

வலதுபுறம் இரண்டே அறைகள். முதல் அறையில் 'கல்கி' கிருஷ்ணமூர்த்தி. அடுத்த அறையில் துணையாசிரியர்கள் 'துமிலன்', ஆர். பார்த்தசாரதி, உதவியாசிரியர்கள் 'தேவன்', 'றாலி' ஆகியோர் இருந்தார்கள்.

இந்த முன் ஹாலுக்குப் பின்னால் ஒரு பெரிய அறை இருந்தது. அதில் டி. ஸ்ரீநிவாச ராவின் போட்டிப் பந்தய இலாகா இருந்தது. ஸ்ரீநிவாச ராவுக்குத் துணையாக இருந்தவர்களில் டி. ஸி. சக்கரவர்த்தியும் மல்லிகேசுவரனும் குறிப்பிடத்தக்கவர்கள்.

விகடன் வாரப்பத்திரிகை ஆனதும் அதில் எழுதிவந்த எழுத்தாளர்கள் எண்ணிக்கையும் பிரமாதமாக அதிகரித்தது. *விகடனில்* எழுதாத எழுத்தாளர்களே இல்லை எனலாம். ஆயினும், அக்காலத்தில் *விகடன்* மூலமாகப் பெயரெடுத்தவர்கள் : 'குமுதினி', 'குகப்பிரியை', 'சூடாமணி', 'கொனஷ்டை', 'பரதன்', 'நாடோடி', 'கதிர் வெங்கட்ராமன்', 'வஸந்தன்', 'சசி', அ. கோபாலரத்னம், வி. ஸி. கோபாலரத்னம், 'ராஜி', த. நா. குமாரஸ்வாமி, த. நா. ஸேனாபதி, 'சுந்தர்', 'சுகி', மீ. ப. சோமசுந்தரம், ஆரியூர் வ. பதுமநாபப் பிள்ளை, யோகாசன சுந்தரம் ('ஆனந்த ரகசியம்' தொடர்).

ராஜாஜி, வ. ரா., மகாகனம் சாஸ்திரிகள், டி. கே. சி., பெ. நா. அப்புஸ்வாமி ஐயர் முதலிய பெரியவர்களும் *விகடனில்* ஆரம்ப காலத்திலேயே எழுதி அதற்குப் பெருமை கூட்டியிருக்கிறார்கள்.

ஆனந்த விகடன் உண்மையில் ஒரு தமிழ் வளர்ப்பு இயக்கமாகவே இருந்து வந்துள்ளது என்பது வரலாற்று உண்மை.

இன்னும் எத்தனையோ *விகடன்கள்* இருந்துள்ள போதிலும், அவையெல்லாம் காலப்போக்கில் மறைந்துபோக, இன்று *ஆனந்த விகடன்* மட்டுமே எஞ்சி நிற்கிறது. முன்பும் சரி, இப்போதும் சரி 'விகடன்' என்றால் *ஆனந்த விகடனையே* குறிக்கும். இது ஒன்று போதும் *விகடனது* புகழைப் பறைசாற்ற!

11

விகடப் பத்திரிகைகள் யுகம்

ஆனந்த விகடனது வெற்றியால் ஏற்பட்ட நகைச்சுவை மறுமலர்ச்சி 1927, 28 ஆண்டுகளிலேயே தோன்றி விட்டதெனலாம். *ஆனந்த* என்றோ, *விகடன்* என்றோ பத்திரிகையின் பெயருடன் சேர்ப்பது இக்காலத்தில் சகஜமாகி வந்தது. *ஆனந்த விகடனை* ஆரம்பித்த பூதூர் வைத்தியநாதய்யரே *ஆனந்த விஜய விகடன், விகடச் சக்கரம், விகட ரத்தினம்* என்ற பெயர்களில் புதுப்புதுப் பத்திரிகைகளை வெளியிட்டதை ஏற்கெனவே கண்டோம்.

1928இல் திருத்தங்கல் என்ற ஊரிலிருந்து பொ. அ. அய்யப்ப செட்டியார் என்பார் *தமிழானந்த போதினி* என்ற மாதப் பத்திரிகையை ஆரம்பித்தார். 1928இல் *ஆனந்த ஜோதிடன்* என்றொரு பத்திரிகை கோவையில் தலைகாட்டியது. கோவைப் பத்திரிகையில், பிற்காலத்தில் *குண்டூசி* என்ற புனைபெயரில் சினிமா எழுத்தாளர், பத்திராசிரியராகப் பெயர் பெற்ற பி. ஆர். எஸ். கோபால் எழுத்துலகத்தில் பிரவேசித்தார்.

இக்காலத்தில் தோன்றிய பிற விகடப் பத்திரிகைகள், *குமார விகடன், விநோதன், பிரசண்ட விகடன், பிரதாப விகடன், விசித்திரன்* முதலிய மாத ஏடுகளாகும். இவற்றுள் *குமார விகடன், பிரசண்ட விகடன், விநோதன்* ஆகியவை மிகவும் பிரசித்தமாக – *ஆனந்த விகடனுக்கு* அடுத்தபடி விளங்கி வந்தன.

குமார விகடன் பத்திரிகை காஞ்சிபுரத்திலிருந்து வெளிவந்தது. வசதி படைத்த அச்சக முதல்வர் ஒருவர் துவக்கிய இந்தப் பத்திரிகை நினைவாக குமார விகடன் அச்சகமும் காலெண்டருமே இப்போது உள்ளன. *குமார விகடன்* பத்திரிகை *ஆனந்த விகடன்* அளவிலேயே வெளிவந்தது.

விநோதன் பத்திரிகை சென்னை கோவிந்தப்ப நாய்க்கன் தெருவிலிருந்து வெளியாயிற்று. இதைத்

தெலுங்கர் ஒருவர் நடத்தியதாக ஞாபகம். அவரே *விநோதினி* என்ற துணைப் பத்திரிகையும் நடத்தினார்.

விநோதன் பெரிய அளவில் – கிரௌன் குவார்ட்டோ, 22 செ.மீ. உயரம், 15 செ.மீ. அகலம் – கெட்டியான மூவண்ண மேலட்டையுடன் வெளிவந்தது. இப்பத்திரிகையின் தரமும் சிறப்பாக இருந்தது. அச்சும் கவர்ச்சியாக இருந்தது. இது விரைவிலேயே மாதம் இருமுறையாக்கப்பட்டது. ஆனால், அதிக காலம் நீடிக்கவில்லை; இருந்தவரையில் புகழுடன் விளங்கிவிட்டு மறைந்தது. தமிழ்ப் பத்திரிகை உலக வரலாற்றில் நினைவு கொள்ளத் தக்கதொரு பத்திரிகை *விநோதன்*. நகைச்சுவையில் அதன் நடையே தனியாக இருந்தது. மற்ற சில பத்திரிகைகளைப் போல் *ஆனந்த விகடனைக்* கண்மூடித்தனமாய் 'காப்பி'யடிக்காமல், தனக்கெனத் தனிப்பாதை சொந்தமாக வகுத்துக்கொண்டது *விநோதன்*. அதில் வெளிவந்த சித்திரங்களும் அவ்வாறே புதுமையுடன் விளங்கின.

பிரசண்ட விகடன் சென்னை *ஆனந்த போதினி* நிறுவனத்தார் கொண்டுவந்த நகைச்சுவைப் பத்திரிகை. ஆனால் இதுவும் நாளாவட்டத்தில் நகைச்சுவைச் சிறப்பின்றி, பொதுவான கதை கட்டுரைப் பத்திரிகையாக மாறிப்போயிற்று. நாரண. துரைக்கண்ணன் என்ற சிறந்த எழுத்தாளரை உதவியாசிரியராகக் கொண்டு வெகுகாலம் நடந்த *பிரசண்ட விகடன்* சிறிது காலம் மாதம் இருமுறையாகவும் நடந்ததாக நினைவு.

விஜயன், விசித்திரன் என்ற இரு பத்திரிகைகளும் *விகடன்* அளவில், அதே போல வெளிவர முயற்சி செய்தன. *விசித்திரன்* சென்னை ஜார்ஜ் டவுன், செம்புதாஸ் தெருவிலிருந்து வெளிவந்தது; இதைத் துவக்கியவர் ஏ.கே. சந்திரசேகர முதலியார். இவர் பிற்காலத்தில் கதர் உற்பத்தி அதிகாரியாகச் சிறந்த சேவை செய்தார். *விசித்திரன்* பத்திரிகையில் சந்திரசேகர முதலியாருக்கு உதவியாசிரியராக எம். எஸ். விசுவநாதன் (சாவி) இருந்துவந்தார்.

இந்த விகடப் பத்திரிகைகளில் *விநோதன், பிரசண்ட விகடன்* தவிர மற்றவை தத்தமக்குத் தனிப்பாதை வகுத்துக்கொள்ளாததால் சிறிது காலமே வாழ்ந்தன.

இந்த விகடப் பத்திரிகைகள் தவிர, *காந்தி, பாரத ஜோதி, தமிழரசு, பாரதி, மணிக்கொடி* முதலிய பிற மாதப் பத்திரிகைகளும் இக்காலத்தில் பிரபலமாகவிருந்தன!

காந்தி மாதப் பத்திரிகை, முன்னர் 1931இல் வெளிவந்து நின்றுபோன *காந்தி* வார இருமுறையின் பிற்காலத் தோற்றமாக வந்தது. அதே ஆசிரியர் தெ. ச. சொக்கலிங்கம் பிள்ளை. *காந்தியில்* வ. ரா., முதன்முதலாக பாரதியாரின் விரிவான வாழ்க்கை வரலாறு எழுதினார். இதுவே, பிறகு புகழ்பெற்ற *மகாகவி பாரதியார்* நூலாக மலர்ந்தது. ஆசிரியர் தவிர, ஏ. என். சிவராமன், புதுமைப்பித்தன் முதலியோரும் *காந்தியில்* எழுதிவந்தார்கள். *விகடன்* அளவில்

வெளியான *காந்தி* தானும் முதலில் போட்டிப் பந்தயங்கள் நடத்திப் பின்னர் நிறுத்திவிட்டு – *ஆனந்த விகடன்* மீது – போட்டிப் பந்தயங்களை நிறுத்தாமல் நடத்துவதற்காக – பெரும் கிளர்ச்சி நடத்தியது. இக்கிளர்ச்சி, 'பாரதியார் மகாகவியா?' என்ற வேறொரு கிளர்ச்சிக்கும் வழி வகுத்தது. அது தனிக் கதை.

தமிழரசு மாதப் பத்திரிகையை டாக்டர் மே. மாசிலாமணி முதலியார் நடத்தினார். இதில் தமிழ் மணமும் வைத்திய மணமும் வீசின. அரசியலில் ஓரளவு ஜஸ்டிஸ் கட்சி ஆதரவும் திராவிட இயக்கப் பற்றும் தொனித்தன. *தமிழரசு* வசதி படைத்த பத்திரிகை யாகச் சில ஆண்டுகள் உலவியது; ஆனால் அதன் விற்பனை வியாபகம் பிற விகடப் பத்திரிகைகளைப் போல உயரவில்லை.

பாரத ஜோதி மாதப் பத்திரிகை பிரசித்தி பெற்ற புத்தகப் பிரசுரகர்த்தர்களான டி. வி. செல்லப்ப சாஸ்திரி அண்டு ஸன்ஸால் சென்னை ஜார்ஜ் டவுன் மக்லீன் தெருவிலிருந்து வெளிவந்தது. *பாரத ஜோதி* ராயல் குவார்ட்டோ அளவில் (*கல்கி, கலைமகள்* அளவில்) 40 பக்கம் வெளியாயிற்று. இது முற்றிலும் ஸீரியஸ் (அகட விகடமற்ற) பத்திரிகை; இதில் பயோகெமிஸ்ட்ரி வைத்தியமுறை போன்ற பயனுள்ள தொடர் கட்டுரைகள் வெளிவந்தன.

பாரதி மாதப் பத்திரிகை, மதுரை மாவட்டம் உத்தமபாளையம் ஊரிலிருந்து வந்தது. *விகடன்* அளவில் சுமார் 90 பக்கங்கள். இதன் ஆசிரியர் ரா. நாராயணசாமி. பொறுப்பாசிரியர் ரா. சுப்ரமண்யத் தால், தமது ஆனந்த அச்சகத்தில் வெளியிடப்பட்டது. பண்பு மிக்க பத்திரிகை; ஆறு ஆண்டுகளுக்கு மேல் (1929இலிருந்து) நடந்தது.

*மணிக்கொடி*யைப் பற்றி அதிகம் சொல்லத் தேவையில்லை. மறுமலர்ச்சி என்ற ஓர் இலக்கிய இயக்கத்தையே தோற்றுவித்த அந்தப் பத்திரிகை, *காந்தி* பத்திரிகையை நடத்திய அறிஞர்கள் கோஷ்டியால் துவக்கப்பட்ட புதுமைப் பத்திரிகை. முதலில் வ. ரா. ஆசிரியராக இருந்தார்; முதலில் பெரிய அளவில் கம்பி தைக்கப்படாத ஏடுகளாக வந்தது; இதில் அரசியலும் இலக்கியமும் விறுவிறுப்புடன் திகழ்ந்தன. காந்தியத்தைத் தீவிரமாக ஆதரித்த இந்த அறிஞர் குழாம், *ஆனந்த விகட*னின் 'வெட்டிப் பொழுது போக்கு' மனப்பான்மையை வெறுத்தது; *ஆனந்த விகட*னில் கல்கி வெறும் 'பொழுதுபோக்கு இலக்கியத்தையும் களவாணி இலக்கியத்தையுமே' வளர்க்கிறார் என்று இவர்கள் கருதினார்கள். போட்டிப் பந்தயங்களை நடத்துவது சமூக நாசமானது என்ற பெரும் விவாதக் கிளர்ச்சியும், பாரதி மகாகவி என்று ஸ்தாபிக்க முனைந்து வெற்றியும் கண்ட கிளர்ச்சியும் *மணிக்கொடி, காந்தி* அறிஞர் குழாத்தினால் நடத்தப்பட்டன. இக்கிளர்ச்சிகள் தனிப் பட்ட பொறாமைப் பகையால் எழுந்தவை என்று *பொன்னியின் புதல்வர்* நூலில் 'சுந்தா' கூறியுள்ளது சரியன்று. *மணிக்கொடி* – *காந்தி* குழுவினருக்கு இருந்த அளவு ஆவேசம் கல்கி கிருஷ்ண

மூர்த்திக்கு எதிலும் கிடையாது; அவரது வழி சாதுரியமான நகைப்பு வழி. அது ஆழமான காந்தியத் தியாக மனம்பான்மையை வளர்க்கவில்லை என்று *மணிக்கொடி – காந்தி* குழுவினர் கருதினார்கள். இதில் ஓரளவு உண்மை இருக்கவே இருந்தது.

மணிக்கொடி கொஞ்ச காலத்தில் பி. எஸ். ராமையாவின் ஆசிரியப் பொறுப்பில் முற்றிலும் புதுமை இலக்கியக் கதைப் பத்திரிகையாக மாறி, தற்காலத் தமிழ் இலக்கிய உலகில் அழியாத இடம் பெற்றது.

12

மணிக்கொடி காரியாலயம்

பி. எஸ். ராமையாவை நான் முதலில் உத்தேசமாக 1934, '35ஆம் வருஷம் பார்த்தேன். 1933 செப்டம்பர் முதல் தேதி நான் *ஆனந்த விகடனி*ல் உதவியாசிரியனாக வேலையில் அமர்ந்தேன். அப்போது அது வாரப் பத்திரிகை ஆகவில்லை; மாதம் மும்முறை. 'கல்கி', 'துமிலன்' (என். ராமஸ்வாமி), 'தேவன்' (ஆர். மகாதேவன்), நான், 'றாலி' (எம்.ஜே. ராமலிங்கம்), ஐந்து பேர் ஆசிரியர் குழுவில். *விகடன்* அப்போது பிராட்வேயில் 2/140 இல்லத்தில் (தற்போது சைவ சித்தாந்த நூற்பதிப்புக் கழகம் உள்ள இடம்) இருந்தது. இதற்கு மிகச் சமீபத்தில் செம்புதாஸ் தெருவில், *காந்தி* மாதப் பத்திரிகை இருந்தது. தெ. ச. சொக்கலிங்கம் அதன் ஆசிரியர். வ. ராவும் அங்கே இருப்பார். பம்பாயிலிருந்து சென்னை வரும்போது கே. ஸ்ரீநிவாஸனை (மணிக்கொடி ஸ்ரீநிவாஸன், ஸ்டாலின் ஸ்ரீநிவாஸன்) அங்கே காணலாம். இம்மூவரும் சேர்ந்தே 1933 செப்டம்பர் 18ஆம் தேதி *மணிக்கொடி* என்ற வாரப் பத்திரிகை ஆரம்பித்தார்கள். தினசரிப் பத்திரிகை அளவில் பாதியாக, கம்பி கோக்காத தாள்களாகப் பதினாறு பக்கம். அரசியல், இலக்கிய ஏடு. வ. ராவின் நடைச் சித்திரங்கள் இதில் வெளிவந்தன. 1935 பிப்ரவரி மாதம் இது நின்று போயிற்று. பிறகு சில வாரங்களுக்குப் பின் மாதமிரு முறையாக வெளிவந்தது. சிறுகதைப் பத்திரிகையாக மாறிற்று. பி.எஸ். ராமையா இதன் ஆசிரியரானார்.

ஆரம்ப முதலே *மணிக்கொடி* கோஷ்டிக்கும் கல்கி கிருஷ்ணமூர்த்திக்கும் சில அபிப்பிராய மாறுபாடுகள் இருந்தன. பாரதி மகாகவியா அல்லவா என்று ஒரு விவாதம் மிகக் காரசாரமாக நடந்தது. இரு கட்சியிலும் கச்சத்தை வரிந்து கட்டிக்கொண்டு போராடினார்கள். பாரதி மகாகவி அல்ல, 'நல்ல கவி' என்று பி. ஸ்ரீ. ஆசாரியாவோ அல்லது வேறு யாரோ எங்கோ சொல்லப் போக, பாரதி மகாகவிதான் என்று பாய்ந்தார் வ. ரா. கு. ப. ராஜகோபாலனும் பெ. கோ. சுந்தரராஜனும்

(சிட்டி) இதை ஆதரித்து ஒரு நூலே தயாரித்துவிட்டார்கள். தாய்மொழிப் பற்றினால் பாரதியை அளவுக்கு மீறி மதிப்பிடுவதாகக் 'கல்கி' அக்காலத்தில் நினைத்தார். இலக்கியத்தில் ஆரம்பித்த விவாதம் எங்கெங்கோ சென்றது. போட்டிப் பந்தயங்கள் நடத்துவது பாவம் என்றும், 'களவாணி இலக்கியம்' மலிந்துவிட்டது என்றும் ஒரு சாரார் தாக்கினார்கள். தாங்கள் இயற்றுவதெல்லாம் இலக்கியம் என்றும் சிரஞ்சீவிக்கதை என்றும் அவர்கள் தங்களைத் தாங்களே கொண்டாடிக்கொள்வதாக மறுசாரார் எதிர்ப்புத் தாக்குதல் நடத்தினார்கள்.

எனக்கும் 'றாலி'க்கும் தர்மசங்கடம் அதிகம். நாங்கள் *ஆனந்த விகடனில்* இருந்தவர்கள். கருத்திலும் *மணிக்கொடி* கட்சியை முற்றும் ஆதரித்தவர்களல்ல. ஆனால், *மணிக்கொடி* எழுத்தாளர்கள் அத்தனை பேரும் எங்களுக்கு நெருங்கிய நண்பர்கள். நாங்கள் *விகடனில்* வேலை பார்த்தாலும், தினம் தவறாமல் திருவல்லிக் கேணி கடல் மணலில் பல எழுத்தாள நண்பர்களைச் சந்திப்போம். கடல் மணலில் ரேடியோ கம்பத்துக்குத் தென்மேற்கே சற்றுத் தள்ளி நாங்கள் கூடுவோம். பத்துப் பதினைந்து பேருக்குக் குறைவிராது. இலக்கியமும் வம்பும் நடக்கும். இங்கே கூடுபவர்களில் பெரும் பாலோர் *விகடனுக்கும்* கல்கிக்கும் எதிர்க்கட்சி. அவர்களுடன் நாங்கள் குலாவுவது எங்கள் ஆபீசில் உள்ள பெரியவர்களுக்கு அவ்வளவு பிடிக்கவில்லைதான். நாங்களென்னவோ *மணிக்கொடி* எழுத்தாளர்களல்ல, அவர்களை முற்றும் ஏற்றவர்களுமல்ல. ஆனா லும் சந்தேகம் விடவில்லை. போதாக்குறைக்கு நான் குடியிருந்ததோ *மணிக்கொடி* பத்திரிகை இருந்த அதே பெரிய வீட்டில்! சந்தேகத்துக்குக் கேட்பானேன்?

பிராட்வேயையும் செம்புதாஸ் தெருவையும் இணைக்கும் பல சந்துகளில் 'டக்கர்ஸ் லேன்' ஒன்று. இதில் தெற்குப் பார்த்த ஒரு பெரிய கட்டடம். 'ஸாலே மான்ஷன்ஸ்' என்று பெயர். 'மான்ஷன்ஸ்' என்றால் மாளிகை. சென்னை இரும்பு வியாபார மன்னர்களான ஸிந்தி போரா முஸ்லிம் வியாபாரிகளில் ஒருவர் கட்டியது. பெரிய பெரிய அறைகள். அறைதோறும் குழாய், குளியல் வசதி. குடியிருக் கலாம்; ஆபீஸ்கள் நடத்தலாம். தெற்கே வாசலை ஒட்டிய படியில் ஏறிவந்தால் நேரே உள்ள அறைதான் *மணிக்கொடி* காரியாலயம். இடது பக்கம் திரும்பிச் சென்றால், இரண்டு மூன்று அறைகள் தள்ளி ஓர் அறை என் குடியிருப்பு. இங்கே நானும், என் தமையனார் பி. ஆர். எஸ். கோபாலும் *(குண்டூசி)* வேறு சில நண்பர்களும் குடியிருந்தோம்.

மணிக்கொடி அறையைப் பார்த்தால் ஓர் அலுவலகம் போலத் தோன்றாது. யார்யாரோ இருப்பார்கள், வருவார்கள், போவார்கள். ஆபீஸா, வீடா, இலக்கியப் பண்ணையா, சீட்டாட்டக் கச்சேரியா, அரட்டைக்களமா, குறட்டைக்கூடமா – ஒன்றும் சொல்ல முடியாது. அது எல்லாமாகவும் இருக்கும்.

தென் வடலான அறை. தெற்கே பெரிய கதவு. அதையொட்டி னாற் போல இருபுறமும் ஜன்னல்கள். வாசல் அடையா நெடுங்கதவு. திடீரென்று நினைத்துக்கொண்டு, யாருடைய தயவினாலோ எல்லாரும் சினிமாவுக்கு இரவுக் காட்சிக்குப் போனால், அல்லது திறந்த மேல்மாடிக்குத் தூங்கப்போனால் கதவு அடைபடும். அப்போதுகூட, திறந்த வெளியை விரும்பாத எவராவது கீழே அறையில் தங்கிவிடுவது உண்டு. குளிர்ந்த இரவு வேளையின் தங்குதடையற்ற தனிமை கற்பனை ஓட்டத்துக்கு உகந்தது. அறை விளக்கு அணையா விளக்காக எரிந்தால் ஆச்சரியப்பட மாட்டோம். பழம் பாயில், சடைப் பஞ்சுத் தலையணையைக் காலடியில் இடுக்கி, எதிரே ஒரு சிறு பெட்டியை மேஜையாக்கி, வாயில் புகையிலை அடக்கி அல்லது புகை மண்டலம் எழுப்பி யாராவது எழுதிக் கொண்டிருந்தால் அதுதான் வழக்கமான காட்சி.

மணிக்கொடி அலுவலகத்தில் இருந்தவர்களுக்கும் வந்து போனவர்களுக்கும் உலகாயதம் தெரியாது. அதில் வெறுப்புக்கூட. பொதுவாக இலக்கிய விசாரமே பெரிய விசாரமாக இருப்பார்கள். தங்களிடையே வித்தியாசமின்றிப் பழகுவார்கள்; உடைகள்கூடப் பல சமயம் ஆள் மாறிமாறிச் செல்லும்.

பளபளத்த செக்கர் மேனியும் அமைதியான விழிகளும் முழுதான உச்சரிப்பும் கொண்ட ச. து. சுப்ரமணிய யோகியார் பீடியை இழுத்துக்கொண்டு 'பெரியார், இதைக் கேளும்' என்ற பீடிகையுடன் தமது தெளிவான அடிக்குரலில் *யமா, யமி* (*yama and yami*) என்ற தம் ஆங்கிலக் காவியத்தை அல்லது ஒரு தமிழ்க் கவிதையை விவரித்துக்கொண்டிருப்பார். புகையிலைக் காவி ஏறிய பற்கள் தெரிய நகை பரந்த முகத்துடன், பார்க்க அப்பாவி போலிருக்கும் – ஆனால் இலக்கியத்தில் அழுத்தமான – சொ. வி. (சொ. விருத்தா சலம், 'புதுமைப்பித்தன்') சிரித்துக்கொண்டே எதையும் கேட்பார். மறுப்பார். அதிகம் பேசாத சுபாவமுள்ள கி. ரா. வாயில் புகையிலை யைக் கொண்டு தமது பேச்சை மேலும் அடக்கிவிட்டு லேசாக நகைப்பார். பேசும்போது அடித் தொண்டைக்குரலுடன் கிறீச்சிட்ட ஒரு மேல்ஸ்தாயி ஜாடையும் தொனிக்கும் சித்திரக்காரர் 'ஆர்யா' (கே. பாஷ்யம்) அற்புதமான படம் ஒன்றை வரைந்துவிட்டு தமது உயர்ந்த கணக்குக்குச் சரியாக வரவில்லை என்று அதன்மேல் கோடு கிழிப்பார் ஒருபுறம். தலையின் இருபுறமும் சற்று வழியும் வளைவான சிகையுள்ள பி.எஸ். ராமையா அடுத்த இதழுக்கு விஷயம் தயாரித்துக்கொண்டிருப்பதில் கவனமாயிருப்பார். சீட்டாட்டம் இருந்தால் அங்கே ராமரத்தினம் நிச்சயம் இருப்பார். சில சமயம் கிண்டலும் கொம்மாளமுமாக இருக்கும். அகல விழித்துப் பார்க்கும் இரு பெருவிழிகள் தவிர வேறு ஒன்றுமே இல்லை என்று நினைக்கும்படியான ஒரு முகம் தென்படும். இந்தக் கலகலப்புத்தான் 'சிட்டி'. இன்னும் பலபேர் வருவார்கள், போவார்கள். சி. சு. செல்லப்பா, ந. சிதம்பரசுப்பிரமணியன்.

இதுதான் பி.எஸ். ராமையாவின் *மணிக்கொடி* காரியாலயம். சரியாகச் சொல்லப்போனால், அலுவலகம் அறையின் முன்பாதி தான். பின்பாதி குடியிருப்பு. அதாவது இப்படி ஒரு நம்பிக்கை. அறையின் நடுப்பாதியில் குறுக்கே ஒரு கம்பி. அதில் ஒரு துணியோ கம்பளியோ படுதாதானோ தொங்கும்; அறை அகலத்தில் ஒரு சிறு பகுதியை மறைத்துக்கொண்டிருக்கும். சில சமயம், மரியாதைக்காக அதை முழுதும் இழுத்துவிட்டு மறைவு உண்டாக்க முயல்வார்கள். காரியாலயத்தின் முன்பாதிக்கு வரும் பண விவகாரப் பேர்வழி களை, ஏஜண்டுகளை, விளம்பரக்காரர்களை அதிகம் பயமுறுத்தி விடக் கூடாதல்லவா? திரை மறைத்த மூன்றில் ஒரு பகுதி போக மீதமுள்ள பகுதியின் பின்னால் கிடக்கும் பழைய தினசரித் தாள்கள், புகையிலைப் பொட்டணக் காகிதங்கள், சிகரட் கருக்கல்கள், புஸ்தகங்கள் எல்லாம் அவர்களது கண்ணில் படாது என்ற ஒரு நம்பிக்கை! அறைகளைச் சுத்தம் செய்ய ஒரு வேலைக்காரி அந்தக் கட்டடத்தில் உண்டு; ஆனால் அவள்தான் எப்படி இந்த அறையைக் கூட்டமுடியும்! ஆளில்லாத இடம், பெட்டி படுக்கை பாய் இல்லாத இடமாகப் பார்த்து அறையை ஒருவாறு சுத்தம் செய்வாள்.

மணிக்கொடி ஏதோ பெரிய வசதியுடன், அற்புதமான ஐந்தாண்டுத் திட்டத்துடன் நடந்த சாதனை அல்ல. நோக்கம் இருந்தது; இலட்சியம் இருந்தது; ஆர்வம் இருந்தது; வேளை கூடியது போலும், பலர் ஒன்று கூடி வேறு கவலையின்றி எழுதிக் குவித்தார் கள். தாங்கள் எழுதுவதெல்லாம் தமிழை வளப்படுத்துகிறதென்ற தீவிரமான நம்பிக்கை இருந்தது; ஏன், தாங்கள் எழுதுவதெல்லாம் சிரஞ்சீவி எழுத்துக்கள் என்ற மிகைப்பட்ட நம்பிக்கைகூட இருந்தது. அத்தகைய நம்பிக்கையே அவர்களுக்கு வேகம் கொடுத்தது; அதுவே அவர்களை உயர்லட்சியவாதிகளாக ஆக்கியது. அந்தச் சமயத்துக் கான சரக்காக எழுதிக் குவிக்காமல், நிலைத்து நிற்கும் எழுத்தாக எழுதவேண்டும் என்ற பிடிமானத்தை உண்டாக்கியது.

மணிக்கொடி எழுத்துகள் பற்றியும் மறுமலர்ச்சி எழுத்துகள் பற்றியும் நான் சொல்வதை *மணிக்கொடி* காலத்துக்கப்புறம் இலக்கியமே உருவாகவில்லை என்று சொல்வதாக எடுத்துக் கொள்ளலாகாது. சிலரிடம் இம்மாதிரி ஒரு தவறான கருத்து நிலவுகிறது. என்னைப் பொறுத்தமட்டில் தெளிவாகச் சொல்கிறேன்: அது அப்படியல்ல. *மணிக்கொடி* மறுமலர்ச்சி ஒரு முன்னோடி. அதன்பின் பல துறைகளில் உயர் சாதனைகள் புரிந்துள்ளனர் பின்வந்த எழுத்தாளர்கள். ஆனால், *மணிக்கொடி* முயற்சியின் போது இருந்த ஒரு வேகம், ஒருமுகமான முயற்சி, புதுப்புது சோதனைகளில் ஆர்வம், புதுப்புது சாதனைகளில் வெற்றி – இவை அதே அளவுக்கு அதன்பின் எந்தக் குறிப்பிட்ட காலத்திலும் நேரவில்லை. தனித்தனி வெற்றிகள் பல இருக்கின்றன; ஆனால் அன்று நடந்ததுபோல ஒரு ‘இயக்கம்’ இல்லை, ஐக்கிய சாதனை இல்லை. இன்றைய சூழ்நிலை யில், இன்னும் புதிதான திசையில், இன்று புரட்சிகரமானது

என்று கருதக்கூடிய வழிகளில் ஐக்கிய சாதனை புரிவது இன்றும் சாத்தியமே; இன்றும் இது சிறு அளவில் நடக்கத்தான் நடக்கிறது. ஆனால் இலக்கியப் பாதையில் ஒரு மைல் கல்லாக விளங்கும்படி இம்முயற்சிகளைப் பெருக்குவதற்கு லட்சியம், எழுத்தாளர், பத்திரிகை, ஆதரவாளர் என்ற பல விஷயங்கள் ஒன்று சேர வேண்டும்; சுருங்கச் சொன்னால், அதற்கு ‘வேளை’ வரவேண்டும், அல்லது ‘வேளை’யை உண்டாக்க வேண்டும்.

13

தினமணி

1934 செப்டம்பர் 11ஆம் தேதி பாரதி (நினைவு) தினத்தன்று வெளிவந்தது *தினமணி* நாளிதழ்.

தமிழகத்தில் மிக அதிக காலம் வாழ்ந்துள்ள நாளிதழ்களில் இரண்டாவது இடம் வகிக்கிறது *தினமணி*. முதல் இடம் வகிப்பது *சுதேசமித்திரன்* நாளிதழ் என்று சொல்லத் தேவையில்லை.

தினமணி, சென்னை ஆங்கில நாளிதழ் *இந்தியன் எக்ஸ்பிரஸ்*ஸின் இளைய சகோதரியாகத் தோன்றியது. *இந்தியன் எக்ஸ்பிரஸ் தினமணி*க்கு இரண்டு ஆண்டுகளே மூத்தது. அதை 1932ஆம் ஆண்டு டாக்டர் பி. வரதராஜுலு நாயுடு, தம்முடைய *தமிழ் நாடு* நாளிதழுக்கு ஆங்கில சகோதரப் பத்திரிகையாக ஆரம்பித்தார். ஆனால் அவர் சில மாதங்களில் அந்தப் புதிய நாளிதழை விற்றுவிட நேர்ந்தது. எஸ். சதானந்து என்ற பம்பாய் வாழ் தமிழர் *இந்தியன் எக்ஸ்பிரஸ்* ஸின் புதிய அதிபரானார். சதானந்து, தாம் பம்பாயில் இருந்ததால், தமது நம்பிக்கைக்கு உகந்த சிலரைக் கொண்டு ப்ரீ பிரஸ் (சென்னை) லிமிடெட் என்ற நிறுவனத்தை உண்டாக்கி, *இந்தியன் எக்ஸ்பிரஸ்* ஸைச் சென்னையில் வெளியிட்டுவந்தார். ஒவ்வொரு பத்திரிகை நிறுவனமும், ஆங்கிலம் தவிர, வட்டார மொழிகளிலும் பத்திரிகை நடத்துவது இயல்பு. அதையொட்டி, சதானந்தும் தமிழில் ஒரு நாளிதழைத் துவக்க விரும்பினார். அப்படித் தோன்றியதே *தினமணி*.

தினமணி 1934ஆம் ஆண்டில் வெளிவந்தபோது, முதல் இதழின் முகப்பில், “ஆசிரியர்கள் : எஸ். வி. சாமி, டி. எஸ். சொக்கலிங்கம்” என்று அறிவிக்கப்பட்டிருந்தது. இதழின் கடைசிப் பக்கத்தில், ஆங்கிலத்தில், “பதிப்பித்து, அச்சிட்டு வெளியிடுபவர் எஸ். வி. சாமி. 40/42 ஏ, மூக்கர் நல்லமுத்து தெரு, ஜி. டி. சென்னையில் இந்தியன் எக்ஸ்பிரஸ் அச்சகத்தில் அச்சிட்டது. இணை ஆசிரியர் : டி. எஸ். சொக்கலிங்கம்” என்று சட்டபூர்வமான அறிவிப்பு இருந்தது.

முதல் பக்கத்தில் பத்திரிகையின் பெயர், *தின*, *மணி* என்று இரண்டாகப் பிரிக்கப்பட்டு இரண்டிற்குமிடையில் இரண்டு காங்கிரஸ் மூவண்ணக் கொடிகளும் ஒரு கை ராட்டையும் படம் போட்டுக் காட்டப்பட்டிருந்தன. *தினமணி* என்ற பெயர் அதன் கீழே ஆங்கிலத்தில் தரப்பட்டிருந்தது. அதற்கும் கீழே, தமிழில், "ஆசிரியர்கள் : எஸ். வி. சாமி, டி. எஸ். சொக்கலிங்கம்" என்ற வரி இருந்தது. ஆசிரியர், இணை ஆசிரியர் குழப்பங்கள் இருந்ததையே இது காட்டியது எனலாம்.

எவருக்கும் அஞ்சாத *தினமணி*

முதல் பக்கத்தில் பத்திரிகையின் பெயருக்கு இடது புறமும் வலது புறமும் இரண்டு கட்டங்கள் கட்டப்பட்டு, அவற்றில் இடதுபுறம், "ஏழை துயர் தீர்க்க, எல்லோரும் களித்திருக்க, எவருக்கும் அஞ்சாத *தினமணி*" என்றும், வலதுபுறக் கட்டத்தில் "தமிழர் நன்மைக்கு, தமிழரால் நடத்தப்படும், தமிழ் தினசரி *தினமணி*" என்றும் விளக்க வாக்கியங்கள் இருந்தன. மற்ற தமிழ் நாளிதழ்களும் தமிழர்களாலேயே நடத்தப்பட்டுவந்தும், ஏழை நண்பன், அஞ்சா நெஞ்சன் என்று தன்னைத்தானே பாராட்டிக் கொண்டது *தினமணி*. வெகு நாள் வரை இந்த வாசகங்களே இந்த முன்பக்கக் கட்டங்களில் வெளிவந்துகொண்டிருந்தன.

தினமணி, டெம்மி அளவில், சாதாரணமாக, எட்டு பக்கங்கள் வெளிவந்தது. வார முடிவில் அதிகப் பக்கங்கள். ஆனால், 1934இல், 8 பக்கப் பத்திரிகையின் விலை அரை அணா. அதாவது, தற்போதைய பைசா கணக்கில், 3 பைசாவே! மலிவான விலையில் உயர்தரமான, தீவிர தேசியப் பத்திரிகைகள் நடத்துவதென்பது சதானந்தின் உயர் லட்சியம். அவர் நடத்திய எல்லாப் பத்திரிகை களுமே, ஆங்கிலமானாலும் சரி, பிரதேச மொழியானாலும் சரி, மற்ற பத்திரிகைகளைப் போலன்றி, கால் பங்கு, அரைப் பங்கு விலையில் விற்கப்பட்டன.

தினமணி, மலர் 1, இதழ் 1, சென்னை, செவ்வாய்க் கிழமை, செப்டம்பர் 11, 1934, பவ வருஷம் ஆவணி மாதம் 26ஆம் தேதி வெளியானபோது, அது தமிழ்ப் பத்திரிகை உலகில் மிகுந்த ஆவலை யும் பரபரப்பையும் தூண்டிவிட்டது. அது முதலில், *சுதேசமித்திரன்* போலவே மாலை நாளிதழாகத்தான் வெளிவந்தது. பின்னரே காலைப் பத்திரிகை ஆயிற்று. இன்னொரு விசேஷம், *மித்திரன்* முதல் பக்கம் பூராவும் விளம்பரமாக இருக்க, ஆரம்ப முதலே *தினமணி* முதல் பக்கத்தில் செய்தி வெளியிட்டது. முதன் முதலாக இவ்வாறு செய்தது *தினமணி* அல்ல. ஓரிரு ஆண்டுகள் முன்னதாகத் தோன்றி யிருந்த *இந்தியா*, *ஜெயபாரதி* ஆகிய நாளிதழ்களும் இதற்கு முன்பே முதல் பக்கத்தில் செய்திகள் வெளியிட்டு வந்தன. இருந்த போதிலும், *சுதேசமித்திரனு*க்குப் போட்டியாக ஒரு வலுவான ஸ்தாபனத்துடன் வெளிவந்த முதல் நாளிதழ் *தினமணி*யேயாகும்.

அதன் ஆசிரியர் குழுவில் சிறந்த பாரதி பக்தர்களும், புதுமை விரும்பும் பிரபல எழுத்தாளர்களுமான பலர் இருந்தனர். இதுவும் தமிழ் மக்கள் அப்பத்திரிகையிடம் அதிகம் எதிர்பார்க்கும்படி தூண்டியது. இது பற்றிப் பின்னர் கவனிப்போம்.

பெயர் வந்த விதம்

தினமணி என்ற பெயரே தமிழ் பத்திரிகை உலகிற்குப் புதுமையானது. மித்திரன், நேசன், அபிமானி, தூதன், (*சுதேசமித்திரன், பிரபஞ்ச மித்திரன், இந்து நேசன், கோவை அபிமானி, மகாவிகட தூதன்*) போன்ற பெயர்களைக் கேட்டுப் பழக்கப்பட்டிருந்த தமிழ் வாசகர்களுக்கு *தினமணி* முற்றும் புதுமையான பெயராக விளங்கியது. அந்தப் புதுமையான பெயர் ஒரு பரிசுத் திட்டத்தின் மூலம் தேர்ந்தெடுக்கப்பட்டது. புதிய தமிழ் நாளிதழ் துவங்கத் தீர்மானித்ததும், பத்திரிகை வெளிவருவதற்கு ஒரு மாதம் முன்பு, *இந்தியன் எக்ஸ்பிரஸ்* பத்திரிகையில் பின்வரும் அறிவிப்பு ஆங்கிலத்தில் வெளியாயிற்று:

ரூ. 10 பரிசு

> ஒரு புதிய தமிழ் தேசிய நாளிதழின் பெயருக்கான சிறந்த யோசனைக்கு ரூ. 10 பரிசு அளிக்கப்படும். பெயர் சுருக்கமாக இருக்க வேண்டும். அர்த்த புஷ்டியாக இருக்க வேண்டும். *இந்தியன் எக்ஸ்பிரஸ்* ஆசிரியரின் தீர்ப்பே முடிவானது. பெயருக்கான யோசனைகள் ஆகஸ்ட் மாதம் 10ம் தேதிக்குள் வந்து சேர வேண்டும்.

இந்த விளம்பரம் 1934 ஆகஸ்டு 2,3,4 தேதிகளில் வெளிவந்தது. ஏராளமான யோசனைகள் கிடைத்தன. வாசக நேயர்கள் கூறிய பல பெயர்களிலிருந்து முடிவாக, *தினமணி* என்ற பெயர் தேர்ந்தெடுக்கப்பட்டது.

இந்தியன் எக்ஸ்பிரஸ் 1934 செப்டம்பர் 6ஆம் தேதி இதழில் பின்வரும் அறிவிப்பு வெளியாயிற்று :

பரிசு அளிப்பு அறிவிப்பு

> புதிய தமிழ் நாளிதழுக்குச் சிறந்த பெயர் கூறுவோருக்குப் பரிசளிப்பதாக அறிவித்திருந்தபடி, வாசகர்களிடமிருந்து வந்த பெயர்களில் *தினமணி* என்ற பெயரை நாங்கள் அங்கீகரித்துள்ளோம். பரிசு ரூ. 10ஐப் பின்வரும் இருவருக்கும் பகிர்ந்தளிக்கிறோம்.
>
> 1. ஸ்ரீ டி. என். அக்ஷயலிங்கம்,
>   43, பரிபூர்ணவிநாயகர் கோயில் தெரு
>   மயிலாப்பூர்
>   சென்னை

2. ஸ்ரீ எஸ். ஸ்வாமிநாதன்
சௌரி விலாஸ்
தியாகராய நகர்
தேனாம்பேட்டை போஸ்ட்

தினமணி என்றால் சூரியனைக் குறிக்கும். தியாகய்யர் கிருதிகளில் 'தினமணி வம்ச' என்று சூரியகுலத்தில் பிறந்த இராமனைப் புகழ்ந்து பாடியுள்ள பாடல் யாரும் அறிந்ததே. மற்றும், 1934இல் இலங்கையில், *தினமினா* என்ற சிங்கள நாளிதழும், *தினகரன்* என்ற தமிழ்ப் பத்திரிகையும் இருந்தன. *தினமணி* என்ற பெயரை யோசனை கூறியவர்கள் இந்த இலங்கைப் பத்திரிகைகளின் பெயர்களைக் கவனித்திருக்கக்கூடும்.

சீமையில், ஆங்கிலத்தில் *ஸன்* என்றும், *டெய்லி சன்* என்றும் பத்திரிகைப் பெயர் சகஜமாக இருந்துள்ளன. அதையும் நாம் நினைவில் வைக்கலாம்.

தமிழ்நாட்டில்கூட, பத்திரிகை உலகப் பிரமுகர் ஆதித்தனாரின் பெயரும் சூரியனையே குறிக்கும். சன் பேப்பர் மில்ஸ் என்ற காகித ஆலை அவர் நடத்தியதும் நினைவிருக்கலாம்.

எப்படியோ, சூரியனுக்கும் பத்திரிகை உலகுக்கும் நிறைய தொடர்பு உண்டு.

எது எப்படியானாலும் ஒரு பத்திரிகையின் பெயருக்கும் அப்பெயரின் உட்பொருளுக்கும் உள்ள தொடர்பு, பத்திரிகை தோன்றிய சிறிது காலத்தில் நமக்கு மறந்தே போய்விடுகிறது.

பிற பத்திரிகைகள்

1934இல் *தினமணி* வந்த சமயம் தமிழ்நாட்டில் ஏற்கெனவே நான்கு தமிழ் நாளிதழ்கள் இருந்தன. அவற்றுள் ஐம்பது ஆண்டுகளுக்கு மேலாக வெளிவந்துகொண்டிருந்த *சுதேசமித்திரன்* முதலிடம் வகித்தது. செல்வாக்குள்ள ஆசிரியர்களால் பேணி வளர்க்கப்பட்டு நல்ல செழிப்பான ஸ்தாபன வளத்துடன் அது விளங்கியது. 1934இல் அதற்கு ஆசிரியராக சி. ஆர். ஸ்ரீநிவாசன் விளங்கினார். நறுக்குத் தெறித்த நடையில் பளிச்சென்று எழுதும் திறமையும், சிறந்த நிர்வாகத் திறனும் படைத்தவர் அவர். ஆனால், பத்திரிகையின் தலையங்கம் எழுதும் பொறுப்பு பொதுவாக ஏ. கிருஷ்ணமாச்சாரியார் என்ற துணை ஆசிரியரிடமே விடப்பட்டிருந்தது. அபூர்வமாகவே சி. ஆர். ஸ்ரீநிவாசன் தலையங்கம் எழுதிவந்தார்.

கிருஷ்ணமாச்சாரியார் எழுதிய தலையங்கங்கள் இரண்டு மூன்று பத்திகள் போவது வழக்கம். அவரது தமிழ் நடை, வடமொழிச் சொல்லடுக்குகள் நிறைந்த பழங்கால நடை; முக்கியமாக, தஞ்சை மாவட்டத்தில் ஜாதி பேதமின்றி எல்லாரும் பயன்படுத்திவந்த நடை. ஸ்ரீநிவாசன் காலத்தில், கிருஷ்ணமாச்சாரியார் தலையங்கங்கள் எழுதும் பொறுப்பை வகித்ததால், *மித்திரன்* படித்தவர்களின்,

பழமை விரும்பிகளின் ஆதரவைப் பெற்றபோதிலும் பாமரர்களின் ஆதரவை இழக்கலாயிற்று.

இந்த நிலையில், 1924 முதலே முண்டியடித்து முன்னேறி வந்த *தமிழ்நாடு* நாளிதழ் *மித்திரனு*க்கு நல்ல போட்டியாக விளங்கியது. ஆனால் 1930 முதலாகத் *தமிழ்நாடு* அதிபர் டாக்டர் வரதராஜுலு நாயுடு நாட்டில் வளர்ந்துவந்த காந்தீய மனோபாவத்துக்கு விரோத மாக, மகாத்மா காந்தியைத் தாக்கிய ஹிந்து மகா சபையை ஆதரிக்க முற்பட்டார். அதனால் *தமிழ்நாடு*ம் செல்வாக்கு இழக்கலாயிற்று.

இந்தியா நாளிதழ், ஜே. எஸ். கண்ணப்பர் என்ற திறன் படைத்த ஆசிரியரைக் கொண்டு நடைபெற்றது. 1934இல் *தினமணி* தோன்றிய போது *இந்தியா* என்ற பெயரே இருந்தது; *இந்தியா* பெயரளவில் *தினமணி*யுடன் இணைக்கப்பட்டது.

ஜெயபாரதி என்ற நாளிதழோ, தீவிர தேசிய, சுதேசிப் பத்திரி கையாக இருந்துவந்தது. 1933இல் தோன்றிய காலணா நாளிதழ் இது. சாதாரணமாக எட்டுப் பக்கங்கள் கொண்ட பத்திரிகை காலணா விலையில் விற்கப்பட்டது! சனிக்கிழமை மட்டும் 12 அல்லது 16 பக்கங்கள் கொண்ட இதழ், அரை அணாவாக விற்றது. பத்திரிகையின் பக்க அளவு 'ராயல் ஃபோலியோ'; மற்ற பத்திரிகை களைவிட சிறிய அளவு.

முற்றிலும் காங்கிரசைத் தீவிரமாக ஆதரித்த *ஜெயபாரதி* காங்கிரஸ் ஸ்தாபனம் கூறியபடி சுதேசியத்தை முழு மனதுடன் ஆதரித்தது. அது மட்டுமல்ல. விதேசிப் பொருள் விளம்பரங்களை ஏற்க மறுத்தது. காலணாப் பத்திரிகையானதால், வருவாய் குறைவு. இருந்தபோதிலும், வலிய வந்த அந்நியச் சரக்கு விளம்பரங்களை ஏற்காமல் *ஜெயபாரதி* வறுமையை வலிய ஏற்றது.

கொள்கையளவில் புகழுடன் விளங்கிய *ஜெயபாரதி*, அது இருந்த பத்துப் பதினோராண்டு காலம் (1933–44) முழுவதும் நித்திய கண்டம் பூர்ணாயுசாகவே வாழ்ந்தது. உதவியாசிரியர்கள், அச்சகத் தாருக்குச் சம்பளம் கொடுக்கவோ, ஏன் அன்றாடப் பத்திரிகை இதழ்களை ரயிலில் வெளியூர் அனுப்பவோகூடப் போதுமான திரவியம் இன்றித் தவித்த *ஜெயபாரதி* ஒரு நாளும் *தினமணி*, *சுதேசமித்திரன்* போன்ற பெரிய பத்திரிகைகளுக்குப் போட்டியாக நிற்க முடியவில்லை.

இவ்வாறாக, 1934இல் எஸ். ஸதானந்தின் ப்ரீ ப்ரஸ் (சென்னை) லிமிடெட்டின் நிர்வாகிகளான எஸ். வி. ஸ்வாமியும், கே. சந்தானமும் *தினமணி* நாளிதழைத் துவக்கியபோது, அப்புதிய தமிழ் நாளிதழுக்கு *சுதேசமித்திரன்* என்ற ஒரே ஒரு போட்டிதான் இருந்தது எனலாம். *மித்திரனு*ம் *தினமணி*யும் மோதிக்கொண்டதும், சுவரொட்டித் தாள்களில் ஏசிச் சண்டை போட்டுக்கொண்டதும், நாளாவட்டத் தில் தமிழ் நாளிதழ்களின் முதன்மையிடத்தை *தினமணி* பிடித்ததும் எவ்வாறு என்பதை இனிப் பார்ப்போம்.

உதய ஞாயிறொப்பவே, வா! வா! வா!

*1934*ஆம் ஆண்டு 'பாரதி தினம்' செப்டம்பர் 11ஆம் தேதி, (பவ வருஷம், ஆவணி மாதம் *26*ஆம் தேதி), செவ்வாய்க் கிழமை வெளிவந்த *தினமணி* முதல் இதழே சில முக்கியமான அம்சங்களில் குறிப்பிடத்தக்க தனித்தன்மை கொண்டதாக இருந்தது.

தினமணி ஆசிரியர்களுக்குப் புதுமைக்கவி பாரதியிடம் இருந்த ஆழ்ந்த பற்றுதல் பத்திரிகையெங்கும் காணக் கிடந்தது.

வழக்கமாக முதல் பக்கம் முழுவதும் விளம்பரங்களைப் போட்டு நிரப்பிவந்த அந்தக் காலத்தில் *தினமணி*யின் முதல் பக்கத்தில் செய்திகளே நிறைந்திருந்தன.

அந்தச் செய்திகளுக்குத் தலைப்புத் தருவதிலும், பத்திரிகையின் அகலம் நெடுகக் கொட்டை எழுத்தில் தலைப்பு வெளியிட *தினமணி* தயங்கவில்லை.

செய்திகளுக்கு நடுநடுவே, கட்டம் கட்டி, விசேஷச் செய்திகளோ, பிறவிஷயங்களோ தருவதிலும் *தினமணி* வழிகாட்டியது.

முதல் இதழின் முதல் பக்கத்தில் வெளியான கட்டம் ஒன்றில் பின்வரும் விஷயம் வெளியாயிற்று :

வா! வா! வா!

ஒளி படைத்த கண்ணினாய் வா! வா! வா!
உறுதி கொண்ட நெஞ்சினாய் வா! வா! வா!
களிபடைத்த மொழியினாய் வா! வா! வா!
கடுமை கொண்ட தோளினாய் வா! வா! வா!
தெளிவு பெற்ற மதியினாய் வா! வா! வா!
சிறுமை கண்டு பொங்குவாய் வா! வா! வா!
எளிமை கண்டிரங்குவாய் வா! வா! வா!
ஏறுபோல் நடையினாய் வா! வா! வா!
இளைய பாரதத்தினாய் வா! வா! வா!
எதிரிலா வலத்தினாய் வா! வா! வா!
ஒளியிழந்த நாட்டிலே நின்றேறும்
உதய ஞாயி றொப்பவே வா! வா! வா!

– பாரதியார்

புதிய பத்திரிகையின் பாரதி பக்தி மட்டுமன்றி, அதன் கொள்கை விளக்கமாகவும் இப்பாடல் அமைந்ததெனலாம். அது மட்டுமல்ல. *தினமணி* என்றால் சூரியன் அல்லவா? 'உதய ஞாயிறொப்பவே' தோன்றும் *தினமணி*யை பாரதியே வாழ்த்தி வரவேற்றது போல இப்பாடல் அழகாக அமைந்திருந்தது.

முதல் தலையங்கம்

'அறிமுகம்' என்ற தலைப்பில், *தினமணி*யின் முதல் நாள் தலையங்கம், *தினமணி* தேசிய விடுதலைப் போராட்டத்தில் போர் வீரனாகத் திகழும் என்று கூறியது. முழுத் தலையங்கம் வருமாறு :

அறிமுகம்

பல மாதங்களுக்கு முன்னரே இப்பத்திரிகை வெளிவந்திருக்க வேண்டும். பல இடையூறுகளால் தாமதமாயிற்று.

தமிழில் பல தினசரிப் பத்திரிகைகள் இருக்கின்றன. மற்றுமோர் பத்திரிகை தோன்றுவது தமிழ் நாட்டின் வளர்ச்சிக்கு அறிகுறியென்று சிலர் நினைப்பர். பெரும்பாலோர் *தினமணி*யின் போக்கைப் பார்த்து முடிவு செய்யலாம் என்று நடுநிலைமை வகித்திருப்பர்.

போர்க் காலத்தில் யுத்த வீரர்களுக்குப் பக்கபலமான சேவகர்கள் பலர் வேண்டும். தொத்து நோய் பரவும்பொழுது நோயாளிகளுக்குச் சிகிச்சை செய்யும் ஊழியர்கள் வேண்டும். பஞ்ச காலத்தில் ஏழைகளுக்குக் கஞ்சி வார்க்கும் தொண்டர்கள் வேண்டும்.

நமது நாட்டில் சென்ற பதினைந்து வருஷங்களாக ஓர் அபூர்வ சுதந்திரப் போர் நடந்து வருகின்றது. அதன் நடுவில் ஏற்படும் அற்ப வெற்றிகளால் மயங்காமலும் சிறிய தோல்விகளால் தளராமலும் பாரத தேசம் விடுதலை அடையும் வரையில் தமிழ் மக்களைப் போற்றியும் தேற்றியும் *தினமணி* துணைபுரியும்.

எல்லா வியாதிகளிலும் மனோவியாதி கொடியது. நமது மக்களின் மனத்தில் அடிமைத்தனம் குடிகொண்டிருக்கின்றது. காந்தியடிகளின் பெருமுயற்சியால் சிறிது காலமாக பாரத மக்கள் மற்ற நாட்டினரைத் தலையெடுத்துப் பார்க்க வாரம்பித்திருக்கின்றனர். ஆயினும், நமது பெரியாரிடத்தும் சிறியாரிடத்தும் அடிமைப் புத்தி அகன்றபாடில்லை. அதை அடியோடு அழித்து, தமிழ் மக்களை மானிகளாகச் செய்வதற்கு *தினமணி* ஓயாது பாடுபடும்.

இந்திய ஜனங்களில் பெரும்பாலோர் அழியாப் பஞ்சத்தில் ஆழ்ந்திருக்கின்றனர். இதற்குப் பல காரணங்களுண்டு. அவற்றுள் முதன்மையானது முதலாளிகளும் ஜமீன்தாரர்களும் நமது தொழிலாளர்களின் உழைப்பினால் உண்டாகும் செல்வத்தை எல்லாம் பிடுங்கிக்கொண்டு தங்கள் ஆடம்பரங்களுக்காக அழிப்பதுதான். இம்முறை மாறி நாட்டின் செல்வத்தின் பெரும் பகுதி தொழிலாளர்களுக்குச் சேரக்கூடிய புதியதோர் சமூகம் அமைக்கபட வேண்டும். அதற்கு வேண்டிய அறிவையும் ஆற்றலையும் தமிழ் மக்களுக்கு தினந்தோறும் ஊட்டுவது *தினமணி*யின் தனித் தொண்டாகும்.

இம்மூன்று சேவையும் தமிழ்நாட்டிற்கு இன்றியமையாதன வென்று கருதியே *தினமணி* இன்று உதயமாகின்றது. மேற்கூறிய

கொள்கைகளைச் சிறிதும் நழுவவிடாமல் பாதுகாப்பதற்கு தேச சேவையில் தேர்ந்த ஒரு இளைஞர் கூட்டம் அதிக ஊதியத்தை எதிர்பாராமல் இவ்வேலையை ஏற்றுக்கொண்டிருக்கின்றது. சுதந்திர சூரியனைக் காண விரும்பிய தெய்வீகப் பித்தரான சுப்பிரமணிய பாரதியாரின் வருஷாந்திர தினத்தன்று அவருடைய சுதந்திர தாகத்தையும், சமத்துவக் கொள்கைகளையும் தமிழ் நாட்டில் பரப்பும் நோக்கத்துடன் பிறந்திருக்கும் *தினமணி*யைத் தமிழ் மக்கள் மனமுவந்து வரவேற்பார்கள் என்பது எமது பூர்ண நம்பிக்கை.

இரண்டாவது தலையங்கம்

*தினமணி*யின் முதல் இதழில், இரண்டாவது தலையங்கம் ஒன்றும் இருந்தது. பாரதியாரைப் பற்றி அது கூறியதாவது :

வாழ்க பாரதி!

இன்று தமிழ்நாடு முழுதும் பாரதியார் திருவிழாவைக் கொண்டாடுகின்றது. தமிழ் மொழியின் மறுமலர்ச்சியின் அடையாளம் பாரதிதான். பாரத நாட்டின் இதர மாகாணங்களிலெல்லாம் தேசீய எண்ணம் பொங்கியெழுந்து கொண்டிருந்த சமயத்தில் தமிழகம் மட்டும் உணர்ச்சி குன்றியிருந்ததைக் காணச் சகியாது தமிழர்களைத் தட்டியெழுப்பிய முன்னணி வீரர்கள் சிலரே. அவர்களுள் பாரதியாரே முக்கியமானவர். ஏனெனில் பாரதியார் செய்த நாட்டுச் சேவைக்குக் காலவரையறையேயில்லை. வாழையடி வாழையென தேச பக்தர் கூட்டத்தைச் சிருட்டிக்க வல்லது பாரதியாரின் நாட்டுப் பாட்டுகள். 'உள்ளத்தில் உண்மையொளி உண்டாயின் வாக்கினிலே ஒளியுண்டாகும். வெள்ளத்தின் பெருக்கைப் போல் கலைப்பெருக்கும் கவிப் பெருக்கும் மேவுமாயின் பள்ளத்தில் வீழ்ந்திருக்கும் குருடரெல்லாம் விழி பெற்றுப் பதவி கொள்வார்' என்ற பாரதியாரின் பாட்டுக்கு அவரது வாழ்க்கையே இலக்கியமாகும்.

நவயுகத்தின் தூதராகத் தோன்றிய கவிஞரை அவரது காலத்தில் தமிழகம் முற்றிலும் உணர்ந்துகொள்ளவில்லை. 'செல்வம் எத்தனையுண்டு புவி மீதே அவை யாவும் படைத்த தமிழ் நாடு' என்று கம்பீரமாகப் பாடிய அந்தக் கவிஞனை வறுமையில் வாடுமாறு விட்டுவிட்டது. இனியாவது கவிஞனின் திருநாமம் என்றென்றும் பசுமையாகத் தமிழர் சந்ததியிடை வாழ்வதாக! பாரதியாரின் பாடல்களைத் தமிழ்க் குழந்தைகள் என்றென்றும் பாடி வீர ஜாதியாராவதாக!

கம்பனைப் பெற்ற நாட்டில்
கவிமணம் ஓயு நாளில்

வம்பரின் மந்தை தன்னில்
 வளர்ந்திட தேச பக்தி
உம்பர்மா உலக தாக
 உயிர்த்திடத் தமிழகத்தை
அம்புவி வந்த எங்கள்
 பாரதி வாழ்க! வாழ்க!

மூன்றாவது தலையங்கம்

*தினமணி*யின் முதல் இதழில் மூன்றாவது தலையங்கம் ஒன்றும் இருந்தது – அன்றைய அரசியல் பற்றி.

1934இல் காங்கிரஸ் மகாசபை, டெல்லி மத்திய சட்டசபைத் தேர்தல்களில் காங்கிரஸ் அபேட்சகர்களை நிறுத்திப் போட்டியிடத் தீர்மானித்தது. சென்னை நகரில் எஸ். சத்தியமூர்த்தியும், திருச்சி – தஞ்சை மாவட்டத் தொகுதியில் டாக்டர் டி. எஸ். எஸ். ராஜனும் கோவை – நீலகிரி தொகுதியில் தி. சு. அவிநாசிலிங்கம் செட்டியாரும் காங்கிரஸ் அபேட்சகர்களில் முக்கியமானவர்களாக இருந்தனர். ஸத்தியமூர்த்தி ஜஸ்டிஸ் கட்சி அபேட்சகர் ஸர் ஏ. ராமஸ்வாமி முதலியாரை எதிர்த்து நின்றார். டாக்டர் ராஜன் ஸநாதனத் தலைவர் ஒருவரை எதிர்த்து நின்றார்; அவிநாசிலிங்கம் செட்டியார் ஸர் ஆர். கே. ஷண்முகம் செட்டியாரை எதிர்த்து நின்றார். ஷண் முகம் செட்டியார் முதலில் தேசியவாதியாக இருந்து, பிறகு பிரிட்டிஷ் அரசினரின் கைப்பாவையாகி 'ஆட்டவா ஒப்பந்தம்' என்ற வர்த்தக ஒப்பந்தத்தில் கையெழுத்திட்டு நாட்டு நலன்களைக் காட்டிக் கொடுத்துவிட்டாரென்று காங்கிரஸ்காரர்கள் அவர்மீது குறைபட்டுக்கொண்டிருந்தார்கள்.

இந்தத் தேர்தல்களில் காங்கிரஸ் கலந்துகொள்வதை மகாத்மா காந்தியடிகள் விரும்பவில்லை. ஆயினும், காங்கிரஸில் நிலவிய பெரும்பான்மைக் கருத்து சட்டசபைப் பிரவேசத்தை ஆதரித்தது. காந்தியடிகள், ஆதலால், காங்கிரஸிலிருந்து விலகி கதர், தீண்டாமை ஒழிப்பு, கிராமக் கைத்தொழில் புனருத்தாரணம் ஆகிய பணிகளில் ஈடுபட விரும்பினார். (காந்தியடிகள், பின்னர், காங்கிரஸ் 'நாலணா அங்கத்தினர்' பதவியிலிருந்தும் விலகினார்.)

இந்தச் சூழ்நிலையில், தமிழ் நாட்டில் காங்கிரஸ் அபேட்சகர் களுக்கு முழுமூச்சுடன் ஆதரவு தருவதைத் தன் பணியாகக் கொண் டது *தினமணி*. கார்ட்டூன்கள், கேலிப்பாடல்கள், தலையங்கங்கள், செய்தித் தலைப்புகள் எல்லாவற்றையும் *தினமணி* இப்பணிக்கு உபயோகித்தது. ஸர் ஆர். கே. ஷண்முகம் செட்டியாரைப் பற்றி *மணிக்கொடி* பத்திரிகையில் வெளியான ஒரு கார்ட்டூனையும், நையாண்டிப் பாடலையும் *தினமணி* எடுத்து வெளியிட்டது.

ஸர் ஷண்முகம் செட்டியாரை ஆறுமுகம் கொண்ட வேலனாகக் காட்டியது கேலிச் சித்திரம். கீழே வந்த பாடலாவது: ('ஏறுமயிலேறி' மெட்டில்)

தேர்தல் தரிசனம்
ஸர் ஷண்முகம் புதுப் புகழ்
வோட்டர் துதி

சட்ட சபையேறிச் சதிசெய்யு முகமொன்றே
ஸர்க்காரோடு சல்லாபங்கள் செய்யுமுகமொன்றே
ஒட்டாவாவில் நமை மாட்டி ஒடுக்கு முகமொன்றே
ஒரு வேலைக்கு வேர்த்தலையும் வீரமுக மொன்றே
காங்கிரஸைத் தொலைக்கத் துணைநின்ற முகமொன்றே
கண்ணியத்தை விற்றுமே தீங்கிழைத்த முகமொன்றே
ஆறுமுக மான பொருள் நீ அகல வேண்டும்
அஸெம்பிளியின் ஆசனத்தில் அமர்ந்த பெருமானே!

வோட்டர் : *ஷண்முகமே! நீர் செய்யும் துன்பம் பொறுக்க முடியவில்லையே, சட்டசபையை விட்டு நீர் அகலுவீராக!*

– மணிக்கொடி

இந்தத் தேர்தலில் ஜஸ்டிஸ் கட்சி படுதோல்வியடைந்தது. சென்னையில் ஸர் ஏ. ராமஸ்வாமி முதலியாரை ஸத்தியமூர்த்தியும், கோவையில், ஸர் ஆர். கே. ஷண்முகம் செட்டியாரை அவினாசி லிங்கம் செட்டியாரும் தோற்கடித்தது அகில இந்தியச் செய்தியாக விளங்கியது. டாக்டர் ராஜனும் வெற்றி பெற்றார். காங்கிரஸை மக்கள் அமோகமாக ஆதரித்தனர்; *தினமணி*யையும்தான்.

வ. ரா. புகழ்மாலை

தினமணி முதல் இதழிலேயே அதன் ஆசிரியர் குழுவுக்கு பாரதியாரிடம் இருந்த அபாரமான பற்றுதல் வெளியிடப்பட்ட தல்லவா? முதல் இதழிலேயே ஆசிரியக் குழுவைச் சேர்ந்த 'இளங் கோவன்' (ம. க. தணிகாசலம்) 'சுப்பிரமணிய பாரதியார்' என்ற தலைப்பில் பாரதியாரின் கவிநயத்தைப் பாராட்டி ஒரு கட்டுரை எழுதியிருந்தார்.

இரண்டு தினங்கள் கழித்து, 13.9.34 இதழில், புதிய பத்திரிகையைப் பாராட்டி அறிஞர் வ. ரா. திருவையாற்றிலிருந்து அனுப்பிய பாராட்டுரை வெளியாயிற்று.

பாரதியாரின் பெருமை
(வ. ரா. எழுதியது)

சென்ற செவ்வாயன்று *தினமணி* பத்திரிகை தோன்றிற்று. பாரதியார் இந்த உலகத்தை விட்டு மறைந்த தினம் அதுவே. எனவே, பாரதியாரின் ஆவி புதிய *தினமணி*யில் புகுந்து கொள்ளுவதற்கு தர்க்க சாஸ்திரப்படி இதுவே ஆதாரம்.

*தினமணி*யின் தலையங்கமான 'அறிமுகம்' என்பதைப் பார்த்ததும் எனக்கு ஒருவித மன எழுச்சி உண்டாயிற்று.

புதிய பத்திரிகை, அதுவும் தமிழ்ப் பத்திரிகை தோன்றுங்கால் பாரதியாரின் அருமைப் பெயரைத் தனது தலையங்கத்தில் குறிப்பிட்டது எனக்குப் பெருமகிழ்ச்சி உண்டாக்கிற்று.

தமிழ் மொழிக்கு பாரதியார் பிறந்த பின்னர் புனர்ஜன்மம் ஏற்பட்டது என்பது என் திடமான எண்ணம். இந்த உண்மை போகப் போகத் தெரியும். இதைப் பற்றி இப்பொழுது கட்சிப் பிரதி கட்சியொன்றும் தேவையில்லை.

தமிழ்ப் பத்திரிகைகள் யாவும் இப்பொழுது பாரதியாரின் அழியாப் புகழையும் அரிய கவிதையையும் பற்றி எழுதுகை யில் என் உள்ளம் பூரிப்படைந்து விடுகிறது.

தினமணி பத்திரிகையில் அமர்ந்திருக்கும் எழுத்தாளர்கள் யாவரும் பாரதி ஆவேசம் கொண்டவர்கள் என்று எனக்குத் தெரியும். அரசியலிலும் தமிழ் இலக்கியத்திலும் *தினமணி* நல்ல தொண்டாற்றும் என்று நம்புகிறேன்.

முற்போக்கான பல அம்சங்கள்

தினமணி பல இதழ்களில் பாரதி பாடல்கள் ஆங்காங்கே வெளியிடப்பட்டன என்பதும் இங்கு குறிப்பிடத்தக்க விஷயமாகும்.

ஆனால், பாரதி ஒரு விஷயம் மட்டும்தான் *தினமணி*யின் முற்போக்குக்கு அத்தாட்சி என நினைக்கலாகாது. பத்திரிகையின் தலைப்புகள் விறுவிறுப்புடன், நேர் நடையில் இருந்தன. தெரியாத ஊர், பேர்கள் செய்தியில் வந்தால், *தினமணி* அவை எங்கே உள்ளன, அவர்கள் யார் என்ற பின்னணி விளக்கம் கொடுத்தது. இதனால் பாமர மக்களும் செய்திகளைப் புரிந்துகொள்வது லகுவா யிற்று. மற்றும், பல கட்டுரைகளிலும் அறிவு விருத்திக்கான விஷயங்கள் வெளியாயின.

அறிஞர் கே. சந்தானம், 'செல்வமும் சொத்தும்' என்ற தலைப்பில் ஸோஷலிசக் கருத்துகளை வலியுறுத்தி ஒரு கட்டுரைத் தொடர் எழுதிவந்தார். இது இரண்டு மூன்று மாத காலம் தொடர்ச்சியாக வெளிவந்தது.

'காலக் கண்ணாடி', 'ஆகாசவாணி' என்ற தலைப்புகளில் எழுது பவர் பெயரின்றி, செய்திகளையொட்டிய கருத்துக் கட்டுரைகள் வெளிவந்தன. விநாயக சதுர்த்தியை மகாராஷ்டிரத்தின் தேசியத் திருவிழாவாகத் திலகர் பெருமான் ஆக்கியதைப் பின்பற்றி, விநாயக சதுர்த்தியை நாடெங்கும் தேசியத் திருவிழாவாகக் கொண்டாட வேண்டும் என்று 'ஆகாசவாணி' கட்டுரை ஒன்று குறிப்பிட்டது.

முஸ்லிம் நாடுகள் பற்றிய செய்திகள் 'முஸ்லிம் செய்திகள்' என்ற தலைப்பில் தரப்பட்டன. *தினமணி*யில் உதவியாசிரியராக இருந்த டி. எஃப். ஆர். மாஅலி ஸாஹேப் என்ற அன்பர் இப் பகுதியைக் கவனித்துவந்தார்.

பெண் வேஷத்துக்கு ஆண்கள்

ந. ராமரத்தினம் என்ற உதவியாசிரியர் 'அல்லி' என்ற பெயரில் நாடக உலகம், திரை உலகம் பற்றி நுணுக்கமான விமர்சனங்களைச் செய்துவந்தார். அவர் எழுதிய ஒரு சினிமா விமர்சனக் கட்டுரையில் சினிமாவிலும் நாடகமேடை போலவே பெண் வேஷத்தில் ஆண் நடிகர்கள் நடிக்க வாய்ப்புத் தரவேண்டும் என்று வற்புறுத்தியது பெரிய சர்ச்சையாக மாறியது.

ராமரத்தினம் எழுதினார் : "…. ஆனால் நம் நாட்டில் ஒருவரை யொருவர் முத்தமிட்டுக்கொள்வதென்றால் அதென்னவோ கொஞ்சம் அசாதாரணமாய்த்தான் இருக்கிறது. காதலனும் காதலியும் உல்லாசமாக நந்தவனத்தில் உலாவும்போது ஒருவரையொருவர் ஆலிங்கனம் செய்துகொள்வது பொருத்தமானதாகயிருக்கும். அந்தச் சமயத்தில் ஒரு பெண்ணைத் தொடுவதென்றால் ஆண் வேஷக்காரருக்குக் கூச்சமாய்த்தானிருக்கும். அது இயற்கையே. இதனால் பெண் நடிகர்களே இருக்கக்கூடாதென்று அர்த்தமல்ல. ஸ்திரீ வேஷத்துக்குப் பொருத்தமுள்ள ஆண் நடிகர்களையும் சேர்த்துக் கொள்ள வேண்டுமென்பதுதான் எமது கோரிக்கை."

வாசுவின் கார்ட்டூன்கள்

வாசு என்ற அரசியல் கார்ட்டூன் நிபுணர் பெயரைத் தமிழ்ப் பத்திரிகை உலகத்துக்கு அறிமுகம் செய்துவைத்தது *தினமணி*யே யாகும்.

அரசியல் பிரமுகர்களின் சித்திரங்களை வரைவதில் 'மாலி' உந்நதப் புகழ் பெற்றிருந்த காலம் அது. அந்தச் சமயத்தில் வாசு என்ற இளைஞரும் அரசியல் கார்ட்டூன் சித்திரங்கள் எழுதத் தொடங்கினார். அவரது சித்திரப் பாணி மாலியின் பாணிக்கு மாறுபட்டது. அவரும் மாலியைப் போலவே பட்டைக் கோடுகளும் மெல்லிய கோடுகளும் கையாண்டாரென்றாலும் மாலியைவிட உருவச் சித்திரங்களில் வாசுவுக்குத் திறமை அதிகம். மாலி, இரண்டொரு கோடுகளில் ஒரு நபரின் முகத்தை வரைந்து அவரது அந்தராத்மாவையே பிடித்துக் காட்டிவிடுவார். ஆனால், மனித உருவங்களோ, காட்சிகளோ வரையும்போது மாலிக்கு அளவு ஒற்றுமை (ப்ரபோர்ஷன்) எப்போதுமே சரியாக அமையுமென்று சொல்ல முடியாது. அதே போல, காட்சி ஒன்றை வரையும்போது மாலிக்கு முன்பின் இட அளவை ('பெர்ஸ்பெக்டிவ்') சரியாக வராது.

வாசுவுக்கோ உருவ அளவு ஒற்றுமையும் முன்பின் இட அளவையும் சரியாக வரும். அவரும் ஒரு நபரின் முகத்தை வரைவதில் நிபுணர்தான். மாலி போல வேகமாக வரைந்த கோடுகளால் அவர் படம் வரையமாட்டார். நிதானித்து வேலைப்பாடு செய்த பேனா வேலையால் வரைவார். அவருடைய கார்ட்டூன்களில் முழுமை இருக்கும்.

வாசு, பிற்காலத்தில் *இந்தியன் எக்ஸ்பிரஸ்*, *ஹிந்து*, *மெயில்* முதலிய ஆங்கில நாளிதழ்களில் கார்ட்டூனிஸ்டாக இருந்து, பிறகு *குமுதம்* தமிழ் வாரப்பதிப்பில் அரசியல் கார்ட்டூன்கள் போட்டு புகழெய்தினார்.

இந்தச் சந்தர்ப்பத்தில், *தினமணி*யில் பிற்காலத்தில் கார்ட்டூன்கள் வரைந்துள்ள தாணு, கோபி ஆகிய சித்திரக்காரர்களின் திறன் நுணுக்கங்களையும் நினைவு வைக்கலாம். தாணு, மாலியைவிடச் சிக்கனமானவர், கோடுகள் வரைவதில். இரண்டொரு கோடுகளில் தத்ரூபமான முகச்சாயலைக் கொண்டு வந்துவிடுவார். கோபியோ, கார்ட்டூனிஸ்ட் என்பதைவிட சித்திரக்காரர் என்ற திறனே அதிகம் உள்ளவர். இருப்பினும் அவரும் பல ஆண்டுகள் *தினமணி*யில் அரசியல் கார்ட்டூன்கள் போட்டிருக்கிறார்.

ராமையா, புதுமைப்பித்தன்

*தினமணி*யின் ஆரம்பகாலத்திலேயே அதனுடன் தொடர்பு கொண்டவர்கள் பி. எஸ். ராமையா, புதுமைப்பித்தன், சி.சு. செல்லப்பா முதலிய சிறுகதை ஆசிரியர்கள். ராமையா *தினமணி*யில் வேலை பார்க்கவில்லை; மற்ற இருவரும் அப்பத்திரிகையில் உதவியாசிரியர்களாக வேலை பார்த்திருக்கிறார்கள். *தினமணி* பத்திரிகையில் சிறுகதை எழுதியவர்களில் சங்கு சுப்பிரமணியன், ந. ராமரத்தினம், மணிக்கொடி ஸ்ரீநிவாசன், கு. ப. ராஜகோபாலன், 'சிட்டி', ந. சிதம்பர சுப்பிரமணியன், ஆ. நா. சிவராமன் முதலியவர்கள் மற்றும் சிலராகும்.

தினமணி ஆண்டு மலர்கள்

புதுமைப்பித்தன் *தினமணி*யின் புத்தக விமர்சகராகவும், ஆண்டு மலர் ஆசிரியராகவும் விளங்கினார். புத்தக விமர்சனங்களில் அவர் மிக நுணுக்கமாக, மிகக் காரசாரமாக எழுதுவார்; பெரிய மனிதர் சின்ன மனிதர் என்று பார்க்கமாட்டார். விமர்சனங்களுக்கு அவர் வேறு புனைபெயர் வைத்துக்கொண்டு எழுதிவந்தார்.

தினமணி ஆண்டு மலர்கள் மூன்று ஆண்டுகளே (1937, 1938, 1939) வெளிவந்தன. தீபாவளி மலரை வழக்கமாக்கிவிட்ட *ஆனந்த விகடன்* தீபாவளி மலர் அளவில், நல்ல காகிதத்தில், சுமார் இருநூறு பக்கங்கள் கொண்டவையாக *தினமணி* ஆண்டு மலர்கள் இருந்தன. விஷய அம்சத்தில் *ஆனந்த விகடன்* மலரைவிடச் சிறந்தவையாக, இலக்கியச் சுவை கொண்டவையாக *தினமணி* ஆண்டு மலர்கள் இருந்தன. ஆனால், சித்திர விஷயத்தில் *விகடன்* பக்கத்தில் நிற்க முடியவில்லை.

இம்மலர்களில், பாரதியாரது 'பூலோக ரம்பை' என்ற கதை முதன்முதலாக வெளிவந்தது. இதற்கு வாசு அருமையான வண்ணச் சித்திரம் வரைந்திருந்தார்.

தாம் முதன்முதலாக பாரதியாரைச் சந்தித்த விவரத்தைக் குவளைக் கண்ணன் (குவளையூர் கிருஷ்ணமாச்சாரியார்) ஒரு மலரில் எழுதியிருந்தார்.

தினமணி அலுவலகத்துக்கு மலர்களில் அதிக சிரத்தை இருக்கவில்லை.

விற்பனையில் முதல் இடம்

தினமணி துவக்கப்பட்டபோது அதன் ஸ்தாபகர்கள் அது நாள்தோறும் 8,000 பிரதிகள் விற்றால் அதிகமென நினைத்தார்கள். அதுவே அக்காலத்தில் வியக்கத்தக்க விற்பனையாகும். ஆனால், *தினமணி* தோன்றிய இரண்டே மாதங்களில் நாள்தோறும் 20,000 பிரதிகள் விற்கலாயிற்று! அதிசயத்திலும் அதிசயமான விற்பனை இது! அதாவது, அக்காலத்தில் இருந்த மற்ற தமிழ் நாளிதழ்களான *சுதேசமித்திரன், தமிழ்நாடு, ஜெயபாரதி* மூன்றின் மொத்த விற்பனையைவிட *தினமணி*யின் அன்றாட விற்பனை அதிகமாக இருந்தது!

விறுவிறுப்பான நடை, முற்போக்கான சொல்லாட்சி, நவநாகரிகமான கருத்துப் போக்கு, உலக அறிவு தரும் செய்திகள், பொருளாதாரம் அரசியல் உள்ளிட்ட பல்வேறு சாத்திரங்களின் ஞானத்தை வளர்க்கும் கட்டுரைகள், சுவையான விமர்சனங்கள், இலக்கியத் தரமான சிறுகதைகள், மாதர் சிறுவர் தனிப் பகுதிகள் – *தினமணி* தமிழ் மக்களின் அபிமானப் பத்திரிகையாகிவிட்டதில் வியப்பில்லை!

'கிழடு தட்டியதல்ல!'

*தினமணி*யின் தோற்றத்தால் முக்கியமாக பாதிக்கப்பட்டது *சுதேசமித்திரன்* நாளிதழ்தான். *தமிழ் நாடு* நாளிதழோ, ஏற்கெனவே நலிவு கண்டுவிட்டது; ஏதோ ஒரு மாதிரி ஊசலாடிக் கொண்டிருந்தது. *ஜெயபாரதி*யோ, காலணாப் பத்திரிகை; பெரிய பத்திரிகைகளுடன் ஒரு நாளும் அது போட்டியிட முடிந்ததில்லை.

சுதேசமித்திரன் தான் தனக்கிருந்த நெடுநாள் புகழினாலும், தஞ்சாவூர் மாவட்டம் போன்ற இடங்களில் இருந்த தனிப் புகழினாலும், நல்ல செல்வ நிலைமையினாலும், *ஹிந்து* பத்திரிகையுடன் அதற்கிருந்த நெருங்கிய உறவாலும் அதுவரை முதன்மையாக விளங்கிவந்தது. *தினமணி* வந்ததும், யௌவனத்தின் பிரதிநிதியாக, இளைய பாரதத்தின் குரலாக அது ஒலிக்கத் தொடங்கியதும், *மித்திரன்* விற்பனை குறையலாயிற்று.

முதலில் அலட்சியமாக இருந்த *சுதேசமித்திரன்* தனது வாசகர்களை மேலும் இழக்காமல் தவிர்க்க, அதிசயத்திலும் அதிசயமாகத் தெரு விளம்பரங்களைக் கையாள வேண்டியதாயிற்று.

தினமணி நேற்று தோன்றிய குழந்தை என்று அதை ஒதுக்கிவிட நினைத்தாற்போல் *சுதேசமித்திரன்* தனது நீண்ட வயதையும் பாரம்பரியத்தையும் சுவரொட்டிகள் மூலம் தமிழ் நாடெங்கும்

பறைசாற்றியது. 'காங்கிரஸ் தோன்றுவதற்கு முன் தோன்றிய பத்திரிகை!' என்று பெருமையுடன் கூறியது. *மித்திரன்* சுவரொட்டி உண்மைதான். 1885இல் தோன்றியது இந்திய தேசிய காங்கிரஸ் மகாசபை. *சுதேசமித்திர*னோ அதற்கு மூன்று ஆண்டுகள் முன்பே 1882இல் தோன்றிய பத்திரிகையாகும். தமிழ் நாட்டில் தேசியத்திற்கு வித்திட்டு, தேசியத்தையும் பொது அறிவையும் வளர்த்த நீண்ட புகழ் கொண்டதுதான் *சுதேசமித்திரன்*.

அப்படிப்பட்ட *சுதேசமித்திரன்* தனது நெடிய புகழை விளம்பரப் படுத்திக்கொண்டபோது புதியதாக வேர்விடும் *தினமணி,* நேற்று முளைத்த *தினமணி,* அதை எப்படி சமாளிக்கப் போகிறதோ என்று எல்லாரும் ஆவலுடன் எதிர்பார்த்தார்கள்.

தினமணி ஆசிரியர் டி. எஸ். சொக்கலிங்கம் இதற்கும் ஒரு வழி கண்டுபிடிக்கவே செய்தார்.

மித்திரன் சுவரொட்டிகள் ஒட்டப்பட்ட சின்னாட்களில், அந்தச் சுவரொட்டிகள் இருந்தவிடமெல்லாம், அவற்றிற்குப் பக்கத்தில் *தினமணி* சுவரொட்டிதான் ஒட்டப்பட்டிருந்தது. அந்த *தினமணி* சுவரொட்டியில் கண்ட வாசகத்தின் முக்கியப் பகுதி என்ன சொல்லிற்று, தெரியுமா?

'*தினமணி* கிழடு தட்டியதல்ல!' என்ற வாசகமே சுவரொட்டியின் முக்கிய வாசகம்!

இரு சுவரொட்டிகளையும் கண்டவர்களெல்லாம் புன்னகையுடன் போனார்கள். *தினமணி*யின் ஆதரவாளர்கள் அதிகமானார்கள்!

ஆங்கிலேயச் செய்தி ஸ்தாபனம் உண்டாக்கிய நெருக்கடி

தினமணி தோன்றிய ஐந்து மாதங்களில் அந்த அலுவலகத்தில் எதிர்பாரா நெருக்கடி ஒன்று உண்டாயிற்று. பத்திரிகைக்கு வரும் அந்நிய நாட்டுச் செய்திகள் சம்பந்தமான நெருக்கடி அது.

அக்காலத்தில், பாரதத்தின் உள்நாட்டுச் செய்திகளைத் தந்து வந்த அஸோஸியேட்டட் பிரஸ்ஸும், வெளிநாட்டுச் செய்திகளைத் தந்துவந்த ராய்ட்டர் செய்தி ஸ்தாபனமும் பிரிட்டிஷ்காரர்கள் ஆதிக்கத்திலிருந்தன. இவை மூலமாகவே எல்லாப் பத்திரிகைகளுக் கும் முக்கியச் செய்திகள் வந்துகொண்டிருந்தன.

தினமணி ஸ்தாபகர் சதானந்தோ, தேசியப் பற்று மிகுந்தவர். சுதேசி செய்தி ஸ்தாபனம் ஒன்று இல்லாத குறையை நெடுநாளாக உணர்ந்து பொருமியவர் அவர்.

இந்தியப் பத்திரிகை உலகில் பெரும் புகழ்படைத்த ஆசிரியர் களில் ஒருவரான சதானந்து ஒரு தமிழர். 1900ஆம் ஆண்டு பிறந்தவர். அவரது தந்தையாரும் புகழ்பெற்ற பத்திரிகாசிரியர். தந்தையார் சி. வி. சுவாமிநாத ஐயர், முதலில் *சுதேசமித்திரன்* பத்திரிகையில் பொறுப்பான பதவியில் இருந்தார். *மித்திரன்*

ஸ்தாபகர் ஜீ. சுப்பிரமணிய ஐயர் முதலில் *ஹிந்து* பத்திரிகை ஆசிரியராகவும் இருந்ததால், அவரது மேற்பார்வையில் சி. வி. சுவாமி நாத ஐயர் *மித்திர*னைக் கவனித்துக்கொண்டிருந்தார். அத்துடன், சுவாமிநாத ஐயர் தம் சொந்தப் பொறுப்பில், 1892இல், *விவேக சிந்தாமணி* என்ற உயர்தர மாதப் பத்திரிகையை ஆரம்பித்தார். அந்த *விவேக சிந்தாமணி*யில்தான் பி. ஆர். ராஜம் ஐயரின் *கமலாம் பாள் சரிதம்* என்ற ஆதிகாலத் தமிழ் நாவல் தொடர்கதையாக வெளிவந்தது. அது மட்டுமல்ல. *பத்மாவதி சரித்திரம்* நாவலின் ஆசிரியர் அ. மாதவையரும் *விவேக சிந்தாமணி*யில் சிறிது காலம் தொடர்கதை எழுதிவந்தார்.

இத்தகைய புகழ் பெற்ற தந்தையாரின் புதல்வர் சதானந்து, சென்னையில் கல்வியை முடித்துக்கொண்டு 1918இல் ஆங்கிலப் பத்திரிகைத் துறையில் இறங்கினார். 1919இல் ராய்ட்டர் செய்தி ஸ்தாபனத்தில் சேர்ந்தார். அங்கே சேர்ந்ததும் அவர் அடைந்த அனு பவங்கள் அவரது தேசிய ஆர்வத்தைத் தூண்டிவிட்டன. அவ்வமயம் மகாத்மா காந்தியடிகள் துவங்கிய ஒத்துழையாமை இயக்கத்தில் சேர்ந்து ராய்ட்டர் வேலையை விட்டு நீங்கி, பண்டித மோதிலால் நேருவின் *இண்டிபெண்டெண்டு* ஆங்கில நாளிதழில் சேர்ந்து பணி யாற்றினார். இரண்டு ஆண்டுகளில், 1923இல், சதானந்து கண்ட ஒரு பெருங்கனவு நனவாயிற்று.

1923 அக்டோபர் மாதம், சதானந்தின் ப்ரீ ப்ரெஸ் ஆஃப் இந்தியா செய்தி ஸ்தாபனம் தோன்றியது. அதிகாரிகளின் கட்டுப்பாட்டில் நடந்துவந்த அஸோஸியேட்டட் பிரஸ்ஸும் ராய்ட்டரும் தராத இந்திய தேசிய இயக்கத்துக்கு ஆதரவான செய்திகள் தருவதைத் தனது முக்கிய குறிக்கோளாகக் கொண்டது ப்ரீ ப்ரெஸ்.

ஒரு தேசிய செய்தி ஸ்தாபனம் தேசிய இயக்கத்துக்கு ஆதரவான செய்திகளைத் தந்தாலும், நாட்டிலிருந்த பெரிய பத்திரிகைகள் அந்தச் செய்திகளை வெளியிடத் தயக்கம் காட்டின. அப்பத்திரிகை கள் ப்ரீ ப்ரெஸ்ஸுக்குக் கட்டணம் கட்டி ஆதரவு தந்தால்தானே அது சிறப்பாக இயங்க முடியும்? தேசியச் செய்திகளைக் கொடுத் தாலும் வெளியிடும் பத்திரிகைகள் அதிகம் இல்லை என்ற நிலைமை யில், சதானந்து தாமே தேசமெங்கும் முக்கிய நகரங்களில் ப்ரீ ப்ரெஸ் பத்திரிகைகளைத் துவக்குவது என்று தீர்மானித்தார்.

இந்த முயற்சியில் சில பெரிய அரசியல் தலைவர்களும் கோடீசுவ ரர்களான சில பம்பாய் முதலாளிகளும் சதானந்துக்கு ஆதரவு தந்தார்கள். ஸர் புருஷோத்தம்தாஸ் தாகூர்தாஸ், ஸர் பிரோஸ் ஸேத்னா, எம். ஆர். ஜயகர், வால்சந்து ஹீராசந்து, ஜி. டி. பிர்லா முதலி யவர்களின் ஆதரவுடன் 1930 ஜூன் 13ஆம் தேதி பம்பாயில் *ப்ரீ ப்ரெஸ் ஜர்னல்* என்ற ஆங்கில நாளிதழை சதானந்து துவக்கினார்.

முதல் பக்கத்தில் முழுவதும் செய்திகள் தருவது, மலிவான விலையில் தருவது, தேசிய இயக்க ஆதரவுச் செய்திகளை நிறையத்

தருவது – இவை மூன்றும் ப்ரீ ப்ரஸ் பத்திரிகைகளின் அடிப்படைக் கொள்கைகளாக விளங்கின.

1932இல் *ப்ரீ ப்ரெஸ் புல்லட்டின்* என்ற மாலை ஆங்கில நாளிதழும், அதே ஆண்டில் *நவபாரத்* என்ற குஜராத்தி நாளிதழும் ப்ரீ ப்ரெஸ் நிறுவனத்தால் வெளியிடப்பெற்றன.

இந்த வரிசையில்தான் 1932இல் தோன்றிய *இந்தியன் எக்ஸ் பிரஸ்* ஸை சதானந்து விலைக்கு வாங்கி காலைப் பத்திரிகையாக செவ்வனே நடத்தினார். இரண்டு ஆண்டுகளில் 1934இல் அதற்குத் தோழமைப் பத்திரிகையாக *தினமணி* தோன்றியது. இவை தவிர, அதே ஆண்டில், *நவ் சக்தி* என்ற மராத்தி நாளிதழையும் பம்பாயில் துவக்கினார். கல்கத்தா, டெல்லி, லக்னவூ, லாகூர் முதலிய நகரங்களி லும் ப்ரீ ப்ரெஸ் நாளிதழ்களை ஆரம்பிக்க விரும்பினார் சதானந்து. ஆனால், அவருக்கு நிதி உதவி செய்தவர்களின் தயக்கத்தினாலும் ஏற்கெனவே வந்துகொண்டிருந்த பத்திரிகைகளின் எதிர்ப்பினாலும் அவை கைகூடவில்லை. செய்தி ஸ்தாபனமான ப்ரீ ப்ரெஸ் பத்தி ரிகை வெளியிடும் ஸ்தாபனமாகவும் மாறுவது தங்களுக்குப் போட்டி யாகும் என்று பழைய பத்திரிகைகள் எதிர்ப்புத் தெரிவித்தன.

பிரிட்டிஷ் அரசாங்கமும் சதானந்தின் தீவிர தேசியச் செய்தி களைக் கண்டு வெகுண்டு அவருக்குப் பல இன்னல்களை விளை வித்தது. 1930இல் அவர்மீது வழக்குத் தொடர்ந்தார்கள்; அவர் விடுவிக்கப்பட்டார். 1932இல் அவரைக் கைது செய்து பார்த்தார்கள். 1933இல் குவெட்டா என்ற வடமேற்கு எல்லைப்புற நகரில் பெரிய பூகம்பம் ஏற்பட்டபோது வெள்ளை அதிகாரிகள் காட்டிய இன பேதப் பட்சபாதத்தை சதானந்து அம்பலப்படுத்தினார். அதற்காக, *ப்ரீ ப்ரெஸ் ஜர்னலு*க்குப் பெருந்தொகை ஜாமீன் கட்ட உத்தரவா யிற்று. அப்போதும் அப்பத்திரிகை தயங்காமல் உண்மையை அம்பலப்படுத்தியது. பெருந்தொகையான ஜாமீன் தொகை பறிமுத லாயிற்று; புதிதாகப் பெருந்தொகை ஜாமீன் கட்டச் சொன்னார்கள். பின்னர் அதுவும் பறிமுதலாயிற்று. மொத்தம் 51,000 ரூபாய் ஜாமீன் தொகை பறிமுதலாயிற்று! 1938இல் அரைலட்சம் ரூபாய் என்றால் எவ்வளவு பெருந்தொகை! இவ்வளவு நெருக்கடியிலும் சதானந்து மனம் குலையாமல் தமது தேசியக் கொள்கைகளைக் கடைப்பிடித்தார்.

சதானந்தின் ப்ரீ ப்ரெஸ் செய்தி ஸ்தாபனம் நாடெங்கிலுமிருந்து உள்நாட்டுச் செய்திகளைத் தந்தது. லண்டனில் சார்லஸ் பார்ன்ஸ் என்ற பிரிட்டிஷ் பத்திரிகையாளரையும், *மணிக்கொடி* ஸ்ரீநிவாசன் என்று புகழ்பெற்ற கே. ஸ்ரீநிவாசனையும் கொண்டு லண்டன் அலுவலகம் ஒன்று திறந்து, அதன் மூலம் பல அரிய செய்திகளை இந்தியாவுக்கு அனுப்பச் செய்தார். 1931இல் வட்ட மேஜை மாநாட்டுக்கு மகாத்மா போனபோது, சதானந்து லண்டன் சென்று வட்டமேஜை மாநாட்டு நடவடிக்கைகளில் ராய்ட்டர் அனுப்பாத பல செய்திகளை அனுப்பினார்.

சதானந்து சொந்தமாக ப்ரீ ப்ரெஸ் செய்தி ஸ்தாபனத்தை நடத்திய காலத்திலும்கூடத் தமது பத்திரிகைகளில் எல்லாச் செய்திகளும் வெளிவரவேண்டுமென்று ராய்ட்டர், அஸோஸியேட்டட் ப்ரஸ் செய்திகளையும் தருவித்து வெளியிட்டார்.

இந்த நிலையில், 1935 பெப்ருவரி 7ஆம் தேதி, ராய்ட்டரும் அஸோஸியேட்டட் பிரஸ்ஸும் ப்ரீ ப்ரெஸ் பத்திரிகைகளுக்குச் செய்திகள் தருவதைத் திடீரென நிறுத்திக் கொண்டுவிட்டன. சென்னையில் *தினமணி*யும் *இந்தியன் எக்ஸ்பிரஸ்*ஸும் இந்த நெருக்கடிக்கு இலக்காயின.

ராய்ட்டரின் இந்த நடவடிக்கை ஒரு முக்கியமான சந்தர்ப்பத்தில் மேற்கொள்ளப்பட்டது; சதானந்தின் ப்ரீ ப்ரெஸ் முயற்சிகளை அடியோடு ஒடுக்கவேண்டும் என்ற நோக்கத்தில் மேற்கொள்ளப்பட்டது. லண்டனில் இந்தியாவின் எதிர்காலம் பற்றி பிரிட்டிஷ் பார்லிமெண்டில் 1935ஆம் வருஷத்திய சீர்திருத்த யோசனைகள் காரசாரமாக விவாதிக்கப்பட்டுக்கொண்டிருந்த சமயம் அது.

நெருக்கடியான சமயத்தில் இவ்வாறு கைவிடப் பட்டபோது சதானந்து துணிவுடன் அதை எதிர்கொண்டு சமாளித்தார். லண்டனிலும் பிற உலக நகரங்களிலும் இருந்த தமது பிரதிநிதிகளுக்குக் கடல் தாண்டிய தொலை தூர டெலிபோன் மூலம் அவர் பேசினார். செலவைப் பாராமல் தினந்தோறும் முக்கியமான செய்திகளைத் தொலை தூர டெலிபோன் மூலம் தெரிவிக்கும்படி அவர்களுக்கு உத்தரவிட்டார். இந்த டெலிபோன் செய்திகள் பம்பாயில் பெறப்பட்டு, அங்கிருந்து சென்னைக்கு மீண்டும் டெலிபோன் மூலம் தெரிவிக்கப்பட்டன.

அசுர சாதனை இது. இதனால் இந்திய மக்களுக்கு சிரத்தையுள்ள பல செய்திகள், பிரிட்டிஷ் செய்தி ஸ்தாபனமான ராய்ட்டர் மூடி மறைத்து இருட்டடிப்பு செய்த பல செய்திகள் ப்ரீ ப்ரெஸ் பத்திரிகைகளின் வாசகர்களுக்குக் கிடைத்தன.

1935 பிப்ரவரி 7ஆம் தேதி ராய்ட்டர் ஸ்தாபனம் செய்தி தருவதை நிறுத்திய அதே நாள், *தினமணி* இத்தகவலை முதல் பக்கத்தில் கட்டம் கட்டி வெளியிட்டதுடன், நான்கு தினங்கள் கழித்துத் தலையங்கம் ஒன்றும் எழுதியது. *தினமணி* முதல் பக்கச் செய்தி வருமாறு :

> மீண்டும் இன்று முதல்
> 'பிரீ ப்ரெஸ்' சர்விஸ்
> உலகமெங்கும் நமது நிருபர்கள்
> அ.பி. ராய்ட்டர் நிறுத்தம்
> ஸ்ரீ. சதானந்தர் அறிக்கை,

பம்பாய், பெப். 7

பிரீ ப்ரெஸ் ஆப் இந்தியா மானேஜிங் டைரக்டரான ஸ்ரீ எஸ். சதானந்தர் பின்வரும் அறிக்கையை வெளியிட்டிருக்கிறார் :

பிரீ பிரஸ் பத்திரிகைகளான *பிரீ ப்ரஸ் ஜர்னல், நவபாரத், நவசக்தி* (பம்பாய்), *இந்தியன் எக்ஸ்பிரஸ், தினமணி* (சென்னை) ஆகியவைகளுக்கு மீண்டும் இன்று முதல் உள் நாட்டுச் செய்திகளும் வெளிநாட்டுச் செய்திகளும் பிரீ பிரஸ் சர்விஸாலேயே செய்யப்படும்.

பயமின்றியும் சுதந்திரத்துடனும் சேவை செய்வதற்கே பிரீ பிரஸ் ஆப் இந்தியா இருக்கிறது.

சர்க்கார் பண உதவியுடன் நடத்தப்பட்டுவரும் சர்விஸுக்குப் பதிலாக பிரீ பிரஸ்தான் முதலில் தனி சர்விஸ் ஆரம்பித்தது.

எவ்வளவோ ஜாமீன் தொகை பறிமுதல் செய்யப்பட்ட போதிலும்கூட, கொஞ்சமும் பயமின்றி செய்திகளும் அபிப்பி ராயங்களும் கொடுத்து, தேச சேவை செய்தது முதலில் பிரீ பிரஸ் பத்திரிகைகள்தான்.

இந்தியப் பத்திரிகைகள் சரித்திரத்திலேயே சுதந்திரத்துடனும் திறமையுடனும் சிக்கனத்துடனும் ஓர் உலகச் செய்தி ஸ்தாபனம் ஆரம்பித்தது முதலில் பிரீ பிரஸ்தான். 1925ஆம் வருஷம் ஜனவரி மாதம் முதற்கொண்டு 1934ஆம் வருஷம் பிப்ரவரி மாதம் வரையில் 10 வருஷ காலத்துக்கு சர்க்கார் பண உதவி பெற்ற செய்தி ஸ்தாபனங்களின் நேர்மையற்ற போட்டிக்கு பிரீ பிரஸ் ஆளாகியிருந்தது. 12 வருஷ முயற்சியும், ஜாக்கிரதையாகச் செலவு செய்யப்பட்ட 3 லக்ஷம் ரூபாய் களும் பிரீ பிரஸ் ஆப் இந்தியா நியூஸ் சர்விஸை வளர்த்திருக் கின்றன. ஒரு ஒப்பந்தம் செய்துகொண்டதன் பேரில், பிரீ பிரஸ் ஆப் இந்தியா தனது அலுவல்களைக் குறைத்துக்கொண்டது.

இன்று பிரீ பிரஸ் விடுதலையடைந்துவிட்டது. புதன்கிழமை மாலை திடீரென்று ராய்ட்டரும் அ.பியும் செய்தி அனுப்பு வதை நிறுத்திவிட்டன.

ஆனால் பிரீ பிரஸ் ஆப் இந்தியா நசுக்கப்படவில்லை. பிரீ பிரஸ் எப்பொழுதுமே சுதந்திரத்துடனும் பயமின்றியும் நடந்து வரும்.

பெப்ருவரி 7ஆம் தேதி முதல் பல அரிய ப்ரீ ப்ரெஸ் செய்திகள் வெளியாயின. பிற பத்திரிகைகள் சில இவற்றைத் தங்கள் பதிப்பு களிலும் எடுத்து வெளியிடத் தலைப்பட்டன. இதுபற்றி ஒரு எச்சரிக்கை பிப்ரவரி 8ஆம் தேதி *தினமணி*யில் வெளியாயிற்று.

அறிக்கை

பிரீ பிரஸ் வெளிநாட்டுச் செய்திகள் மிகுந்த பணச் செலவில் வருகிறது. சென்னையைப் பொறுத்தவரையில் பிரீ பிரஸ் செய்திகள் *இந்தியன் எக்ஸ்பிரஸ், தினமணி* ஆகிய இரண்டு பிரீ பிரஸ் பத்திரிகைகளுக்கு மட்டுமே சொந்தம். *இந்தியன்*

எக்ஸ்பிரஸ் காலைப் பதிப்பில் வெளியாகும் பிரீ பிரஸ் வெளிநாட்டுத் தந்திகளைச் சில தமிழ்ப் பத்திரிகைகள் பெயர் குறிப்பிட்டும், பெயர் குறிப்பிடாமல் மற்றச் செய்திகளோடு கலந்தும் வெளியிட்டு வருகின்றன. இப்படிச் செய்வது பிரீ பிரஸ் காப்பிரைட் உரிமைகளுக்கு விரோதமாகையால் இனி அம்மாதிரி உபயோகிப்பது சரியல்ல என்பதைத் தெரிவித்துக் கொள்ளுகிறோம்.

மானேஜர்

இதன்பின், பிப்ரவரி 11ஆம் தேதி *தினமணி* வெளியிட்ட தலையங்கம் வருமாறு :

கலப்பற்ற செய்தி

குருடனை ராஜவிழி விழிக்கும்படி செய்ய முடியாது. அதே மாதிரி, சர்க்காரிடம் உதவி பெறும் பத்திரிகைகளையோ செய்திக் கம்பெனிகளையோ தேசிய நோக்கம் கொள்ளும்படி செய்ய முடியாது. விடுதலையென்றால் ராஜீய விடுதலை மட்டுமல்ல, சமூக, பொருளாதார, வர்த்தகம் முதலிய சகல துறைகளிலும் விடுதலை வேண்டும். இந்தியாவின் துரதிர்ஷ்டம், உள்நாட்டுச் செய்திகளுக்கோ, வெளிநாட்டுச் செய்திகளுக்கோ சர்க்கார் தயவில் வாழும் கம்பெனிகளின் உதவியையே நம்பியிருக்க வேண்டியிருக்கிறது. அவர்கள் எதைக் கொடுக்கிறார்களோ அதுதான் செய்தி, எதை மறைக்கிறார்களோ அது செய்தியல்ல. இந்தியாவில் எத்தனையோ பத்திரிகைகள் இருந்தும், சுதந்திரமான, கலப்பற்ற செய்திகளுக்கு ஏற்பாடு செய்யாமல் இருப்பது பெரிய நஷ்டமாகும். ஜபல்பூர் முனிஸிபாலிடியின் தலைவருக்கும் மந்திரிக்கும் பெரிய போராட்டம் நடந்தும், போலீஸ்காரர் பூட்டை உடைத்து முனிஸிபல் கட்டடத்துக்குள் நுழையும்படியான நெருக்கடியான நிலைமை ஏற்பட்டும் சர்க்கார் தயவில் நிற்கும் செய்திக் கம்பெனி அதைப் பற்றி ஒருவரிகூடச் செய்தி அனுப்பவில்லை. இம்மாதிரி எத்தனையோ தேசீய மகத்துவமுள்ள செய்திகளை அனுப்பாமல் அமுக்கி வைக்கிறார்கள். ஆனால், அதிகார வர்க்கத்தைப் பற்றிய செய்திகளை வண்டி வண்டியாக அனுப்புவார்கள். இந்தக் கேவலமான நிலைமையில் பத்திரிகைகள் காலந்தள்ளுகின்றன.

இனி, வெளிநாட்டுச் செய்திகளைப் பார்த்தால் உள்நாட்டை விட மோசமாயிருக்கும். இந்தியா மந்திரியின் நாய் செத்துப் போனால் அதன் நிறம், குணம், தொனியின் விசேஷம் முதலியவைகளைப் பற்றிப் பக்கம்பக்கமாகச் செய்தி வரும். சுபாஷ் சந்திர போஸும் முஸ்ஸோலீனியும் பேசினால் அதைப் பற்றி ஒருவரிகூட வராது. இந்தியாவிற்கு எம்மாதிரி

செய்திகள் அனுப்ப வேண்டும் என்பதை பிரிட்டிஷ் ஏகாதி பத்தியத்தின் நன்மையை முதன்மையாக வைத்து யோசித்து அனுப்புகிறார்கள். ஜெனரல் ஸ்மட்ஸ் இந்தியாவில் பிரிட்டிஷார் செய்த நன்மைகளைப் பற்றிப் பேசினால் பக்கம்பக்க மாக வந்து குவியும். இந்தியாவிற்கு சுயராஜ்யம் கொடுக்க வேண்டுமென்று சொன்னால் அச்செய்தி வரவே வராது. வந்தாலும் இரண்டு வரியில் முன்பின் சம்பந்தமில்லாமல் வரும்.

இந்தப் பரிதாபகரமான நிலைமையைப் போக்கி கலப்பற்ற, உண்மையான செய்திகளை இந்தியருக்கும் கொடுக்க வேண்டும் என்பதற்காகவே *பிரீ பிரஸ்* ஆரம்பமாயிற்று. இந்தத் தொண்டில் ஈடுபட்டதற்காக பிரீ பிரஸ் கம்பெனி அடைந்த கஷ்ட நஷ்டங்களை எல்லாரும் அறிவார்கள். ஆகவே, அவற்றை இங்கு விவரிக்க வேண்டியதில்லை. இந்தியாவிலும் வெளிநாடுகளிலும் பிரீ பிரஸ்ஸுக்கு நம்பிக்கையான நிருபர்கள் உண்டு. உலகச் செய்திகள் முழுவதும் வந்து சேரும் லண்டனில் பிரீ பிரஸ்ஸுக்கு ஒரு காரியாலயமும், சாமர்த்தியமும் திறமையுமுள்ள ஒரு ஆசிரியரும் மற்ற சிப்பந்திகளும் உண்டு. இந்தியப் பத்திரிகைகளுக்கு இப்பொழுது வெளி நாட்டுச் செய்திகள் அனுப்பிவரும் ஸ்தாபனம் (ராய்ட்டர்) ஒன்றுதான் உலகம் முழுவதற்கும் செய்திகள் அனுப்பும் தனிக்கம்பெனியென்று பலர் நினைத்துக்கொண்டிருக்கலாம். அது தவறு. இதைவிட எத்தனையோ மடங்கு பெரிய கம்பெனிகள் மேல்நாடுகளில் உண்டு. அந்தக் கம்பெனிகளில் முக்கியமானவையெல்லாம் சர்க்காரிடமிருந்தோ வேறு யாரிடமிருந்தோ உதவி பெறாமல் கம்பெனியை நடத்த வேண்டும் என்று உறுதியான கொள்கையுடையவை. உதவி பெற்றால் செய்திகளில் பட்சபாதம் ஏற்படும் என்பது அவைகளின் அபிப்பிராயம். அது உண்மையே. அம்மாதிரி கம்பெனிகளுக்கு பிரிட்டிஷ் ஏகாதிபத்தியத்தின் நன்மைக்காக பாரபட்சமான செய்திகளை அனுப்ப வேண்டுமென்ற அவசியமில்லை. ஆகவே அவையெல்லாம் உண்மையான செய்திகளையே அனுப்பும். அதோடு வேறு எந்த உத்தியோகஸ்தரையும் கலக்கவேண்டிய அவசியமில்லாத படியால் யாருடைய தணிக்கைக்கும் அவற்றின் செய்திகளை உட்படுத்தக் கடமைப் பட்டிருக்கவில்லை யாகையால், செய்திகளை சீக்கிரமாகவும் அனுப்ப முடியும். இக்கம்பெனிகளின் கூட்டுறவும் பிரீபிரஸ்ஸுக்குக் கிடைத்திருக்கிறது. ஆகவே, பிரீபிரஸ் வெளிநாட்டுச் செய்திகளும், உள்நாட்டுச் செய்திகளும் எவ்வித ஏகாதிபத்திய முலாமும் பூசப்படாமல் அப்படியே கலப்பற்றதாய் வருமென்பதையும், சீக்கிரமாகவும் கிடைக்குமென்பதையும் நண்பர்களுக்கு அறிவித்துக் கொள்ளுகிறோம்.

பிரீ பிரஸ் பத்திரிகைகளைத் தவிர, உள்நாட்டு வெளிநாட்டுச் செய்திகளுக்குத் தன் சொந்த நிருபர்களையே நம்பியிருக்கும் வேறு பத்திரிகை எதுவும் இந்தியாவில் கிடையாது. சென்ற வியாழன் (7ஆம் தேதி) முதல் *தினமணி*யில் பிரசுரமாய்வரும் *பிரீ பிரஸ்* உள்நாட்டு வெளிநாட்டுச் செய்திகளை நண்பர்கள் பார்த்திருப்பார்கள். மற்றப் பத்திரிகைகளில் வராத பல முக்கியமான செய்திகள் *தினமணி*யில் வெளியாவதையும் அறிந்திருப்பார்கள். சென்ற சனிக்கிழமை (9ஆம் தேதி) *தினமணி*யை எடுத்துக் கொள்ளுவோம். அன்று வெளியான அடியிற்கண்ட முக்கியமான செய்திகள் வேறு எந்த சென்னைத் தமிழ்ப் பத்திரிகையிலும் அன்று காணப்பட வில்லை. அவையாவன :

1. நமது வாக்குறுதியை நிறைவேற்றாவிட்டால் மறுபடியும் பெரியதோர் சட்ட மறுப்பு இந்தியாவில் ஆரம்பமாகு மென்று பார்லிமெண்டில் ஸ்ரீ பெர்னேஸ் செய்த எச்சரிக்கை.
2. பிரிட்டிஷ் பத்திரிகைகள் எச்சரிக்கை.
3. ஏகாதிபத்தியப் பாதுகாப்பைப் பற்றி ஜெனரல் ஹெர்ட் ஜாக் பேசியது.
4. துருக்கி பார்லிமெண்ட் தேர்தல்களில் 17 பெண்கள் வெற்றியடைந்தது.
5. ஜார்ஜ் மன்னர் அயர்லாந்து தகராறைத் தீர்த்துவைப்பதில் எடுத்துக்கொள்ளும் சிரத்தை.
6. பிரிட்டிஷ் ஹோட்டலில் நிறவேற்றுமை முயற்சி.
7. பண்டித ஜவாஹர்லால் தமது மனைவியைப் பார்க்க வந்தது.

இவற்றில் பல செய்திகள் சென்னையில் பிரபலமாகியுள்ள ஆங்கிலப் பத்திரிகைகளில்கூட அன்று பிரசுரமாகவில்லை யென்பதை நண்பர்களுக்கு அறிவித்துக் கொள்ளுகிறோம். இவற்றிலிருந்து பிரீ பிரஸ் சர்விஸ் எவ்வளவு திறமையாக வேலை செய்துவருகிறதென்பதை நண்பர்கள் அறிந்து கொள்ள லாம். ஏகாதிபத்திய வர்ணம் பூசாமல், கலப்பற்ற செய்திகளை சீக்கிரமாகக் கொடுக்க வேண்டுமென்பதே பிரீ பிரஸ் கொள்கை. அதற்காகப் பல கஷ்ட நஷ்டங்களையும், பல பெரிய முதலாளி வர்க்கத்தின் எதிர்ப்புகளையும் தாங்க நேரிடலாம். ஆனால் ஜனங்களின் ஆதரவு இருக்கிறவரையில் இவையெல்லாம் பெரிய காரியமல்ல.

பிரீ பிரஸ் செய்தி ஸ்தாபனம் மீண்டும் தீவிரமாக இயங்கத் துவங்கிய ஒரே வாரத்தில் லண்டனிலிருந்து பம்பாய்க்கு ரேடியோ மூலம் செய்திகள் அனுப்புவதற்கு ஒரு தனி ஏற்பாட்டை சதானந்து

செய்துமுடித்தார். இதனால், பிரீ பிரஸ் செய்திகள் இன்னும் சிறப்பானவைகளாக அமைந்தன.

பத்திரிகைகளுக்கான செய்திகள் விஷயத்தில் சதானந்து மகா மேதை. இந்தியாவில் முதன்முதலாக சுதேசி செய்தி ஸ்தாபனம் வெற்றிகரமாக நடத்திக்காட்டியவர் அவர். கப்பல் கம்பெனி நடத்துவதில் இந்தியர்கள் சளைத்தவர்களல்ல என்று காட்டிய மற்றொரு தமிழர் வ. உ. சிதம்பரம் பிள்ளையைப் போல், செய்தித் துறையில் சாதனையாளர் சதானந்து. அவரது புகழைத் தமிழகம் சரிவர உணரவில்லை. இது வருத்தத்துக்குரியது.

சதானந்தின் ஆதி முயற்சிகளெல்லாம் வழிகாட்டிய அனுபவத்தால், நாடு சுதந்திரம் பெற்றதும் ஸர்தார் படேலின் தீவிர முயற்சியால் பிரஸ் டிரஸ்ட் ஆப் இந்தியா என்ற இந்திய செய்தி ஸ்தாபனம் பிறந்தது. முற்றிலும் பத்திரிகைகளுக்கே சொந்தமான பிரஸ் டிரஸ்ட் செய்தி ஸ்தாபனமே இன்று நாட்டின் முக்கிய செய்தி ஸ்தாபனமாக விளங்குகிறது. இதே சமயத்தில், வேறு செய்தி ஸ்தாபனங்களும், தனிப்பட்ட பத்திரிகைகளின் செய்தி ஸ்தாபனங்களும் நம் நாட்டில் இன்று இயங்கிவருகின்றன. இன்று உலகச் செய்திகளும் இந்திய முயற்சியால், இந்திய நோக்கிலேயே நமக்குக் கிடைக்கின்றன. இதற்கெல்லாம் வழிவகுத்த மேதை சதானந்தாகும்.

ஆசிரியரை வைத்துப் பூட்டினார் முதல்வர்!

தினமணி நாளிதழை 1934இல் தொடங்கிய ப்ரீ ப்ரெஸ் ஆப் இந்தியா (சென்னை) நிறுவனம் எஸ். ஸதானந்தால் அமைக்கப்பட்டதெனினும், அதன் அன்றாட நிர்வாகமும் சகல பொறுப்புகளும் சென்னையிலிருந்த கே. சந்தானம், எஸ். வி. ஸ்வாமி ஆகிய இருவர் வசமே இருந்தன. இவர்களே சென்னை ப்ரீ ப்ரெஸ்ஸின் டைரக்டர்கள்.

தினமணி விற்பனையில் அபாரமான வெற்றிகண்டபோதிலும் விளம்பரங்களின் மூலம் வருமானம் அதிகமாக இருக்கவில்லை. மேலும், சகோதரப் பத்திரிகை *இந்தியன் எக்ஸ்பிரஸ்* ஸும் இதே நிலையில் இருந்தது. இதனால், இவற்றின் நிர்வாகிகளான சந்தானமும் ஸ்வாமியும் இவற்றை நடத்தக் கடன் வாங்கவேண்டியிருந்தது. தேசியப் பத்திரிகைகளுக்குக் கடன் கொடுப்பவர்கள் யார்?

ஆனால், ஏற்கெனவே *ஸ்வராஜ்யா* என்ற தேசிய பத்திரிகை நிறுவனத்துக்குக் கடன் கொடுத்திருந்தார் ஒரு சென்னைப் பிரமுகர், ராமநாத் கோயங்கா என்ற இளம் வர்த்தகர். அவரையே *தினமணி, இந்தியன் எக்ஸ்பிரஸ்* ஸுக்கும் கடன் கொடுத்து உதவக் கோரினார்கள் அப்பத்திரிகைகளின் டைரக்டர்கள்.

ராம்நாத் கோயங்கா

ராம்நாத் கோயங்கா மார்வாடி இளைஞர். 1902இல் பிஹார் மாகாணத்தின் தர்பங்கா என்ற நகரில் நடுத்தர குடும்பத்தில்

பிறந்தவர். இளமையில் கட்டுக்கடங்காத காளையெனப் பெயரெடுத்தவர். படிப்பு தர்பங்காவில் முடிந்தது; குடும்ப வியாபாரமான ஜவுளி வர்த்தகத்தில் ஈடுபடுத்தினார்கள். அதற்காக அவர் கல்கத்தாவுக்கு அனுப்பப்பட்டார். அங்கே அவர் மனம் கைகட்டிச் சேவகம் செய்வதில் லயிக்கவில்லை. கவலைகொண்ட பெரியவர்கள், திறமைசாலியான இவருக்கு முழுப் பொறுப்புள்ள வேலை கொடுத்தால்தான் அடங்குவான் என்று தீர்மானித்து, தங்கள் உறவினரான ஒரு பெரிய வர்த்தகரின் சென்னைப் பிரதிநிதியாகச் சென்னைக்கு அனுப்பிவைத்தார்கள். பிரபல ஏற்றுமதி, இறக்குமதி வர்த்தகர்களான சுக்தேவ்தாஸ் ராம் ப்ரசாத் என்ற நிறுவனத்தின் சென்னைப் பிரதிநிதியாக தெற்கே வந்த ராம்நாத் கோயங்கா, நான்கே ஆண்டுகளில் நல்ல பெயரெடுத்தார். பிறகு, தாமே சொந்த வியாபாரம் துவங்கிவிட்டார். ஆறே மாதத்தில், 1926ஆம் ஆண்டு மத்தியில், பம்பாய் கம்பெனி என்ற புகழ்பெற்ற ஆங்கில வர்த்தக நிறுவனத்தின் துபாஷ் ஆகிவிட்டார் அவர்.

அந்நியக் கம்பெனிக்குச் சரக்குப் பிடித்துத்தருவதில் நல்ல பெயர் வாங்கிய ராம்நாத் கோயங்கா. சென்னையில் ஒரு முக்கிய வர்த்தகப் புள்ளி ஆகிவிட்டார். பழைய சென்னை சட்டசபைக்கு 1926இல் அவரை நியமன அங்கத்தினராக பிரிட்டிஷ் அரசாங்கம் நியமித்தது. ஆனால், ராம்நாத் கோயங்கா தேசிய ஆர்வம் உள்ளவராக இருந்தார். 1927இல் அவர் சர்க்காருக்கு விரோதமாக வாக்களித்ததுமன்றி, இண்டிபெண்டண்ட் பார்ட்டி என்ற தேசியக் கட்சியிலும் சேர்ந்து, அதன் செயலாளரும் ஆனார். இது அவருடைய பம்பாய் கம்பெனி ஆங்கிலேய முதலாளிகளுக்கு அவ்வளவாகப் பிடிக்கவில்லையென்றாலும் திறமையான ஊழியரை இழக்க மனமின்றி வாளாவிருந்தனர்.

1928இல் பாரதியார் பாடல் புத்தகத்துக்குச் சென்னை அரசாங்கம் தடை விதித்துப் புத்தகப் பிரதிகளைப் பறிமுதல்செய்தபோது சட்டசபையில் விவாதம் எழுந்தது. அப்போது அரசாங்கத்தைக் கண்டித்துப் பேசியவர்களில் கோயங்கா ஒருவர். அரசுக்கு விரோதமாக அவர் வாக்களிக்கவும் செய்தார்.

இவ்வாறு தேசிய ஆர்வம் காட்டிய ராம்நாத் கோயங்கா, *தினமணி, இந்தியன் எக்ஸ்பிரஸ்* பத்திரிகைகளுக்கு 'டிபெஞ்சர் லோன்' என்ற கடன் ஏற்பாட்டில் பண உதவி செய்தார்.

சதானந்தின் கவலை

சென்னை ப்ரீ ப்ரெஸ் நிறுவனம் தன்னிச்சையாக வளர்வது பற்றி சதானந்து கவலைகொண்டார். சென்னைப் பத்திரிகைகள் *தினமணி*யும் *இந்தியன் எக்ஸ்பிரஸ்*ஸும் தமது கையைவிட்டு நழுவிவிடக் கூடாதென்று அவர் கருதினார். ஆனால், அப்பத்திரிகைகள் வாங்கியுள்ள கடன்களைத் தீர்க்கும் நிலையில் அவர் இருக்க

வில்லை. ராம்நாத் கோயங்காவோ சிறிது காலத்திற்குள் தாம் கொடுத்த கடன் தொகையைத் திருப்பித்தர வற்புறுத்தி வந்தார்.

இதனால் சென்னை ப்ரீ பிரஸ் டைரக்டர்கள் சந்தானத்துக்கும் ஸ்வாமிக்கும், அதன் ஸ்தாபகர் சதானந்துக்கும் பலத்த கருத்து வேற்றுமை ஏற்பட்டது. சந்தானத்தையும் ஸ்வாமியையும் டைரக்டர் கள் பதவியிலிருந்து நீக்கி, சென்னை ப்ரீ ப்ரெஸ் நிர்வாகத்தைத் தாமே எடுத்துக்கொள்ள முயன்றார் சதானந்து. இந்தத் தகராறு முற்றிக்கொண்டே போயிற்று. முரட்டு வழிகளில் ஸ்தாபனத்தைக் கைப்பற்றத் துணிந்தார் சதானந்து.

பத்திரிகை அலுவலகம் பூட்டப்பட்டது!

திடீரென்று ஒருநாள், 1936 அக்டோபர் 2ஆம் தேதி காலையில் சதானந்து *தினமணி, இந்தியன் எக்ஸ்பிரஸ்* அலுவலகத்தின் வாசல் கதவுகளைத் தமது சொந்தப் பூட்டுகளைக் கொண்டு பூட்டிவிட்டார்!

காலை வேளை. இரவு வேலை செய்த சில ஆசிரியர்களும் அச்சுக்கோப்போரும் பிறரும் அலுவலகத்துக்குள் தூங்கிக் கொண்டி ருந்தார்கள். கதவைப் பூட்டப் போகிறோம், எல்லாரும் வெளியே வாருங்கள் என்று உரக்கக் கூவிவிட்டு, சிறிது நேரத்தில் எல்லாக் கதவுகளையும் சதானந்து பூட்டிவிட்டார். இந்த எச்சரிக்கையைக் கேட்டு விழித்துக்கொண்டு சிலரும், ஏற்கெனவே விழித்திருந்த சிலரும் வெளியே வந்தார்கள். இப்படி அடாவடியாக அலுவலகக் கதவுகளைப் பூட்டுவது சரியல்ல என்று கருதிய சிலரும் மூலை முடுக்குகளில் அசந்து தூங்கிய சிலரும் உள்ளே இருக்க, அவர்களை யும் வைத்துப் பூட்டிவிட்டனர் சதானந்தின் ஆட்கள். சதானந்தின் அத்துமீறிய செயலை ஆட்சேபித்து வெளியேற மறுத்தவர்களில் முக்கியமானவர் சங்கு சுப்பிரமணியம் என்ற *தினமணி* உப ஆசிரியர் (அஸிஸ்டெண்ட் எடிட்டர்).

பத்திரிகை அலுவலகம் இவ்வாறு வலுக்கட்டாயமாகப் பூட்டப் பட்ட சிறிது நேரத்துக்கெல்லாம், *இந்தியன் எக்ஸ்பிரஸ்* ஆசிரியர் கே. சந்தானம், *தினமணி* ஆசிரியர் தெ. ச. சொக்கலிங்கம், உப ஆசிரியர் ஏ. என். சிவராமன், நிர்வாகத் தலைவர் எஸ். வி. ஸ்வாமி, ராமநாத் கோயங்கா ஆகிய முக்கியஸ்தர்கள் ஸ்தலத்துக்கு விரைந்து வந்தார்கள். அவர்களும் சதானந்தும் நடத்திய பேச்சுகள் பயனளிக்க வில்லை. நிலைமை நெருக்கடியானதாக இருந்தது. சதானந்தின் எடுபிடி ஆட்கள் ஒருபுறம்; சந்தானம், ஸ்வாமி, ராமநாத் கோயங்கா, சொக்கலிங்கம், அவர்களுடைய சகாக்கள் மறுபுறம். *தினமணி* இருந்த மூக்கர் நல்லமுத்து தெரு வட்டாரத்தில் அதற்குச் செல் வாக்கு அதிகம். அங்கே முஸ்லிம்கள் நிறைய இருந்தனர்; *தினமணி* யில் முஸ்லிம் செய்திகள் வெளிவந்ததனால் அவர்களுக்கு அப்பத்தி ரிகையிடம் அபிமானம் இருந்தது. அவர்களெல்லாரும் சந்தானம்,

ஸ்வாமி கோஷ்டிக்கு ஆதரவாகக் கூடிவிட்டார்கள். எந்த நிமிஷமும் நிலைமை கட்டுக்கு மீறிப்போய் கைகலப்பு நேர்ந்துவிடுமோ என்ற நிலை ஏற்பட்டுவிட்டது.

மாஜிஸ்ட்ரேட் உத்தரவு

நிலைமையை அறிய வந்த ஜார்ஜ் டவுன் போலீஸ் அதிகாரிகள், சீப் பிரஸிடென்ஸி மாஜிஸ்ட்ரேட்டை அணுகி, நிலைமை அத்து மீறிப் போகாமல் தவிர்க்க செக்ஷன் 144 தடைஉத்தரவு போடவும், பத்திரிகைகளின் வழக்கமான வேலை நடப்பதைத் தடுக்கக் கூடா தென சதானந்துக்குத் தடையும், சந்தானமும் கோயங்காவும் அலுவலகத்தில் பலாத்காரமாக நுழையத் தடையும் விதிக்குமாறும் கோரினர்.

உள்ளே சில பேர்கள் இருக்க வாசல் கதவுகள் பூட்டப்பட்டு விட்டன என்று அறிந்ததும், பத்திரிகைகளின் அலுவலகத்தில் சதானந்து பலாத்காரமாக இடையூறு விளைவிக்கலாகாதென மாஜிஸ்ட்ரேட் எக்ஸ் பார்ட்டி தடை உத்தரவு வழங்கினார். சந்தானமும் ஸ்வாமியுமே பத்திரிகைகளின் அதிகார பூர்வமான நிர்வாகிகள் என்று தெரிவதாகவும் அவர் தெரிவித்தார். முடிவான விசாரணை சில தினங்களுக்குப் பின் அக்டோபர் 5ஆம் தேதி நடக்குமென்றும், அதுவரை இந்தத் தற்காலிக உத்தரவு அமலில் இருக்கும் என்றும் அவர் தீர்ப்பளித்தார்.

மாஜிஸ்ட்ரேட்டின் உத்தரவைப் பெற்றுக்கொண்டு அலுவலகத் துக்கு வந்து சதானந்தின் பூட்டுகளைத் திறக்கச் செய்து பத்திரிகை களின் வேலையைத் துவக்குவதற்குள் பிற்பகல் 2–30 மணி ஆகிவிட்டது.

இரண்டு பத்திரிகைகளில் *இந்தியன் எக்ஸ்பிரஸ்* காலைப் பத்திரிகையாகையால் அது சம்பந்தப்பட்ட வேலைகளுக்கு ஓரளவு அவகாசம் இருந்தது. ஆனால், *தினமணி*யோ மாலைப் பத்திரிகை. நாலரை அல்லது ஐந்து மணிக்கு வெளியாக வேண்டியது. அத்து டன், *தினமணி, இந்தியன் எக்ஸ்பிரஸ்* இரண்டின் வெளியூர்ப் பிரதி களும் சாயந்திரப் பதிப்பாக அச்சாகி, சாயந்திர ரயில்களில் போயாக வேண்டும்.

ஒரு நாளில் முன்பகுதி பூராவும் வீணாகி, பிற்பகல் இரண்டரை மணிக்கு வேலை துவங்கினால் இதெல்லாம் எப்படி சாத்தியமாகும்? அன்றையப் பத்திரிகைகள் எப்படிக் காலத்தில் வெளிவரும்?

நடக்கவே முடியாத அதிசயம் நடந்தது அன்று! எப்படி? அது ஒரு சுவையான கதை!

பூட்டியிருந்தும் வேலை நடந்தது!

தினமணி அலுவலகம் ஜார்ஜ் டவுனில் மூக்கர் நல்லமுத்து செட்டி தெருவில் இருந்தது. அதன் கிழக்கே ஒரு தெரு இருந்தது.

கட்டடத்தின் மாடியில் அலுவலகம், கீழே கட்டடத்தின் மேற்குப் பகுதியில் அச்சகம் இருந்தது. மாடியில் உபஆசிரியர் சங்கு சுப்பிரமணியன் பூட்டிய அலுவலகத்துக்குள் இருந்தார். கீழே பூட்டிய அச்சகத்தின் உள்ளே சில அச்சுக்கோப்பாளர்கள் இருந்தனர். மாடியில் டெலிபிரிண்டர் இருந்தது; அதன் மூலம் செய்திகள் வந்துகொண்டிருந்தன.

அன்று நடந்ததில் நேரில் பங்குகொண்ட *தினமணி* உதவியாசிரியர் ந. ராமரத்தினம் அன்றைய நிகழ்ச்சிகள் பற்றி என்னிடம் ஒரு பேட்டியில் தெரிவித்ததாவது :

அலுவலகம், அச்சகம் இரண்டின் கதவுகளையும் பூட்டிவிட்டு, பத்திரிகைகளை முடக்கிவிடலாம் என்று நினைத்தார் சதானந்து. ஆனால், கீழே வெளியே கூடிய பத்திரிகை ஆசிரியர்கள், பத்திரிகைகளைத் தடங்கலின்றிக் கொண்டுவந்துவிடுவதென்று முடிவுசெய்தார்கள்.

அவர்கள் தீர்மானப்படி, மாடியிலிருந்த சங்கு சுப்பிரமணியன், டெலிபிரிண்டரில் வந்த செய்தித் தாள்களைக் கிழித்தெடுத்து, தாம் சிலவற்றை மொழிபெயர்க்க வைத்துக்கொண்டு, மற்றவைகளை ஒரு சுருளாக்கி, ஒரு கயிற்றில் கட்டி, ஜன்னல் வழியே வெளியே தெருவிலிருந்த ஆசிரியர்களிடம் சேர்ப்பித்தார். கீழே வெளியே இருந்த ஆசிரியர்களும் உதவியாசிரியர்களும் அக்கம்பக்கத்துத் திண்ணைகளில் உட்கார்ந்துகொண்டு செய்திகளை மொழிபெயர்த்தார்கள். மேலே, சங்கு சுப்பிரமணியன் தாம் வைத்துக்கொண்ட தந்திகளை வேகமாக மொழிபெயர்த்து, ஜன்னல் வழியே கீழே அனுப்பினார்.

மொழிபெயர்த்த செய்திகளெல்லாம் உடனுக்குடன் அச்சகத்தின் ஜன்னல் வழியே அச்சகத்துக்குள் போடப்பட்டன. உள்ளேயிருந்த அச்சுக்கோப்பவர்கள் செய்திகளை வேகமாக அச்சுக்கோத்து, ப்ரூப்கள் எடுத்து, ஜன்னல் வழியே வெளியே அனுப்பினார்கள். இந்த ப்ரூப்கள் வெளியே திருத்தப்பட்டு அச்சகத்துக்குள் போடப்பட்டன. அச்சுக்கோப்பவர்கள் திருத்தங்களைச் செய்து, திருத்திய ப்ரூப்களை வெளியே அனுப்பினார்கள். இந்தத் திருத்திய ப்ரூப்கள் கயிறு வழியாக மேலே இருந்த சங்கு சுப்பிரமணியனிடம் சேர்ப்பிக்கப்பட்டன. இவ்வாறு ஓயாமல் நடந்துகொண்டேயிருந்தது.

திருத்திய ப்ரூப்களைக் கொண்டு அன்றைய பத்திரிகையில் என்னென்ன செய்திகள் எந்தெந்தப் பக்கத்தில் போட வேண்டும் என்று தீர்மானித்து, செய்திகளுக்குத் தகுந்த தலைப்புகள் கொடுத்து, கயிறு வழியே கீழே அனுப்பினார் சங்கு.

இந்தத் தலைப்புகள் அச்சகத்துக்குள் சேர்ப்பிக்கப்பட்டு, உள்ளே அவை அச்சுக் கோக்கப்பட்டன. பிறகு, பக்கங்களும் தயாராயின.

பிற்பகல் இரண்டரை மணிக்குக் கதவும் திறக்கப்படுவதற்குள் இவ்வாறு சில பக்கங்கள் தயாராக இருந்தன. அதன்பின்

படுவேகத்தில் எல்லாரும் வேலை செய்து, நாலு நாலரை மணிக்குள் *தினமணி*யை வெளிக் கொணர முயன்றார்கள்.

தலையங்கம் எழுத வேண்டுமே. அதை விரைவில் செய்துமுடிக்க *தினமணி* ஆசிரியர் சொக்கலிங்கம் ஒரு யுத்தி செய்தார். அன்று அக்டோபர் 2, காந்தி ஜயந்தி தினமல்லவா? போன வருஷம் காந்தி ஜயந்தி தினத்தன்று வெளியான *தினமணி* தலையங்கத்தையே சிற்சில மாறுதல்களுடன் வெளியிடலாமென்றார் சொக்கலிங்கம். அந்தப் பழைய தலையங்கத்தை சங்கு சுப்பிரமணியம் பிரதியெடுத்து, தக்கபடி திருத்தி, கயிறு வழியே கீழே அனுப்பினார். அச்சகத்தில் அது வேகமாக அச்சுக்கோக்கப்பட்டது.

வழக்கமாக மாலை நாலரை மணிக்கு வெளிவரும் *தினமணி* அன்று அரைமணியே தாமதமாயிற்று; ஐந்து மணிக்கெல்லாம் பத்திரிகை சென்னைத் தெருக்களில் விற்பனையாயிற்று. பத்திரிகை அலுவலகம் பூட்டப்பட்டுத் திறக்கப்பட்ட செய்தியும் பத்திரிகையில் முக்கிய இடம் பெற்றது!

மாலை ரயில் வண்டிகளில் செல்லும் பத்திரிகைப் பார்செல் களும் எப்படியோ போய்ச் சேர்ந்தன. *தினமணி, இந்தியன் எக்ஸ்பிரஸ்* பார்ஸல்களுக்காகச் சில ரயில்கள் சிறிது தாமதித்துக் கிளம்பின. அக்காலத்தில் தென் இந்திய ரயில்வே வெள்ளையரின் தனிப்பட்ட கம்பெனியாக இருந்ததால் அவர்கள் இவ்வாறு தாமதித்தார்கள்.

எப்படியோ, நெருக்கடியான ஒரு நாளிலும் *தினமணி* தடையின்றி வெளிவந்தது.

அலுவலகம் தீப்பற்றி அழிந்தது!

தினமணி தொடங்கப்பட்ட சில ஆண்டுகளுக்குள் அப்பத்திரிகையும் *இந்தியன் எக்ஸ்பிரஸ்ஸு*ம் ராம்நாத் கோயங்காவின் கைக்குப் போய்விட்டன. இப்பத்திரிகைகளுக்குப் பெருந்தொகைகள் கடனாகக் கொடுத்திருந்த கோயங்கா, கடன் தொகை திரும்பிவர வழியில்லையென்று தெரிந்ததும் பத்திரிகை நிர்வாகத்தைத் தாமே மேற்கொண்டார். அவருக்குப் பத்திரிகை துறை அதாவது பத்திரிகை நடத்தும் துறை புத்தம் புதிய அனுபவம். இருந்தாலும் வேறு வழியில்லாமல் பத்திரிகைகளை மேற்கொண்டார்.

ராம்நாத் கோயங்காவிடம் போற்றத்தக்க ஒரு திறமை உண்டு. ஒரு தொழிலை மேற்கொண்டால் அதன் நுணுக்கங்களை ஒன்று விடாமல் அலசிப் பார்த்து அறிந்துகொண்டுவிடுவார். அதன் பின், வழக்கத்துக்கு மாறாக, பற்பல சிக்கன வழிகளைத் துணிவுடன் கையாளுவார்; பற்பல வியாபார தந்திரங்களையும் செலவைப் பாராமல் கையாளுவார். முடிவில் வெற்றி நிச்சயமாகும்.

தினமணி, இந்தியன் எக்ஸ்பிரஸ், ஆந்திரப் பிரபா என்ற மூன்று பத்திரிகைகளும் அவருடைய நிர்வாகத்தில் விருத்தியடையலாயின.

இத்தகைய சந்தர்ப்பத்தில் (1940) பயங்கரமானதொரு நெருக்கடி ஏற்பட்டது. பத்திரிகை அலுவலகத்தில் பெருந் தீ விபத்து ஏற்பட்டு, மிகுந்த பொருட்சேதம் உண்டாயிற்று; அத்துடன் பத்திரிகைகளின் அச்சு யந்திரங்கள் பயனற்றுப் போயின; அவை வாடகைக்கு இருந்த கட்டடம் அடியோடு பாழாகிவிட்டது.

இந்த மாபெரும் நெருக்கடியால் *தினமணி*யும் சகோதரப் பத்திரிகைகளும் நெடுங்காலம் மூடிக்கிடக்க நேராமல் தப்பியதே பேரதிர்ஷ்டமாகும். ஒரு சில தினங்களே பத்திரிகை வெளியாக வில்லை; பிறகு, பிற பத்திரிகை அச்சகங்களின் உதவியினால் சில தினங்கள் வெளிவந்து, அதன்பின் அருமையானதொரு அச்சகத்தைச் சொந்தமாக வாங்கிவிடும் சந்தர்ப்பம் அப்பத்திரிகைகளுக்கு நேர்ந்தது. தீ விபத்து பேரிடியாக வந்தது. விரைவிலேயே பேரதிர்ஷ்டமாக மாறியது!

காகிதம் எரிந்தது; கட்டடம் அழிந்தது!

1940 பிப்ரவரி 9ஆம் தேதி சாயந்திரம்தான் *தினமணி* அலுவலகத்தில் தீ பிடித்தது. இரவு நெடுநேரம் தீ எரிந்தது. மறுநாள் மூன்று பத்திரிகைகளும் வெளிவரவில்லை.

அன்றைய *ஹிந்து* நாளிதழ் இந்தத் தீ விபத்து பற்றிய செய்தியை வெளியிட்டது.

மாலை 7.15 மணிக்குத் தெருவில் போகும் ஒருவர் தீயைக் கண்டு எச்சரிக்கை செய்தார். அந்தச் சமயத்தில் அலுவலகத்தின் ஊழியர்கள் எல்லாரும் அலுவலகக் கட்டடத்தின் மேல் மாடியில் கூடியிருந்தார்கள். அலுவலக சம்பந்தமான கூட்டம் ஒன்று நடந்து கொண்டிருந்தது.

தீப்பிடித்துள்ள செய்தி கேட்டதும் எல்லாரும் கீழே ஓடினார்கள். கைக்குக் கிடைத்த பொருள்களைக் கொண்டு தீயை அணைக்க முயன்றார்கள். ஆனால், தீப்பற்றிக் கொண்டது. பத்திரிகையின் காகிதக் கிடங்காதலால் நெருப்பு ஜ்வாலையாக எரிந்தது. விரைவில் தீயணைக்க வந்த நான்கு தீயணைப்பு வண்டிகளும் தீயைக் கட்டுப்படுத்தி அணைக்கப் பெரும்பாடுபட்டன. நல்ல வேளையாக, *தினமணி* அச்சகம் இருந்த பகுதியில் தீ பரவுவதற்கு முன் அச்சக சாமான்கள் வெளியேற்றப்பட்டன; பெரிய யந்திரங்களைத்தான் வெளியேற்ற முடியவில்லை. காகிதம், அச்சியந்திரங்கள் தவிர, அலுவலகக் கடிதப் போக்குவரத்து, கணக்குகள் கொண்ட பழைய ரிஜிஸ்தர்களும் தொகுப்புகளும் தீயில் நாசமாயின. அலுவலகக் கட்டடத்தின் விதானம் தீப்பட்டுக் கருதி, பல இடங்களில் வெடித்து விழுந்தது. கட்டடம் மேலும் உபயோகிக்கத் தகுதியற்றதாகிவிட்டது.

கவர்னர் அனுதாபம்

தீப்பிடித்த செய்தியறிந்தவுடனே உயர் போலீஸ் அதிகாரிகளும் அரசாங்க அதிகாரிகளும் ஸ்தலத்துக்கு விரைந்தார்கள். போலீஸ்

டிபுடி கமிஷனர், கார்ப்பரேஷன் கமிஷனர் முதலியவர்கள் முதலிலேயே வந்துவிட்டார்கள். போலீஸ் கமிஷனரும் ரிஸர்வ் போலீஸ் படையும் பின்னர் வந்தனர்.

தீ விபத்து நேர்ந்தது பற்றி கவர்னரின் அனுதாபத்தை அவருடைய அந்தரங்கச் செயலாளர் ராம்நாத் கோயங்காவுக்குத் தெரிவித்தார். மாஜி – மந்திரி டாக்டர் ப. சுப்பராயன், *மெயில்* பத்திரிகை ஆசிரியர் ஏ. ஏ. ஹெயில்ஸ், ஐரோப்பிய சங்கத் தலைவர் டபிள்யூ. கே. எம். லாங்லி, ஆல் இண்டியா ரேடியோ நிலைய நிர்வாகஸ்தர் விக்டர் பரஞ்சோதி, *ஹிந்து* பத்திரிகை முதல்வர் கே. ஸ்ரீநிவாஸன் முதலியவர்களும்கூடத் தங்களுடைய அனுதாபங்களைத் தெரிவித்தார்கள்.

அச்சடிக்க உதவி

பிப்ரவரி 9ஆம் தேதி வெள்ளிக்கிழமை இரவு தீவிபத்து நடந்தது. *தினமணி* மறுநாள் வரவில்லை. ஆனால், அதற்கு மறுநாள் முதலாக, *தினமணி*யை அச்சடித்துக் கொடுக்க சுதேசமித்திரன் அச்சகம் முன்வந்து, நான்கு தினங்கள் அவ்வாறு அச்சடிக்கப்பட்டது. பிப்ரவரி 15ஆம் தேதி முதல் புதியதான சொந்த அச்சகத்திலிருந்து *தினமணி* வெளிவரலாயிற்று.

இந்தியன் எக்ஸ்பிரஸ் ஸோ, 10, 11, 12 தேதிகள் வெளிவரவில்லை. 13, 14 தேதிகள் *மித்திரன்* அச்சகத்தில் அச்சாகி வந்தது. 15ஆம் தேதி முதல் புதிய சொந்த அச்சகம். 'மவுண்ட் ரோடு, 100 எண் இல்லத்தில் அமைந்த இந்தியன் எக்ஸ்பிரஸ் அச்சகத்தில் ராம்நாத் கோயங்காவால் அச்சிடப் பெற்று அவரால் வெளியிடப்பட்டது. ஆசிரியர் : போத்தன் ஜோஸப்' என்று புதிதான சட்டபூர்வ அறிவிப்பு கூறியது.

'100 மவுண்ட் ரோடு' என்பது புகழ்பெற்ற *ஹிந்து* பத்திரிகை அலுவலக விலாசம். ஐம்பதாண்டுகளாகப் பிரபல ஆங்கில நாளிதழ் *ஹிந்து* நடந்துவந்த இடம் அது. ரவுண்டாணாவில் நல்ல பார்வையாக அமைந்த கட்டடம்; *ஹிந்து* அலுவலகத்துக்குச் சொந்தமானது. அந்த இடம் வாடகைக்குக் கிடைத்தது மட்டுமல்ல, அங்கே இருந்த அருமையான *ஹிந்து* அச்சுயந்திரமும் கிடைத்ததுதான் கோயங்காவின் அதிர்ஷ்டம்.

இந்த *ஹிந்து* அச்சியந்திரம் நல்ல நிலைமையில் இருந்தது; சிறிது காலத்துக்குமுன்வரை அந்த அச்சுயந்திரத்தில்தான் *ஹிந்து* அச்சிடப்பட்டு வெளிவந்தது. இந்த 'டூப்ளெக்ஸ் ரோட்டரி' யந்திரம் அதிர்ஷ்டமான யந்திரம் என்ற புகழும் கொண்டது. இந்த யந்திரத்தை *ஹிந்து* முதல்வர் ஸ்ரீநிவாஸன் கோயங்காவுக்கு விற்க முன்வந்தது கோயங்காவின் அதிஷ்டமாயிற்று!

இன்ஷ்யூர் செய்தது!

இந்த அதிர்ஷ்டகரமான மாறுதலை *இந்தியன் எக்ஸ்பிரஸ்* தலையங்கத்திலேயே தெரிவித்துக்கொண்டது. மூன்று தினங்கள்

வெளிவராமலிருந்து, 13ஆம் தேதி *மித்திரன்* அச்சகத்தில் அச்சாகி வெளிவந்தபோது, *இந்தியன் எக்ஸ்பிரஸ்* தனது தலையங்கத்தில், 'வாசகர்களுக்கு' என்ற தலைப்பில் கூறியதாவது :

"வெள்ளிக்கிழமை சாயந்திரம் 7 மணி சுமாருக்கு அலுவலகத்தில் தீ பிடித்தது. அலுவலகத் தொழிலாளர் கூட்டம் ஒன்று அப்போது மேல்மாடியில் நடந்துகொண்டிருந்தது. மானேஜிங் டைரக்டர் ராம்நாத் கோயங்கா, மானேஜர் எஸ். வி. ஸ்வாமி, *தினமணி* ஆசிரியர் டி. எஸ். சொக்கலிங்கம் உள்பட எல்லாரும் கூட்டத்தில் கலந்துகொண்டனர். தீப்பிடித்த காரணம் தெரியவில்லை."

தீ விபத்தால் நடந்த சேதங்களை விவரித்தபின் தலையங்கம் கூறியது : "நல்ல வேளையாக, நஷ்டப்பட்ட பொருள்கள் இன்ஷ்யூர் செய்யப்பட்டிருக்கின்றன. நஷ்டத்தின் அளவு மதிப்பிடப் படவில்லை. பத்திரிகை அச்சடிப்பதற்கான வெள்ளைத் தாள்கள் அடியோடு எரிந்துபோய்விட்டன. பழைய தஸ்தாவேஜுகளும் கணக்குகளும் அழிந்தது சரி செய்ய முடியாத கஷ்டமாகும்."

கே. ஸ்ரீநிவாசன் பெருந்தன்மை

"தீப்பிடித்தவுடன் உடனே நேரில் வந்து அனுதாபம் தெரிவித் தவர்களில் *ஹிந்து* அதிபர் கே. ஸ்ரீநிவாஸன் ஒருவராவர்" என்று *இந்தியன் எக்ஸ்பிரஸ்* தலையங்கம் தெரிவித்தது. மேலும் "எங்கள் பத்திரிகைகள் அதிக இடைவெளியின்றி மீண்டும் வெளிவருவதற் கான சகல உதவிகளையும் செய்வதாக ஸ்ரீநிவாஸன் பெருந்தன்மை யுடன் கூறினார். அவர் இவ்வாறு உதவ முன்வந்ததற்கு நாங்கள் மிகவும் கடமைப்பட்டிருக்கிறோம்."

தீப்பிடித்த செய்தி கேட்டவுடனே ஸ்ரீநிவாஸன் தமது அச்சக நிர்வாகி தண்டபாணி ஐயரை டெலிபோனில் கூப்பிட்டு, உடனே *தினமணி* அலுவலகத்துக்கு விரைந்து சென்று, *இந்தியன் எக்ஸ்பிரஸ், தினமணி* முதலிய பத்திரிகைகள் தங்குதடையின்றி அச்சாகி வெளி வருவதற்கான சகல உதவிகளையும் *ஹிந்து* அச்சகம் செய்து கொடுக்கத் தயாராக இருப்பதாக கோயங்காவிடம் தெரிவிக்கும்படி சொன்னார். அவ்வாறே தண்டபாணி ஐயர் ஸ்ரீநிவாஸனது அனுதாபங்களையும், உதவி யோசனைகளையும் கோயங்காவிடம் தெரிவித்தார்.

ஹிந்து வும் *இந்தியன் எக்ஸ்பிரஸ்* ஸும் போட்டிப் பத்திரிகைகள். அப்படியிருந்தும் *இந்தியன் எக்ஸ்பிரஸ்* உள்ளிட்ட எல்லா கோயங்கா பத்திரிகைகளையும் அச்சிட்டுத் தர *ஹிந்து* ஸ்ரீநிவாசன் முன்வந்தது இணையற்ற பெருந்தன்மையாகும்! ஸ்ரீநிவாஸனுடைய முயற்சியினால்தான் *தினமணி* முதலிய பத்திரிகைகள் *சுதேச மித்திரன்* அச்சகத்தில் அச்சாக ஏற்பாடாயிற்று. ஆனால், *மித்திர* னில் அச்சடிக்க ஏற்பாடு செய்தது ஸ்ரீநிவாஸனது உதவிகளின் ஆரம்பமே எனலாம். ஏனென்றால், சில தினங்களுக்குள்ளாகவே அவர் வேறு சில மிக முக்கியமான உதவிகளையும் செய்தார்.

பழைய கட்டடம், பழைய யந்திரம்

1939 டிசம்பரில் *ஹிந்து* தனது பழைய கட்டடமான 100, மவுண்ட் ரோடை விட்டு, ஸிம்ப்ஸன் அருகில் உள்ள, அலுவலகம் தற்போது இருக்கும், புதிய கட்டடத்துக்கு மாறியது. இக்கட்டடம் *ஹிந்து*வின் தேவைகளை மனதில் வைத்து அதற்கெனப் புதிதாக அமைக்கப்பெற்றதாகும். *ஹிந்து*வின் அச்சகம் புதிய தேவைக்கேற்ப அதிவேகத்தில் அச்சடிக்கும் புதிய யந்திரங்களைப் பெற்றது. இவை புதிய கட்டடத்தில் அமைக்கப்பட்டன. ஆகையால், *ஹிந்து* புதுக் கட்டடத்தில் குடியேறியதும், பழைய கட்டடமும் அதிலிருந்த ரோட்டரி அச்சியந்திரமும் தூங்கிக்கொண்டிருந்தன. இந்தப் பழைய 'டூப்ளெக்ஸ் ரோட்டரி' அச்சியந்திரம் அதிர்ஷ்டமான யந்திரம், அதை விற்கக்கூடாதெனக் கே. ஸ்ரீநிவாஸனது தாயார் வற்புறுத்தி வந்தார். ஏன், பழைய கட்டடத்தை அடியோடு காலி செய்துவிட்டுப் புதிய கட்டடத்துக்குப் போவதைக்கூட அந்த மூதாட்டி விரும்ப வில்லை.

தமது தாயின் விருப்பத்தை முற்றும் ஏற்கமுடியாவிட்டாலும் பழைய கட்டடத்தை விற்பதில்லை என்று ஸ்ரீநிவாசன் தீர்மானித் திருந்தார். பழைய அச்சுயந்திரம் பற்றி அவர் தீர்மானிக்கவில்லை.

தினமணி அலுவலகத்தில் தீப் பிடித்தபோது ஸ்ரீநிவாஸன் தமது பழைய அச்சு யந்திரத்தை கோயங்காவுக்கு விற்க முன்வந்தார். அத்துடன், *100* மவுண்ட் ரோடில் கோயங்கா வாடகைக்குக் குடிமாறவும் சம்மதித்தார்.

அதிர்ஷ்டமான மாறுதல்கள்

ஜார்ஜ் டவுனிலிருந்து மவுண்ட் ரோடுக்குக் குடிமாறிய பிறகுதான் *தினமணி, எக்ஸ்பிரஸ்* பத்திரிகைகளுக்கு அதிர்ஷ்டகாலம் பிறந்தது.

1940 என்பது யுத்தம் நடந்துகொண்டிருந்த காலம். அச்சு யந்திரங்கள் எளிதில் கிடைக்காத காலம் அது. அந்தச் சமயத்தில் 'லட்டு போல' ஒரு சிறந்த அச்சு யந்திரம் மட்டுமல்லாமல் சிறந்த பத்திரிகை அலுவலகக் கட்டடமும் கோயங்காவுக்கு எளிதில் கிடைத் தன. இதை *இந்தியன் எக்ஸ்பிரஸ்* பத்திரிகையே மகிழ்ச்சியுடன் தெரிவித்தது. *1940* பிப்ரவரி *19* தலையங்கம் கூறியது :

> தீ விபத்து ஒரு விதத்தில் நல்லதாகி விட்டது. நமது அலுவல கமே சீர்திருத்தப்பட்டுள்ளது; சாதாரணமாக, மாதக்கணக் காகக்கூடிய இந்தச் சீர்திருத்தம் சில தினங்களே ஆகியிருக் கிறது. 100, மவுண்ட் ரோடில், விஸ்தாரமான அலுவலகத்திற்கு மாறியிருக்கிறோம். சமீப காலம் வரை *ஹிந்து* நாளிதழ் அலுவலகம் இருந்த கட்டடம் இது. சமீப காலம் வரை *ஹிந்து* நாளிதழை அச்சடித்துத் தந்த ரோட்டரி அச்சு யந்திரமும் எங்களிடம் வந்துள்ளது. இந்த யந்திரம், 24 பக்கம் கொண்ட நாளிதழ் ஒன்றை மணிக்கு 30,000 பிரதிகள்

அழகாக அச்சடித்துக் கொடுக்கும் திறனுடையது. அத்துடன் அச்சுக்கோக்கும் பகுதியும் நவீன சாதனங்கள் கொண்டது. இவை நமக்குக் கிடைத்துள்ளபடியால் இனி நாங்கள் எங்கள் நாளிதழை முதல் தரமான செய்திப் பத்திரிகையாகவும் கண்ணைக் கவரும் விதத்தில் அச்சிட்டதாகவும் கொண்டு வருவோம் என்பதை வாசகர்களுக்குத் தெரிவித்துக்கொள் கிறோம்.

அச்சு கண்ணைக் கவரும்படி இருக்கும் என்பது மிகைப்படுத்திய சொல் அன்று. இதற்கு முன்புவரை *தினமணி, எக்ஸ்பிரஸ்* இதழ் களின் அச்சு அப்படியொன்றும் சிறப்பாக இருந்ததாகக் கூறமுடி யாது. மவுண்ட் ரோடுக்கு மாறி, பழைய *ஹிந்து* அச்சு யந்திரத்தில் அச்சாகி வெளிவரத் தொடங்கியது முதல்தான் அப்பத்திரிகைகளின் அச்சு சிறப்பாக இருக்கத் தொடங்கியது.

அதிர்ஷ்டம் தொடர்ந்தது

100, மவுண்ட் ரோடுக்கு மாறிய முகூர்த்தம், *தினமணி* முதலிய பத்திரிகைகளின் செல்வாக்கு அமோகமாகப் பெருகியது. விரை விலேயே ராம்நாத் கோயங்கா, மவுண்ட் ரோடில் 30 ஏக்கர் விஸ்தீர்ணமுள்ள பரந்த இடம் ஒன்றை, நிறையக் கட்டடங்களும் திறந்தவெளியும் உள்ள ஓர் ஒப்பற்ற இடத்தை லாபகரமான விலைக்கு வாங்கினார். அங்கே, புதிதாகக் கட்டடம் கட்டிக் கொண்டு, 'எக்ஸ்பிரஸ் எஸ்டேட்ஸ்' என்ற புதிய சொந்த இடத்துக்கு கோயங்கோ குடிமாறினார்.

தினமணி, எக்ஸ்பிரஸ் காலி செய்த இடத்துக்கு *ஆனந்த விகடன்* வந்தது. சிறிது காலத்தில் *விகடனு*ம் மவுண்ட் ரோடில் விஸ்தார மானதொரு இடத்தை சொந்தமாக வாங்கிக்கொண்டு, அங்கே புதிதாக அமைத்த பெரிய கட்டடத்துக்குக் குடிபெயர்ந்தது. வந்தவர் களுக்கெல்லாம் அதிர்ஷ்டம் வழங்கிய 100, மவுண்ட் ரோடு கட்டடம் இதன்பின் தபால் இலாகாவுக்கு இடமளித்தது. அதன்பின் அதன் அழகே போய்விட்டது; பிற்காலத்தில் அதன் முகப்புக்கூடச் சரிவரத் தெரியாமல் சுரங்கப் பாதை நுழைவாயிலினால் மறைபட்டுப் போய்விட்டது!

ஜார்ஜ் டவுன் மதிப்பிழந்தது!

ஒரு காலத்தில் *ஹிந்து* பத்திரிகை தவிர அத்தனை பத்திரிகை களும் ஜார்ஜ் டவுனிலேயே இருந்தன. *மெயில்* பத்திரிகைகூட டவுனில் பெரிய தபால் நிலையம் அருகே இருந்துவிட்டுத்தான் பிறகு மவுண்ட் ரோடு வந்தது. *மித்திரன்* எர்ரபாலு செட்டி தெருவில் இருந்தது. 'மதராஸ் ஸ்டாண்டர்டு' பிராட்வேயில் இருந்தது. *நியூ இந்தியா* வும் டவுனில்தான் இருந்தது. *ஸ்வராஜ்யா*வும் பிராட்வே யில் இருந்தது. *ஆனந்த விகடனு*ம் 1912 வரை பிராட்வேயில்தான் இருந்தது. *ஆந்திரப் பத்திரிகா* தம்புச் செட்டித் தெருவில் இருந்தது.

நாளாவட்டத்தில் எல்லாப் பத்திரிகைகளும் மவுண்ட் ரோடுக்கு மாறிவிட்டன. பிற்காலத்தில் அவை தியாகராய நகர், கோடம் பாக்கம், மயிலாப்பூர், எழும்பூர் என்று பல பக்கங்களுக்கும் பரவிவிட்டன.

ஆசிரியர் டி. எஸ். சொக்கலிங்கம்

*தினமணி*யின் முதல் ஆசிரியர் டி. எஸ். சொக்கலிங்கம் பத்திரிகை தோன்றியது முதல் ஒன்பது ஆண்டுகள் வேலை பார்த்தார். பின்னர் அவர் விலகிச் சென்று சொந்தத்தில் *தினசரி* என்ற நாளிதழைத் துவக்கினார். அவர் விலகிய 1943 அக்டோபர் முதல் ஏ. என். சிவ ராமன் *தினமணி* ஆசிரியராகப் பல ஆண்டுகள் பணியாற்றினார்.

தமிழ் தினசரிப் பத்திரிகை ஒன்றில் இவ்வளவு ஆண்டுகள் ஒருவரே ஆசிரியராக இருந்துள்ளது இதற்கு முன் நடந்ததில்லை. ஆசிரியராக இருந்தது தவிர அதற்கு முன்பு ஒன்பது ஆண்டுகள் உதவிப் பத்திராதிபராக இருந்துள்ளதால் *தினமணி*யில் ஏ. என். சிவராமனின் மொத்த சேவை ஐம்பது ஆண்டுகளுக்கு மேலாகின் றன. இவ்வளவு நெடுங்காலம் ஒரு பத்திரிகையாளர் ஒரே பத்திரி கையில் பணிபுரிந்துள்ளதும் அதிசயமே. ஆனால், ஏ. என். சிவ ராமனே ஒரு அதிசய மனிதர். ஆகையால், அவரது பல்வேறு சாதனைகளில் இவ்விரு சாதனைகள் மிகச் சாதாரணமானவையே என்றுதான் சொல்ல வேண்டும்.

முதல் ஆசிரியர்

*தினமணி*யின் முதல் ஆசிரியர் டி. எஸ். சொக்கலிங்கமும் லேசுப்பட்டவரல்லர். அவரும் மிகுந்த திறமைசாலி; வன்மையான சொல்லாட்சி கொண்டவர்; துணிவானவர்; நீண்ட பத்திரிகை அனுபவம் கொண்டவர்.

தேசபக்திக்குப் பெயர் போனதொரு குடும்பத்தில் பிறந்தவர் சொக்கலிங்கம். அவரது தந்தை தென்காசி மடத்துக்கடை சங்கரலிங் கம் பிள்ளை தேசிய ஆர்வமிக்கவர். சொக்கலிங்கத்தின் தமையனார் மடத்துக்கடை சிதம்பரம் பிள்ளை புரட்சி வீரர் நீலகண்ட பிரம்மச் சாரியின் நெருங்கிய உதவியாளராக இருந்தார். சங்கர கிருஷ்ணன் என்பவர் நீலகண்ட பிரம்மச்சாரியின் வலது கை என்றால் மடத்துக் கடை சிதம்பரம் பிள்ளை அவரது இடது கை எனலாம். இவரும் ஆஷ் துரை கொலை வழக்கில் தண்டனை பெற்று சிறைவாசம் அனுபவித்தார்.

டி. எஸ். சொக்கலிங்கம் 1899இல் பிறந்தார். இளமையிலேயே தேசிய நடவடிக்கைகளில் ஈடுபட்டார். 1920இல் ஒத்துழையாமை இயக்கத்தில் பங்குகொண்டார். 1924இல் சேலத்தில் டாக்டர் பி. வரதராஜுலு நாயுடு ஆரம்பித்த *தமிழ் நாடு* வாரப் பதிப்பில் உதவி ஆசிரியரானார். அப்பத்திரிகை சென்னைக்கு மாற்றப்பட்டு

*1926*இல் நாளிதழாக மாறியபோது, சொக்கலிங்கம் அதன் முக்கிய உதவியாசிரியராக விளங்கினார்.

காந்தி

தமிழ்நாட்டில் காந்தியத்தைப் பரப்ப, உப்பு சத்தியாக்கிரக காலத்தில் *காந்தி* என்ற வார மும்முறை ஏட்டைத் துவக்கினார் சொக்கலிங்கம். அமோகமாக விற்ற அப்பத்திரிகை 1932இல் மாதப் பத்திரிகையாகியது. அதில் வ. ரா., மணிக்கொடி ஸ்ரீனிவாசன், புதுமைப்பித்தன், ஏ. என். சிவராமன் முதலிய தரமான எழுத்தாளர் கள் எழுதிவந்தார்கள். கே. ஆர். சர்மா என்ற சிறந்த சித்திரக்காரர் படங்கள் போட்டார். சொக்கலிங்கம், சர்மா, சிவராமன் முதலியவர் கள் செம்புதாஸ் தெருவில் *காந்தி* பத்திரிகை அலுவலகம் இருந்த இல்லத்தில் ஒரே குடும்பம் போல நெருங்கி வாழ்ந்தார்கள். வ. ராவும் ஸ்ரீநிவாஸனும் குடும்ப விருந்தாளிகள் போல வந்துபோவார்கள். இந்தத் தோழமையே அவர்கள் *மணிக்கொடி* வாரப் பத்திரிகையை வ. ராவின் ஆசிரியப் பொறுப்பில் துவக்கக் காரணமாயிற்று.

தினமணி ஆரம்பிக்கப்பட்டபோதே சொக்கலிங்கம் அதன் ஆசிரியரானார். அவருடைய பாலிய நண்பரும் ஞானகுருவுமான ஏ. என். சிவராமன் பத்திரிகையின் முக்கிய உதவியாசிரியரானார்.

சிவராமன் ஒரு பல்கலைக் களஞ்சியம். அவருக்கு நுணுக்கமான அறிவாராய்ச்சி பிடிக்கும். எந்த விஷயத்தைப் பற்றியும் அவர் துருவித் துருவி ஆராயும் தன்மையுள்ளவர். இயல்பாகக் கல்வித் துறையில் சேர்ந்திருக்க வேண்டிய அவர், ஒத்துழையாமைக் காலத்தில் படிப்பை விட்டார். சிறிது காலம் விவசாயம் செய்தார். பிறகு தமது நண்பர் விருப்பப்படி சென்னை வந்தார். அவரைப் பத்திரிகை உலகிற்குள் இழுத்துவிட்ட பெருமை சொக்கலிங்கத்தைச் சாரும்.

சொக்கலிங்கமும் சிவராமனும் நகமும் சதையுமாகப் பழகினார் கள். வேகமும் குத்தலும் கிண்டலும் நகைச்சுவையும் மிக்கவரான சொக்கலிங்கத்துக்கு அமைதியான போக்குடைய சிவராமன் ஒருவாறு திரைமறைவு ஞானாசிரியராக விளங்கினார்.

இடைக்கால ஆசிரியர் சிவராமன்

*1940*இல் தனிநபர் சத்தியாக்கிரகத்தில் கலந்துகொண்டு சிறை சென்றார் சொக்கலிங்கம். அப்போது ஏ. என். சிவராமன் இடைக் கால ஆசிரியர் ஆனார். சத்தியாக்கிரகம் செய்யக் கிளம்புமுன் ஆசிரியர் சொக்கலிங்கம் தம் பெயரில் எழுதிய *தினமணி* தலையங் கம் *(23.11.1940)* அவ்விருவருக்கும் இருந்த நெருக்கமான உறவை விளக்கியது.

'நண்பர்களுக்கு'

இன்று முதல் ஸ்ரீ ஏ. என். சிவராமன் *தினமணி*க்கு ஆசிரியரா யிருப்பார். தமிழ் எழுத்தாளர்கள் அனைவரும் ஸ்ரீ சிவராமனை

அறிவார்கள். புத்தகம் படிக்கும் பழக்கமுள்ளவர்களும் ஸ்ரீ சிவராமனை நன்கு அறிவார்கள். ஏனெனில், அவர் எழுதிய 'மாகாண சுயாட்சி' என்ற அற்புதமான புத்தகத்தை ராஜியத்தில் சிரத்தையுள்ள ஒவ்வொரு தமிழரும் கண்டிப்பாய் படித்திருப்பார்கள். ராஜீய ஞானமும் பொருளாதார ஞானமும் அவர் நன்கறிந்த விஷயங்கள்.... விளம்பரமில்லாமல் பின்னாலிருந்து உருப்படியான வேலைகளை செய்யவேண்டுமென்ற உயர்ந்த கொள்கையைக் கொண்டவர்களில் ஸ்ரீ சிவராமன் ஒருவர்....

சுமார் 20 வருஷங்களாக அவரும் நானும் அநேகமாய் ஒன்றாகவே ராஜீயத் துறையிலும் பத்திரிகைத் துறையிலும் இணைந்து வேலை செய்துவந்திருக்கிறோம். *தினமணி* இதுவரை எந்தக் கொள்கையில் நடத்தப்பட்டு வந்திருக்கிறதென்பதை அவர் அறிவார். அந்தக் கொள்கையில் அவரும் ஒரு பங்கு பொறுப்பாளியாகவே இருந்துவந்திருக்கிறார். இந்த முறையில் இதுவரை *தினமணி* நடத்தப்பட்டு வந்திருக்கிறபடியால்... அவருடைய ஆசிரியத் தலைமையில் நடைபெறும் *தினமணி* இதுவரை அதன் நண்பர்களிடம் எவ்வளவு அபிமானத்தைப் பெற்றுவந்ததோ அதைப் போலவே இன்னும் பெற்றுவரும் என்பதில் எனக்கு சந்தேகமில்லை.

டி. எஸ். சொக்கலிங்கம்

எக்ஸ்பிரஸ்ஸில் சிவராமன்

சொக்கலிங்கம் 1941 அக்டோபரில் சிறையிலிருந்து திரும்பி வந்தார். அதற்குள் *தினமணி*யின் மூத்த சகோதரப் பத்திரிகையான *இந்தியன் எக்ஸ்பிரஸ்* ஸில் ஒரு சிறு நெருக்கடி நேர்ந்தது. அதன் புகழ்பெற்ற ஆசிரியர் போத்தன் ஜோஸப் விலகிச் சென்றுவிட்டார். புது ஆசிரியர் தேடப்பட்டு வந்தார்.

ஆகவே, டி. எஸ். சொக்கலிங்கம் *தினமணி*க்குத் திரும்பி வந்தவுடன் ஏ. என். சிவராமன் *எக்ஸ்பிரஸ்* ஸுக்குப் பொறுப்பாசிரியராகப் போனார். அங்கு ஏற்கெனவே அனுபவமிக்க உதவியாசிரியர்கள் எம். சி. பாலகிருஷ்ண மேனனும் என். எஸ். வரதாச்சாரியும் இருந்தனர்.

போத்தன் ஜோஸப் எழுதுவதில் மன்னரே தவிரப் பத்திரிகையில் அச்சு, பக்கங்களின் அழகு முதலியவற்றைக் கவனிக்கமாட்டார். மவுண்ட் ரோடு வந்தவுடன் அச்சு விருத்தியாகியிருந்தது; ஆனால் பத்திரிகையின் எழுத்துகள் சீராக இல்லை. இவற்றை ஒரு சீராக்கி, பத்திரிகைப் பக்கங்களின் பார்வை அழகாக இருக்கும்படி செய்தார் சிவராமன்.

சிவராமன் வந்துசேர்ந்த கொஞ்ச காலத்தில் ஏ. ஜி. வெங்கடாச்சாரி என்ற மூத்த உதவியாசிரியரும் *தினமணி*யிலிருந்து *இந்தியன் எக்ஸ்பிரஸ்* ஸுக்கு மாறினார்.

1942 இயக்கத்துக்கு உதவி

1942இல் 'வெள்ளையனே வெளியேறு' என்ற ஆகஸ்ட் இயக்கம் நாடெங்கும் நடந்த சமயம், காந்திஜீ உட்பட எல்லாத் தலைவர்களும் சிறையிலடைக்கப்பட்ட காலத்தில் *தினமணி, இந்தியன் எக்ஸ்பிரஸ்* ஸ்தாபனத்தைச் சேர்ந்த பலர் வெளிப்படையாகவும் இத்தேசிய இயக்கத்துக்கு ஆதரவு தந்தார்கள். மவுண்ட் ரோடு 100ஆம் நம்பர் இல்லத்தில் ஜீ. சுப்பிரமணிய ஐயரது *ஹிந்து* இயங்கி வந்த காலத்தில் அதுவே தென்னாட்டின் தேசியத் தலைமையகமாக இருந்ததாம். அதேபோல் 1943இல் அதே 100, மவுண்ரோடிலிருந்த *எக்ஸ்பிரஸ், தினமணி* ஸ்தாபன அலுவலகம் ஆகஸ்ட் இயக்கத் தலைமையகமாக விளங்கியது.

எக்ஸ்பிரஸ், தினமணி முதல்வர் ராம்நாத் கோயங்கா எல்லாரிலும் தீவிரமாக இயக்கத்துக்கு உதவினார். நிதிஉதவி செய்வது, தடைப்பட்ட செய்தித் தாள்களை அச்சிட்டு ரகசியமாக விநியோகிப்பது போன்ற நடவடிக்கைகளைத் தவிர, ரயில் பாலங்களைத் தகர்ப்பது போன்ற நாசவேலைகளுக்காக வெடிமருந்து உதவுவதிலும் அவர் முனைந்திருந்தார்.

ஏ. என். சிவராமன் சிறிதுகாலம் தலைமறைவாகித் தமிழகம் நெடுக ஊர் ஊராகச் சென்று, ஆங்காங்கே தேசபக்தர்கள் என்னென்ன செய்கிறார்கள் என்றறிந்து, அவர்களை ஊக்குவிப்பதிலும் அவர்களுக்கு உதவுவதிலும் அவர்களது நடவடிக்கைகளைப் பிறவிடங்களில் உள்ளவர்கள் அறியும்படி செய்வதிலும் ஈடுபட்டிருந்தார்.

இந்தச் சமயம் அவர் ஒரு தடவை திருச்சிக்கு வந்தார். அங்கே அகில இந்திய ரேடியோவில் வேலை பார்த்துவந்த எனக்குச் சொல்லியனுப்பினார். ஆகஸ்ட் இயக்கம் திருச்சியில் எப்படி நடக்கிறதென்று கேட்டார். சொன்னேன். அரசாங்க வேலையில் இருந்தபொழுதும் நானும் இயக்கத்தில் ரகசியமாக ஈடுபட்டிருந்தேன். பம்பாய், டெல்லியிலிருந்து வரும் ரகசிய செய்தித் தாள்களைச் சென்னையில் இருந்த பத்திரிகையாளர் 'றாலி' (எம்.ஜே. ராமலிங்கம்) அனுப்பிவந்தார். இவற்றைத் திருச்சியில் நான் ரகசியமாக விநியோகித்து வந்தேன்.

திருச்சி ரேடியோவை நிறுத்த

இது தவிர, நானும் வேறு சில ரேடியோ நண்பர்களும் திருச்சி ரேடியோ நிலைய ஒலிபரப்பைச் சிறிது காலமாவது நிறுத்திவிடக்கூடிய ஒரு திட்டத்துக்கு ஏற்பாடுசெய்துள்ளதையும் அவரிடம் தெரிவித்தேன்.

திருச்சி ரேடியோவின் ஒலிபரப்புக் கம்பம் அப்போது திருவெறும்பூரில் இருந்தது. நூறு அடி உயரம். கம்பம் இரும்பால் ஆனது. இது தரையில் படாதபடி ஒரு பெரிய கண்ணாடிக் கோளத்தின் மேல் நிறுத்தி வைக்கப்பட்டு நாற்புறமும் கம்பி இழுத்துக் கட்டியிருந்தது.

இரவு பகலாகத் துப்பாக்கி தாங்கிய காவல் உள்ள இடம். இருப்பினும், இங்கே உள்ளே நுழைந்து, கண்ணாடிக் கோளத்தை உடைத்துக் கம்பத்தைச் சாய்த்துவிட முடிவு செய்தோம். இக்கோளம் சீமையிலிருந்து வர இரண்டு மூன்று மாதமாவது ஆகலாம். அதுவரை திருச்சி நிலையம் வழக்கம் போல ஒலிபரப்ப இயலாது. அப்படியே, மோட்டார் வண்டியில் அமைந்த 'மோபைல் ட்ரான்ஸ் மிட்டர்' என்ற சிறு ஒலிபரப்பியால் இயக்கினாலும் அது சக்தி குறைவானதால் அதிக தூரம் கேட்காது.

ஆசிரியர் சிவராமன் எல்லாவற்றையும் கேட்டார். உயிருக்குத் துணிந்த காரியம் என்பதை நினைவுறுத்தினார். அவசியமானால் வெடிமருந்து கிடைக்கும் என்றார். எங்களுக்கு வெடிமருந்து தேவையில்லை; தேவைப்பட்டால் கேட்கிறோம் என்றேன்.

சீர்காழி சதிவழக்கு

1942இல் சீர்காழியின் போட்மெயில் ரயில் போவதற்குள் ஒரு பாலத்தைத் தகர்க்கத் திட்டமிட்டவர்களில் *தினமணி* ஆசிரியக் குழுவைச் சேர்ந்தவர்களுக்கு முக்கியப் பங்கு உண்டு. அவர்களுக்கு வெடிமருந்து எங்கிருந்து கிடைத்திருக்கும் என்று சொல்லத் தேவையில்லை!

எங்கள் திட்டத்தை நாங்கள் நிறைவேற்றத் தயாராயிருந்த சமயம் எதிர்பாராத அரசியல் திருப்பங்களால் அது ஒத்திப்போடப் பட வேண்டியதாயிற்று. திருச்சி மத்தியச் சிறையில் இருந்த தலைவர்கள் ராஜாஜியும் டாக்டர் டி.எஸ்.எஸ். ராஜனும் ஆகஸ்ட் இயக்கம் பலாத்கார இயக்கமாக மாறிவிடக் கூடாதென்று கவலைப் பட்டார்கள். எங்கள் திட்டத்தை அறிய நேர்ந்த டாக்டர் ராஜன், காந்திஜீயின் விருப்பப்படி இயக்கம் நடக்கவில்லை ஆகையால் உங்கள் திட்டத்தை நிறுத்தி வையுங்கள் என்று சொல்லியனுப் பினார்.

சில வாரங்களில் ராஜாஜி வெளியே வந்தார்; ஆகஸ்ட் இயக்கம் போன போக்கைக் கண்டித்தார். நிலைமை மாறிவிட்டது. எங்கள் திட்டமும் அதையொட்டி நான் அனுப்பியிருந்த ராஜீநாமாக் கடிதமும் கைவிடப்பட்டன. அது தனிக் கதை.

சீர்காழி போட்மெயில் கவிழ்ப்பு முயற்சி சம்பந்தமாக சீர்காழி சதிவழக்கு (1943) உருவாயிற்று. இவ்வழக்கில் முதல் எதிரி *தினமணி* உதவியாசிரியர் ந. ராமரத்தினம். இவருக்கு 7 வருஷம் தண்டனை கிடைத்தது. ஆனால் அப்பீலில் விடுதலை பெற்றார். அதற்குள் ஒன்றரை வருஷம் சிறைவாசம் அனுபவித்து வெளியே வந்தார்.

டி. வி. கணேசன் என்ற மற்றொரு உதவியாசிரியர் சீர்காழி வழக்கில் விடுவிக்கப்பட்டார். ஆனால் உடனே தடுப்புக் காவல் சட்டப்படி அடைக்கப்பட்டார். இதே போல எஸ்.வி. ரமணி என்ற உதவியாசிரியரும் தடுப்புக் காவலில் வைக்கப்பட்டார்.

இந்தியன் எக்ஸ்பிரஸ் உதவியாசிரியர் என். எஸ். வரதாச்சாரியும் 1942 இயக்கத்தில் சிறைவாசம் அனுபவித்தார்.

பத்திரிகைகள் மூடப்பட்டன

1943இல் பிரிட்டிஷ் அரசாங்கத்தின் தணிக்கை விதிகளுக்கு உட்படுவதைவிடப் பத்திரிகைகளை மூடிவிடுவதே மேல் என்று மகாத்மா காந்தி யோசனை கூறினார். தமது பத்திரிகைகளையெல்லாம் அவர் மூடியும்விட்டார். இந்தியப் பத்திரிகை உலகில் காங்கிரஸ் அபிமானமுள்ள தீவிரப் பத்திரிகைகளுக்கும் நிதானப் போக்குள்ள பிற பத்திரிகைகளுக்கும் இது பற்றிக் கருத்து வேற்றுமை இருந்தது. *ஹிந்து* போன்ற பத்திரிகைகள் மூட மறுத்துவிட்டன; ஆனால் *தினமணி, இந்தியன் எக்ஸ்பிரஸ், ஆந்திரப் பிரபா* ஆகியவை 1943 ஏப்ரல் 18ஆம் தேதி தாமாக வெளியீட்டை நிறுத்திக்கொண்டன. இந்தத் துணிவான முடிவை மேற்கொண்டவர் ராம்நாத் கோயங்கா. பத்திரிகைகள் மூடப்பட்டதால் ஊழியர்கள் அவதிப்படுவார்களே என்று பத்திரிகைகள் மூடப்பட்ட ஏழு மாத காலமும் அவர்களுக்கு அரைச் சம்பளமும் தந்தார் அவர். பத்திரிகை மூடப்பட்டிருந்தாலும் அலுவலக ஊழியர்கள் ரகசியமாகப் பல தேசத் தொண்டுகள் புரிந்தனர்.

பிரிட்டிஷ் அரசின் யுத்த முயற்சிகளுக்கு விரோதமாக நடந்தார்கள் என்று சாக்குச் சொல்லி 1942–43இல் நாடெங்கும் பல அக்கிரமங்களை இந்திய அரசின் அதிகாரிகள் நடத்தினார்கள். ஆயுதமற்ற பாமர மக்களை ஆயுதந்தாங்கிய போர்வீரர்கள் சித்திரவதை செய்தார்கள். இது பற்றிய செய்திகள் பல விடங்களிலிருந்து வந்துகொண்டிருந்தன. இவை தணிக்கை செய்யப்பட்டுவிட்டபடியால் பத்திரிகைகளில் வெளிவரமாட்டா. ஆகையால், நாட்டின் உண்மை நிலையை நாட்டு மக்களுக்கும் வெளி உலகத்துக்கும் எடுத்துரைக்க ராம்நாத் கோயங்கா ஒரு திட்டமிட்டார்.

பாழ்படுத்தப்பட்ட பாரதம்

நாட்டில் நடக்கும் அக்கிரமங்களைப் பற்றிய செய்திகளையெல்லாம் சேர்த்து, சுமார் 150 பக்கம் கொண்ட ஒரு புத்தகமாக அச்சடித்து, உள்நாட்டிலும் வெளிநாட்டிலும் இலவசமாக வழங்க அவர் முடிவு செய்தார்.

இந்த நூலுக்கு *Ravaged India* (பாழ்படுத்தப்பட்ட பாரதம்) என்று பெயரிடப்பட்டது. இதை அச்சுக் கோக்கும் வேலை இரவோடு இரவாக *இந்தியன் எக்ஸ்பிரஸ்* அச்சகத்தில் நடந்தது. பிறகு அதேபோல ரகசியமாக, துளியும் வெளியே தெரியாமல் அச்சு யந்திரங்களை ஓட்டிப் பல ஆயிரம் பிரதிகளைத் தயாரித்தார்கள்.

பின்னர் இந்தப் புத்தகத்தின் பிரதிகள் வேறு புத்தகங்கள் போல வெளியூர்களுக்கும் வெளிநாடுகளுக்கும் அனுப்பப்பட்டன.

வெளிநாடுகளில் பார்லிமெண்ட் அங்கத்தினர்கள், பத்திரிகை ஆசிரியர்கள், அரசியல்வாதிகள் முதலிய முக்கியஸ்தர்கள் ஏராள மான பேர் இந்தப் பிரசுரத்தைப் பெற்றார்கள். இந்தப் பிரசுரத்தின் மூலம் அம்பலமான செய்திகளால் அமெரிக்கா போன்ற நாடுகளில் இந்திய தேசியத்துக்கு ஆதரவான சூழ்நிலை உருவாயிற்று.

இந்த அபூர்வமான ரகசிய வெளியீட்டின் ஒரு பிரதி 1968இல் மிகுந்த பிரயாசையின் பேரில் தேடிக் கண்டுபிடிக்கப்பட்டு, *இந்தியன் எக்ஸ்பிரஸ்* அலுவலகத்தில் பத்திரப்படுத்தப்பட்டது.

சொக்கலிங்கம் ராஜீநாமா

தேசிய இயக்கத்தையொட்டி மூடப்பட்ட *தினமணி* முதலிய பத்திரிகைகள் ஏழு மாதம் இரண்டு நாளுக்குப்பின் 1943 நவம்பர் 20ஆம் தேதி மீண்டும் திறக்கப்பட்டன.

இந்த ஏழு மாத காலத்தில் நாட்டின் அரசியலில் பெரிய மாறுதல்கள் ஏற்பட்டிருந்தன. யுத்தம் நடந்துகொண்டிருந்தது. பிரிட்டிஷார் அளிக்க முன்வந்த தாற்காலிக அரசியல் மாற்றங்களை ஏற்றுப் பதவியில் அமர்வதா, கூடாதா என்பதில் காங்கிரஸிலேயே காந்திக் கட்சி, ராஜாஜி கட்சி என்று இரு கட்சிகள் இருந்தன. பாகிஸ்தான் கோரிக்கையைச் சமாளிப்பது பற்றியும் தலைவர்களுக்குள் கருத்து வேற்றுமை இருந்தது.

இந்தச் சந்தர்ப்பத்தில் ஏழு மாதம் *தினமணி* மூடப்பட்டிருந்த போது ஆசிரியர் சொக்கலிங்கத்துக்குச் சொந்தமாக ஒரு தமிழ் தினசரிப் பத்திரிகையைத் தாம் ஆரம்பித்தாலென்ன என்ற எண்ணம் உதயமாயிற்று. அதற்கான ஏற்பாடுகளையும் அவர் செய்துவந்தார். முடிவில், 1943 அக்டோபர் மாதம் அவர் *தினமணி* ஆசிரியர் பதவியை ராஜீநாமா செய்தார். அவருக்குப் பதில் ஏ.என். சிவராமன் ஆசிரியரானார்.

தினசரி நாளிதழ்

சொக்கலிங்கம் சொந்தமாகத் துவங்கிய தமிழ் நாளிதழுக்கு *தினசரி* என்று பெயர் கொடுத்தார். சுமார் பத்து ஆண்டுகள் அது நல்ல விற்பனையுடன் இருந்துவந்தது. சொக்கலிங்கத்தின் விறுவிறுப் பான நேர்நடை அதன் செல்வாக்குக்கு ஆணிவேராக இருந்தது.

தினசரி நின்ற பின்னர் *ஜனயுகம்* என்ற வாரப் பத்திரிகையை ஆரம்பித்தார் சொக்கலிங்கம். அதற்கும் பின்னர், *நவசக்தி* என்ற காங்கிரஸ் நாளிதழின் கௌரவ ஆசிரியராக இருந்துவந்தார் சொக்கலிங்கம். சென்னை தமிழ் எழுத்தாளர் சங்கத்தின் முதல் தலைவராகவும் சொக்கலிங்கம் இருந்துள்ளார்.

அல்லி விஜயம், காமராஜ் வாழ்க்கை வரலாறு முதலிய சில நூல்களை எழுதிய டி.எஸ். சொக்கலிங்கம், ருஷ்ய ஆசிரியர்

லேவ் தோல்ஸ்தோயின் *போரும் சமாதானமும்* என்ற மிகப் பிரசித்தமான நீண்ட நாவலைத் தமிழில் மொழிபெயர்த்தார்.

1966 ஜனவரி 9ஆம் தேதி இரவு சொக்கலிங்கம் காலமானார்.

சொக்கலிங்கத்துக்குப் பாராட்டுகள்

ஆசிரியர் சொக்கலிங்கத்தின் மறைவைக் குறித்து *தினமணி* எழுதிய தலையங்கத்தில், “தமக்குச் சரியெனத் தோன்றுவதை நேரடியாக புஷ்டியான தமிழில் எழுதியவர் ஸ்ரீ சொக்கலிங்கம். அவரது தமிழ் நடை மிகுந்த ‘வேக’மும் விறுவிறுப்பும் கொண்டது. தனித் தமிழா, பிறசொற்கள் கலந்திருக்கிறதா, ‘இலக்கிய மணம்’ கமழ்கிறதா என்பதைவிடக் கையாளும் சொற்களும் நடையமைப்பும் வாசகர்கள் எளிதில் புரிந்துகொள்ளக்கூடியதாகவும் சிக்கல் இல்லாத தாகவும் இருக்க வேண்டும் என்பதை அவர் முக்கியமாக மதித்தார். அதுவே அவரது தமிழ் நடையின் தன்மை” என்று எழுதியது.

மேலும், ஆசிரியரின் உயர்ந்த பண்புகளைக் குறிப்பிட்டு:

“தனிமனிதர் என்ற முறையில் ஸ்ரீ சொக்கலிங்கம் மிகவும் உதாரகுணமுள்ளவர். நாளைச் செலவுக்குப் பணமிருக்கிறதா என்று கவனிக்காமல், ‘இன்று கையிலிருப்பதைக் கொடுப்போம்’ என்ற மனப்பான்மையுடன் பிறருக்கு உதவும் தன்மையினராக விளங்கி னார். தமது உதவியையோ ஆதரவையோ தேடுகிறவர்களிடம் மிகவும் தாட்சணியம் காட்டுவார். அவருக்கு ஒருவர்மீது ஏற்படும் கோபம் சுலபமாக மறைந்துவிடும். ஆனால் அவருக்கு ஏற்படும் அபிமானம் அவ்வாறு மறையாமல் நிற்கும். அவரது புன்சிரிப்பையும் கம்பீரமான தன்மையையும் அவருடன் பழகியவர்கள் ஒரு நாளும் மறக்கமுடியாது.”

உண்மை. நெடிதுயர்ந்த திடமான உருவம். லேசான வழுக்கை தெரியும் தலை, பரந்த நெற்றியில் பெரிய அளவுக் குங்குமம் அழகாக வட்ட வடிவில், எப்போதும் புன்சிரிப்புத் தவழும் முகம், கம்பீரமான பார்வை, சிங்க நடை, தும்பைப் பூப்போல் வெளுத்த கதர் ஜிப்பா, வேட்டி—ஆசிரியர் டி.எஸ். சொக்கலிங்கத்தின் உருவம் எளிதில் மறக்கக்கூடியதல்ல. தமிழ்ப் பத்திரிகை உலகில் அவருக் குள்ள புகழும் அப்படியே.

தினமணி கதிர்

தினமணி நாளிதழில் ‘துமிலன்’ (என். ராமஸ்வாமி) பொறுப்பாசிரி யராகக் கொண்டு தோன்றிய *தினமணி கதிர்* என்ற வாரப் பத்திரிகையைப் பற்றி இங்கே கூறுதல் பொருந்தும்.

1945இல் யுத்தம் முடிந்த பிறகு, தமிழ்ப் பத்திரிகை உலகில் காகித நெருக்கடி குறைந்து புது விறுவிறுப்பு தோன்றியது. வழக்க மாகப் பழைய தடத்தில் செல்லும் *சுதேசமித்திரன்*கூடப் பல

புதிய அம்சங்களைப் புகுத்தி, பத்திரிகையைக் கவர்ச்சிகரமாக்கியது. அத்தகைய அம்சங்களில் ஒன்று, நாளிதழில் வார முடிவில் *மித்திரன்* வெளியிட்டுவந்த வாரமலர்ப் பக்கங்களாகும். கதை, கட்டுரை, துணுக்குகள் நிறைந்து, படிப்பதற்குச் சுவையான பல விஷயங்கள் கொண்டிருந்த வார மலர் *மித்திர* னுக்கு அளித்த புதுப் பொலிவைக் கண்டு, *தினமணி* அலுவலகத்தினரும் தங்களது வார முடிவு சனிக் கிழமைப் பக்கங்களைக் கவர்ச்சியானவை ஆக்க முயன்றார்கள்.

வாரமுடிவு *கதிர்* பக்கங்கள்

இந்த வேலைக்கென 1947இல் எழுத்தாளர் சி.சு. செல்லப்பா நியமிக்கப்பட்டார்.

சி.சு. செல்லப்பா 1912இல் பிறந்தவர். மதுரையில் கல்லூரிப் படிப்பு. பிரின்ஸிபால் பி. மகாதேவனிடம் படித்தவர். 1936இல் *ஜெயபாரதி* காலணா தினசரிப் பத்திரிகையில் சேர்ந்து பத்திரிகை உலகில் நுழைந்தார். 1937இல் வ.ரா.வை ஆசிரியராகக் கொண்டு நடந்த டாக்டர் நாயுடுவின் *தமிழ்நாடு* நாளிதழில் உதவியாசிரிய ராகச் சேர்ந்தார். அப்போது அப்பத்திரிகையில் தி.ஜ.ர. (தி.ஜ. ரங்க நாதன்), கு.ப. ராஜகோபாலன், அ.ரா. கிருஷ்ணன் முதலியவர்களும் இருந்தார்கள். *தமிழ்நாடு* மூடப்பட்டதும் செல்லப்பா 1939இல் *பாரத தேவி* வாரப் பதிப்பில் சேர்ந்தார்.

பாரததேவி வாரப் பதிப்பை எஸ். ஸதானந்து நடத்திவந்தார். அதன் ஆசிரியராக வ.ரா. இருந்தார். உதவியாசிரியர்களாகக் கு.ப. ராஜகோபாலன், சி.சு. செல்லப்பா, பி.வி. சுப்பிரமணியன், ஏ.கே. ஜயராமன் ஆகியோரும், சித்திரக்காரராக 'கோபி'யும் இருந்தார் கள். ஆறு மாதத்தில் *பாரததேவி* வாரப் பதிப்பு நின்று போயிற்று.

பின்னர், செல்லப்பா, க.நா. சுப்ரமண்யத்தை ஆசிரியராகக் கொண்ட *சந்திரோதயம்* மாதமிருமுறைப் பத்திரிகையில், பத்திரிகை நடந்த இரண்டாண்டுக் காலமும் இருந்தார். அதன் பிறகுதான் 1947இல் *தினமணி*க்கு வந்துசேர்ந்தார் அவர்.

சிறப்பான அம்சங்கள்

சனிக்கிழமைதோறும் வந்த வார முடிவுப் பக்கங்களுக்கு *தினமணி கதிர்* என்று பெயர் சூட்டினார் செல்லப்பா. தம்முடைய இலக்கியப் பரிச்சயத்தினால் பல புதிய அம்சங்களை அவர் சேர்த்தார்.

பேராசிரியர் அ. ஸ்ரீநிவாஸராகவன் 'இலக்கியப் பூங்கா' என்ற தொடரில் கம்பராமாயணப் பாடல்கள் பற்றி ரசனைக் கட்டுரை களை வழங்கினார்.

தாம் அறிந்த பாரதியார் பற்றியும் வ.வே.ஸு. ஐயர் பற்றியும் யதுகிரி அம்மாள் எழுதிய நினைவுக்கட்டுரைகள் 'றாலி'யால் சரிபார்க்கப்பட்டு *தினமணி கதி*ரில் வெளிவந்தன. இக்கட்டுரைகளே

பிற்காலத்தில் *பாரதி நினைவுகள்* என்ற புகழ்பெற்ற புத்தகமாக உருவாயின.

சங்கீதம் பற்றி கே. வாசுதேவ சாஸ்திரி 'ராக லக்ஷணங்கள்' என்ற தொடரை எழுதினார்.

பரத நாட்டியத்துக்குப் புத்துயிர் அளித்த ஈ. கிருஷ்ணய்யர், பரதம் பற்றியும் பரதக் கலைஞர்கள் பற்றியும் எழுதிவந்தார்.

கவிஞர் நாமக்கல் ராமலிங்கம் பிள்ளை காந்தி பஜனைப் பாடல்கள் முப்பது நாற்பது எழுதியனுப்பினார்.

'நோயும் மருந்தும்' என்ற தலைப்பில் மருத்துவம் பற்றி எழுதி டாக்டர் காப்டன் சேஷாத்திரிநாதன் ஆரோக்கியத்துக்கு வழிகாட்டினார். தேகப் பயிற்சி பற்றிய கட்டுரைகளும் படங்களுடன் வெளிவந்தன.

இவ்வாறு பல சுவையான விஷயங்கள் கொண்ட *தினமணி* வார முடிவுப் பகுதியான *கதிர்* நல்ல வியாபகம் பெற்றது.

வாரப் பதிப்பு *தினமணி கதிர்*

1949 ஜூன் மாதம் *தினமணி* அலுவலகம் ஒரு புதிய வாரப் பத்திரிகையை வெளியிடலாயிற்று.

இப்புதிய வாரப் பதிப்புக்கு என்ன பெயர் வைக்கலாம் என்ற கேள்வி எழுந்தபோது, ராசியான *தினமணி கதிர்* என்ற பெயரையே வைத்துவிடலாம் என்று தீர்மானமாயிற்று. அதன்பேரில், நாளிதழின் வார முடிவுப் பகுதியின் பெயர் *தினமணி சுடர்* ஆக மாற்றப் பட்டது.

புதிய *தினமணி கதிர்* வாரப்பத்திரிகையின் ஆசிரியராகப் புகழ் பெற்ற பத்திரிகையாளரும் எழுத்தாளருமான 'துமிலன்' வந்து சேர்ந்தார்.

அவருக்குத் துணையாக சி.சு. செல்லப்பா, ஆர். நடராஜன் இருந்தனர். குமாரவாடி ராமானுஜன், வை. சுப்பிரமணியம், கே. பஞ்சாபகேசன் முதலிய உதவியாசிரியர்கள் பின்னால் எடுத்துக் கொள்ளப்பட்டார்கள்.

ஏற்கெனவே, தமிழ்ப் பத்திரிகை உலகில் *ஆனந்த விகடன்* கொடிகட்டிப் பறந்துகொண்டிருந்தது. சில ஆண்டுகளுக்கு முன் தோன்றிய *கல்கி*யும் புதுமெருகுடனும் ராஜாஜி, டி.கே.சி.யின் ஆதரவுடனும் செல்வாக்குப் பெற்றிருந்தது. *சுதேசமித்திரன்* வாரப் பதிப்பும் நல்ல பெயர் எடுத்திருந்தது.

அப்படிப்பட்ட சமயத்தில் தோன்றிய *தினமணி கதிர்* உண்மையில் எதிர்நீச்சல் போட்டுத்தான் புகழேணியில் ஏறவேண்டியிருந்தது. ஆனால் அதைச் சாதிக்கத்தக்க திறன் படைத்தவர்தான் 'துமிலன்' என்பதை அவர் விரைவிலேயே நிரூபித்துவிட்டார்.

துமிலன்

'துமிலன்' என்ற வியத்தகு புனைபெயரைக் கொண்ட என். ராமஸ்வாமி, பழுத்த அனுபவசாலி. கும்பகோணத்தைச் சேர்ந்த அவர், நடேச ஐயர் என்பாரது குமாரராக 1906இல் பிறந்தார். அவரது தாயார், கணபதி அக்கிரஹாரம் என்ற புகழ்பெற்ற கிராமத்திலிருந்து வந்தவர்.

துமிலன் கல்லூரிப் படிப்பு படித்தவர். திருச்சி ஸெண்ட் ஜோஸப் கல்லூரியில் படிப்பு முடிந்ததும், மாயவரத்தில் தாலூகா கச்சேரியில் ஆப்காரி குமாஸ்தா வேலையில் சேர்ந்தார். இரண்டொரு ஆண்டு களில் மத்திய அரசின் மிலிடரி அக்கவுண்ட்ஸ் இலாகாவில் பணி புரியப் புனா நகரம் போய்ச் சேர்ந்தார். அங்கே இரண்டு ஆண்டுகள் சேவை; பிறகு ராஜீநாமா.

சென்னை திரும்பிய அவர், 1926க்கும் 1928க்கும் இடையே பத்திரிகைத் துறையில் தம்மை அறிமுகம் செய்துகொண்டார். வேலை என்னவோ ஒரு கம்பெனியில்; ஆனால் ஆர்வமெல்லாம் எழுத்துத் துறையில்.

பா. தாவூத் ஷாவின் சீடர்

பத்திரிகைத் துறையில் துமிலனுக்கு குரு அல்ஹஜ் பா. தாவூத் ஷா, பி.ஏ., என்ற சிறந்த பத்திரிகாசிரியர். தமிழிலக்கியம் நன்கு கற்றவரும், அதே சமயம் இஸ்லாமிய மத நூல்களை நன்கு அறிந்த வருவான தாவூத் ஷா, *தாருல் இஸ்லாம்* என்ற சிறந்த தமிழ் மாதப் பத்திரிகையைத் துவக்கி அதன் ஆசிரியராக இருந்து வந்தார். ஷாஜஹான் புக் டிப்போ என்ற புத்தக விற்பனை நிலையத்தையும் நடத்திவந்தார்.

துமிலன் முதலில் *லோகோபகாரி* என்ற பழைய வாரப் பத்திரி கைக்கு எழுதலானார். லாலா லஜ்பத் ராயின் சுயசரிதையை அவர் தமிழாக்கியது *லோகோபகாரி* பத்திரிகையின் ஸ்தாபகரும் முன் னாள் ஆசிரியருமான வீ. நடராஜ ஐயரது கவனத்தைக் கவர்ந்தது. நடராஜ ஐயர் அப்போது *தாருல் இஸ்லாம்* பத்திரிகையில் உதவி யாசிரியராக வேலை பார்த்து வந்தார். அவர் துமிலனை தாவூத் ஷாவுக்கு அறிமுகம் செய்துவைத்தார்.

கல்கி - துமிலன் சந்திப்பு

நல்ல காப்பிக்கு நிகரான பானம் ஏதும் கிடையாது என்று தமிழ் மக்களுக்குச் சொல்லத் தேவையில்லை. ஆனால், தமிழ்ப் பத்திரிகை உலகில் புகழ் வீசப் போகும் இரு இளம் எழுத்தாளர்கள் ஒருவரை யொருவர் சந்திக்க வைத்ததும் காப்பியேயாகும்.

தஞ்சை மாவட்டத்தைச் சேர்ந்த ரா. கிருஷ்ணமூர்த்தி என்ற இளம் எழுத்தாளரும், அதே மாவட்டத்தைச் சேர்ந்த என். ராமஸ் வாமி என்ற இளம் எழுத்தாளரும் நல்ல காப்பியை நாடி, ஜார்ஜ்

டவுன் அரமணைக்காரன் தெருவிலுள்ள ஓய்.எம்.ஐ.ஏ. காண்டீனை நாடியபோது இரு காப்பிப் பிரியர்களும் சந்திந்தார்கள்.

அப்போது கிருஷ்ணமூர்த்தி திரு.வி. கல்யாணசுந்தர முதலியாரின் *நவசக்தி* வாரப் பத்திரிகையில் உதவியாசிரியராக இருந்தார். அப்பத்திரிகையில் அவர் நகைச்சுவையுடன் எழுதிய குறிப்புகள் *லோகோபகாரி* ஆசிரியர் நெல்லையப்பர் மூலம் அவரை *ஆனந்த விகடன்* அதிபர் எஸ்.எஸ். வாசனுக்கு அறிமுகம் செய்துவைத்தன. அதுமுதல் அவர் 'கல்கி' என்ற புனைபெயரிலும், ரா.கி. என்ற சுருக்கப் பெயரிலும் தமது முழுப் பெயரிலுமாக *ஆனந்த விகடனு*க்கு நகைச்சுவைக் கதை கட்டுரைகள் எழுதித் தமக்கும் பத்திரிகைக்கும் புகழ் தேடித் தரலானார்.

தம்மைப் போலவே நகைச்சுவை எழுத்தாளரான ராமஸ்வாமி ஐயரும் *ஆனந்த விகடனு*க்கு எழுதலாம் என்று யோசனை கூறினார் கிருஷ்ணமூர்த்தி. மற்றவர் சம்மதித்தார். அப்போது, ராமஸ்வாமி ஐயர் என்ன புனைபெயரில் எழுதலாம் என்று யோசனை செய்து, 'துமிலன்' என்ற விசித்திரப் பெயரைத் தீர்மானித்தார்கள்.

என். ராமஸ்வாமி 'துமிலன்' என்ற புனைபெயரிலும், 'பூரி' என்ற புனைபெயரிலும், ந.ரா. என்ற சுருக்கப் பெயரிலும் *விகட*னில் நிறைய எழுதியிருக்கிறார்.

இயற்கையான நகைச்சுவை

வாழ்வை ஒட்டிய இயற்கையான நகைச்சுவைக்குப் பெயர் போனவர் துமிலன். இந்த விஷயத்தில் அவர் *கல்கி*யை மிஞ்சிவிட்டார் என்பது எனது கருத்து. பல சமயம், *கல்கி*யின் நகைச்சுவை செயற்கையாக இருக்கும். துமிலன் நகைச்சுவையில் எப்போதும் வாழ்வின் மணம் இருக்கும்.

துமிலனுடைய 'மகாசித்தி கவசபஸ்பம்' என்ற கேலிச் சித்திரம், வாழ்க்கையை ஒட்டியிருந்த சுவையில் பலர், அது உண்மையான தொரு கவசபஸ்மத்தின் விளம்பரத்துக்கான கட்டுரை என்று நினைத்துப் பணமும் அனுப்பினார்கள்!

உப்பு சத்தியாக்கிரகத்தின்போது *(1931)* ராமஸ்வாமி ஐயர் முல்லா சாயபு தெருவில் வசித்துவந்த அறையைப் போலீஸார் திடீர் சோதனையிட்டார்கள். முன்பின் தெரியாத சில வட இந்தியர்கள் தமது அறையில் தங்குவதற்குத் துமிலன் இடம் கொடுத்திருந்தார். அவர்கள் தடுக்கப்பட்ட தேசியப் பிரசுரங்களை ரகசியமாக விநியோகித்துவந்தார்கள்; துமிலன் மீதும் சந்தேகம் விழுந்தது. அவரைப் போலீஸ் ஸ்டேஷனுக்கு அழைத்துச் சென்று எச்சரிக்கை செய்து அனுப்பினார்கள்.

*விகட*னில் சேர்ந்தார்

இந்தச் சமயத்தில் கல்கி கிருஷ்ணமூர்த்தி சத்தியாக்கிரகத்தில் சிறைச்சாலைக்குப் போய்விட்டார். அவருடைய நகைச்சுவைக்

கதை, கட்டுரைகள் இல்லாத குறையைத் தீர்க்கக் கருதி, துமிலனை *விகடனில்* சேருமாறு அழைத்தார் வாசன்.

தாம் வேலை பார்த்துவந்த *தாருல் இஸ்லாம்* அதிபதிடம் துமிலன் விஷயத்தைச் சொன்னபோது, 'நீங்கள் உண்மையில் *ஆனந்த விகடனில்* சேருவதாயிருந்தால் ஆசியுடன் அனுப்புகிறேன்; நமது போட்டிப் பத்திரிகை *ஹிஃபாயதுல் இஸ்லாம்* போன்ற எதிலாவது சேரும் நோக்கத்துடன் இவ்வாறு சொல்லியிருந்தால் சம்பள உயர்வு தருகிறேன், இங்கேயே இருங்கள்!' என்றார் அவர்.

அவருடைய ஆசியுடன் *ஆனந்த விகடனில்* உதவியாசிரியர் பதவியை ஏற்ற துமிலனும் வாசனும் பத்திரிகையில் பல முன்னேற்றங்களை உண்டாக்கினார்கள். சிறையிலிருந்து கல்கி வந்ததும், வாசன் அவரைப் பொறுப்பாசிரியராக்கினார். துமிலன் தொடர்ந்து உதவி ஆசிரியராக இருந்தார். முதலில் மாதப் பத்திரிகையாக இருந்த *விகடன்* மாதமிருமுறையாகி, மாதம் மும்முறையாகி, 1933 நவம்பரில் வாரப் பத்திரிகை ஆயிற்று.

1937இல் ஒரு சிறு அபிப்பிராய பேதம் காரணமாகத் துமிலன் *ஆனந்த விகட* னிலிருந்து விலகினார்.

மாலதி

1937இல் *ஹநுமான்* சித்திர வாரப் பத்திரிகையைத் தோற்றுவித்த ஆரம்ப கோஷ்டியில் துமிலனும் சேர்ந்திருந்தார். அதன் பின்னர் அவர் *மாலதி* என்ற மாதப் பத்திரிகையைச் சொந்தமாக நடத்தி, யுத்த காலத்தில் பத்திரிகை நடத்தும் கஷ்டங்கள் அனைத்தையும் அனுபவித்தார்.

கல்கி வாரப் பத்திரிகை தோன்றிய பின் அதில் சிறிதுகாலம் தொடர்புகொண்டிருந்தார் துமிலன்

முடிவில், 1949 ஜூனில் *தினமணி கதிர்* ஆசிரியராக அவர் வந்து சோந்தார்.

தமிழப் பத்திரிகை உலகில் பல சாதனைகளை நிகழ்த்தியது துமிலனது *தினமணி கதிர்.*

லட்சம் பிரதி விற்ற முதல் வாரப் பத்திரிகை

தினமணி பத்திரிகையின் அளவில் நாலில் ஒரு பங்கு உள்ளதாக, வாரம் 64 பக்கங்களுடன் *தினமணி கதிர்* வெளிவந்தது. விலையோ இரண்டே அணாதான். மேலட்டை மட்டுமன்றி உள்ளேயும் பல பக்கங்கள் மூவண்ணச் சித்திரங்களுடன் ஜொலித்தன. நகைச்சுவைத் துணுக்குகள்கூட வண்ணப் படத்துடன் வந்தன.

அது மட்டுமல்ல. *தினமணி கதிரின்* பிற சிறப்புகளைப் பாருங்கள்.

ரோட்டரி அச்சு யந்திரத்தால் அச்சாகி வந்த முதல் தமிழ்ப் பத்திரிகை *தினமணி கதிர்*தான்.

முதன்முதலாக 'ஆஃப்ஸெட்' என்ற அச்சு முறையில் அச்சான தமிழ் வாரப் பத்திரிகையும் அதுதான்.

எல்லாவற்றிற்கும் மேலாக, முதன்முதலாக ஒரு லட்சம் பிரதிகளுக்கு மேல் விற்பனையான தமிழ் வாரப் பத்திரிகையும் *தினமணி கதிர்*தான். இதற்கு முன்பாக, *சுதந்திரச் சங்கு* என்ற வார மும்முறை அரசியல் ஏடு சிறிது காலத்துக்கு ஒரு லட்சம் பிரதிக்கு மேல் விற்று தமிழ் வாரப் பத்திரிகைகளில் இப்பெருமை பெற்றது. அப்பெருமையைத் தாண்டி மேலேயும் சென்று புகழ்பெற்றது *தினமணி கதிர்* ஆகும்.

வெற்றியளித்த விஷயங்கள்

ஆரம்ப முதலே *தினமணி கதிர்* வெற்றியில் ஆசிரியர் சிவராமனும் ஊக்கம் காட்டி உதவி புரிந்து வந்தார்.

தினமணி கதிர் பத்திரிகையில் வாரா வாரம் வெளிவந்த கவர்ச்சியான சில விஷயங்களைக் கவனியுங்கள்.

1. சிறுகதைக்குப் பெயரெடுத்திருந்த பி.எஸ். ராமையா, வாரம் தவறாமல் ஒரு கதை வீதம் ஒரு வருஷம் முழுவதும் 52 கதைகளை எழுதி வந்தார்.

2. துமிலன் *கிராம மோஹினி* என்ற தொடர்கதை எழுதி வந்தார்.

3. வாரம் எட்டு ஒன்பது சிறுகதைகள் வந்தன. ராமையா, சி.சு. செல்லப்பா, ராஜேசுவரி பத்மநாபன் (அநுத்தமா), கொனஷ்டை, கி. சந்திரசேகரன், மகரம் முதலிய பழைய எழுத்தாளர்களுடன் ஸ்ரீவேணுகோபாலன், ராசு, கே. கஸ்தூரி, 'குஞ்சு', வை.சு., கே. பஞ்சாபகேசன் முதலிய எண்ணற்ற புதிய இளம் எழுத்தாளர்களும் *கதி*ரில் இடம்பெற்றார்கள். புதிய எழுத்தாளர்களை ஊக்குவிப்பதில் 'துமிலன்' தனிப்புகழ் பெற்றவர்.

4. ஆசிரியர் சிவராமன் தரமான பொருளாதாரக் கட்டுரைகள் எழுதினார்.

5. அத்துடன், அவரே சுலபமான ஹிந்தி பாடங்களும் நடத்தினார்.

6. பேராசிரியர் ஸ்ரீநிவாஸராகவனுடைய 'இலக்கியப் பூங்கா', வாசுதேவ சாஸ்திரியின் 'ராக லக்ஷணங்கள்' முதலியவை *கதிர்* வாரப் பதிப்பிலும் தொடர்ந்தன. வைத்தியக் குறிப்புகளில் தா. வீ. ராதாகிருஷ்ண சாஸ்திரி 'பாட்டி வைத்தியம்' என்ற எளிய வைத்திய முறைகளை விளக்கி வந்தார்.

7. சிறுவர்க்கான தொடர்கதை ஒன்று 'தப்பாச்சி' என்ற பெயரில் வந்தது. மிகவும் ஆர்வத்துடன் வரவேற்கப்பட்டது.

8. பொறுப்பாசிரியர் துமிலன் வாராவாரம் 'காசி' என்ற புனைபெயரில் எழுதிவந்த 'பட்டணத்துப் பேச்சு' என்ற ஊர் வம்புப் பகுதி மிகச் சுவையாக இருந்தது.

9. இவை தவிர, அக்கால வழக்கப்படி வாரப் பஞ்சாங்கம் இருந்தது. எல்லாரையும் ஈர்க்கும் வார ஜோதிடமும் ஸீஸனுக்கேற்ற நகைச்சுவைத் துணுக்குகளும் வெளிவந்தன.

'நாளொரு மேனியும். . .'

குழந்தையின் வளர்ச்சியை 'நாளொரு மேனியும் பொழுதொரு வண்ணமுமாக' வளர்ந்ததாய்க் குறிப்பிடுவதுண்டு. அத்தகைய தளதளப்பான வளர்ச்சி பெற்று முன்னேறியது *தினமணி கதிர்.*

அது தனக்கு முன்பே தோன்றியிருந்த வாரப் பத்திரிகைகளின் விற்பனையையெல்லாம் மிஞ்சி, தோன்றிய ஏழே மாதத்தில் 90,000 பிரதிகள் விற்பனையை 1950 பிப்ரவரியில் எட்டிவிட்டது. மறுமாதம் விற்பனை முதன்முதலாக ஒரு லட்சம் பிரதிகளுக்கு அதிகமாக விற்றது.

அத்துடன் நிற்கவில்லை. பத்திரிகையின் முதலாண்டு முடிந்த போது (1950 ஜூலை) அதன் வார விற்பனை 1,28,000 பிரதிகள்!

இந்த மகிழ்ச்சிகரமான செய்தியை *தினமணி கதிர்* ஒரு தலையங்கம் மூலமாகத் தெரிவித்தது. அந்தத் தலையங்கம் கூறியது:

கதிர் ஆண்டு நிறைவு

இந்த 2.7.50 ந் தேதி இதழுடன் கதிர் முதலாவதாண்டு பூர்த்தியாகிறது என்பதை மகிழ்ச்சியுடன் தெரிவித்துக் கொள்கிறோம்.

கதிர் அபிமானிகளில் சிலர் இந்த விஷயத்தைப் பற்றிச் சென்ற சில வாரங்களாக அடிக்கடி எங்களுக்கு ஞாபகமூட்டி வந்துகொண்டிருக்கின்றனர்.

அவர்களுக்கு இந்த ஆண்டு நிறைவை நாங்கள் மிகவும் விமரிசையாய்க் கொண்டாட வேண்டும் என்று ஓர் ஆசை. அதாவது, ஒரு வெள்ளி விழா, தங்க விழா நடத்துகிறார்களே அதுமாதிரி கொண்டாட வேண்டுமென்பது.

"கதிர் பத்திரிகை ஆரம்பித்து ஒரு வருஷம்தானே ஆகிறது. வருஷ விழா கொண்டாடுவது வழக்கமில்லையே" என்று நாம் கூறினோம்.

அதற்கு அந்த நேயர்கள், 'கதிர் பத்திரிகையின் விஷயமே வேறு, அது, இருபத்தைந்து வருஷம் நடைபெற்று வெள்ளி விழாக் கொண்டாடும் யோக்கியதையை ஒரு வருஷத்தில் பெற்று விளங்குகிறது' என்று எடுத்துச் சொன்னார்கள்.

"அவர்கள் கூறியதும் உண்மைதானே. கதிர் முதல் இதழ் 3. 7. 1949ல் வெளியாயிற்று.

அந்த இதழ் 28,139 விற்பனையாயின."

“அதற்குப் பிறகு கதிர் வளர்ச்சியில் ஏற்பட்டு வந்த அபி விருத்தியின் வாரா வாரத்திய விவரங்களை அவ்வப்போது வெளியிட்டு வந்திருக்கிறோம். இந்த வருஷம் மார்ச்சு மாதத்தில் அது ஒரு லட்சம் எல்லையைத் தாண்டிற்று.”

“இன்று அதற்கு ஒரு வருஷம் பூர்த்தியாயிருக்கும் சமயத்தில் 1,28,000 பிரதிகளாக விற்பனை உயர்ந்திருக்கின்றது. அதாவது, கதிர் முதல் இதழில் வெளியான எண்ணிக்கையைவிட ஒரு லட்சம் பிரதிகள் அதிகம்!”

பத்திரிகை உலகில் கதிர் இந்த மகத்தான வெற்றியடைந்து வந்திருப்பது எந்த மாதிரியான சூழ்நிலையில் என்று சற்று யோசித்துப் பார்த்தால் அதன் உண்மையான மதிப்பு இன்னும் அதிகமானது என்று தெரியவரும். இந்தியப் பத்திரிகைகள் சாதாரணமாக யுத்த காலத்தில்தான் அதிகம் விற்கத் தொடங்கும். கதிர் ஆரம்பித்தபோது யுத்தம், கித்தம் ஒன்றும் கிடையாது. அதற்குப் பதிலாக கதிர் தோன்றி, வளர்ந்து வந்திருக்கும் காலத்தில் பொதுவாக எல்லாப் பத்திரிகைகளுக்குமே கிராக்கி குறைந்து வந்துகொண்டிருந்தது. அத்துடன் பண மந்தமும்கூட.

இந்த நிலைமையில் கதிர் பத்திரிகை மட்டும் பின் நோக்காமல் ஒரே சீராக முன்னேறி வந்துகொண்டிருக்கிறது. அதற்குக் காரணம் கதிர் பத்திரிகையின் அடிப்படையான சிறந்த அம்சங்களும் தமிழ் மக்களின் அபிமானமும்தான் என்பதில் சந்தேகமில்லை.

கதிரின் அடுத்த இதழிலிருந்து இன்னும் சில புதிய அம்சங் களைச் சேர்க்க உத்தேசித்திருக்கிறோம்.

கதிர் பத்திரிகையின் அபிவிருத்தியும், வெற்றியும் அதன் ஏராளமான நேயர்களுடைய அபிமானத்தினால் ஏற்பட்ட தாகும். அந்த அபிமானம் அவர்களிடையே நீடித்திருக்கு மென்றும், இன்னும் லட்சக் கணக்காகப் புது நேயர் களிடையே பரவுமென்றும் நம்புகிறோம்.

எதிர்பாரா நெருக்கடிகள்

“தினமணிக் கதிர்” இவ்வாறு மிகுந்த முன்னேற்றத்துடன் ஏழெட்டு வருஷங்கள் நடந்தபின் அதற்குச் சில எதிர்பாராத சங்கடங்கள் ஏற்பட்டன.

முதலில், விளம்பர ஏஜன்ஸிகள் சிலவற்றின் வற்புறுத்தலை முன்னிட்டு, “தினமணி கதிர்” பத்திரிகையின் அளவு பாதியாயிற்று. அதாவது “ஆனந்த விகடன்”. “கல்கி” “தினமணி கதிர்” மூன்று பத்திரிகைகளுக்கும் ஒரே அளவு விளம்பர ப்ளாக்குகளை விளம்பர ஏஜன்ஸிகள் தருவதற்கு ஏற்றதாகச் செய்வதே இந்த யோசனையின்

நோக்கம். தலைக்குத் தகுந்த குல்லாய் என்பது போய், குல்லாய்க்குத் தகுந்தபடி. தலை திருத்தப்பட்டது!

இந்த அளவு மாற்றம் முதலே "தினமணி கதி"ரின் செல்வாக்கு குறையலாயிற்று. அகலமாகப் பெரிய அளவில் அழகழகாகப் படம் போட்டபின், குறுகலான அளவில் படம் வெளியிடுவது திருப்திப்படவில்லை.

இது தவிர, "தினமணி" "எக்ஸ்பிரஸ்" ஸ்தாபனத்தில் தோன்றிய ஒரு பெரிய தொழில் தகராறு "கதி"ருக்கு யமனாக வந்து சேர்ந்தது. "தினமணி" "தினமணி கதிர்" முதலிய எல்லாப் பத்திரிகைகளையும் சென்னையில் மூடிவிட்டு, ஆந்திரத்திலுள்ள சித்தூரில் "தினமணி", "எக்ஸ்பிரஸ்", "ஆந்திரப்ரபா" முதலிய நாளிதழ்களை மட்டும் மறுபடி புதுக் கம்பெனிகளாக ஆரம்பித்து நடத்தலானார் அதிபர் ராமநாத் கோயங்கா.

1946இல், 100 மவுண்ட் ரோடு வாடகைக் கட்டடத்தை விட்டு, ஸ்பென்ஸர் எதிரே, மதராஸ் கிளப் காலி செய்த 30 கொச்சம் ஏக்கர் நிலத்தில் புதிதாகக் கட்டப்பட்ட நாலு மாடிக் கட்டடத்தில் நடந்து வந்தது "தினமணி" முதலிய பத்திரிகைகளின் அலுவலகம். சென்னை வெளியீடுகள் யாவும் மூடப்பட்டபோது, இரவு பகலாகக் கலகலப்பாக இயங்கி வந்த கட்டடம் மூடித் தாளிடப்பட்டு, வெறிச்சோடிக் கிடந்தது.

கதிர் திரும்பி வந்தது

சில ஆண்டுகளுக்குப் பின் "தினமணி" முதலிய நாளிதழ்களும் "ஆந்திரப்ரபா" வாரப் பதிப்பும் மீண்டும் சென்னையிலிருந்து வெளிவரலாயின.

ஆனால், "தினமணி கதிர்" மட்டும் பல தடவை முயன்றும், மறுபடி உடனே வெளிவரவில்லை.

கடைசியில் 1966ஆம் ஆண்டு ஜனவரியில் தான், ஆறு ஆண்டு இடைவெளிக்குப் பிறகு "தினமணி கதிர்" மீண்டும் வெளி வரலாயிற்று.

1966இல் அதன் ஆசிரியப் பொறுப்பு, புதியதொரு நபரிடம் ஒப்புவிக்கப்பட்டது – அடியேனிடம்.

ஒரு வருஷத்தில் ஒரு லட்சம் பிரதிகள் விற்பனை சாதிப்பதாக ஏற்று, நான் *தினமணி கதிர்* ஆசிரியரானேன். 1966 அக்டோபருக்குள் 80,000 பிரதிகள் விற்பனை கூடிவந்த சமயம், அலுவலகத்தில் நேர்ந்த சில குழப்பங்களால் நான் விலக நேர்ந்தது. அதன்பின், *தினமணி கதிர்* சிறிது காலம் சுடர்விட்டுப் பிரகாசித்து, ஒரேயடி யாய் மங்கிப் போயிற்று.

14

ஹிந்துஸ்தான்

ஹிந்துஸ்தான் என்ற தமிழ் வார ஏடு 1938இல் தொடங்கியது. ஆறேழு ஆண்டுகள் சிறப்பாக நடந்தது. பின்னர் நிர்வாகத் திறமையின்மையினால் நலியலாயிற்று. இதன் முதலிரண்டு மூன்று ஆண்டுகள் அது பெற்ற புகழ் படிப்படியாகக் குறைந்து, கடைசி சில ஆண்டுகள் இருக்குமிடம் தெரியாமல் பெயரளவில் நடந்து, இருக்கிறதா மறைந்துவிட்டதா என்றுகூடத் தெரியாத பரிதாபகரமான நிலையில் கடைசி ஆண்டுகளைக் கழித்தது. தொடக்கத்துக்குப்பின் சுமார் 16 ஆண்டுகளுக்குப் பிறகு, உத்தேசமாக 1954ஆம் ஆண்டில் முடிவாக மறைந்ததெனலாம். வியாபகமோ குறிப்பிடத்தக்க வருவாயோ இன்றி இப்படி நலிந்தும் சட்டுப்புட்டென்று அது மறையாததற்குக் காரணம் *ஹிந்துஸ்தான்* ஒரு லிமிடெட் கம்பெனியாக உருவானதே எனலாம். அதாவது, அதன் பங்காளிகள் முன்வந்தாலொழிய அதை மூட வழியில்லை. மேலும், அதற்கு ஒரு சில சொத்துகளும் இருந்ததும் ஒரு காரணம்.

ஹிந்துஸ்தான் என்ற பெயருடன் இந்த வாரத் தமிழிதழைத் துவக்கியவர் எம். எஸ். காமத் (எம். சுப்பராய காமத்) என்ற புகழ் மிக்க சென்னைப் பத்திரிகையாளராவார். இவர் சென்னை கிறிஸ்தவக் கல்லூரியில் கணிதத்தில் பி. ஏ. பட்டம் பெற்றவர். கல்லூரியில் படித்துக்கொண்டிருந்த நாளிலேயே பிரபலமாகிவந்த *ஹிந்து* நாளிதழுக்கும் அன்னி பெஸன்ட் அம்மையார் 1914 முதல் நடத்திய *நியூ இந்தியா* என்ற நாளிதழுக்கும் விஷயதானம் செய்தவர். அதுவும் அப்பத்திரிகைகளின் ஆசிரியர்களது கோரிக்கையின்பேரில். நாட்டு நடப்பு அவருக்கு அவ்வளவு அத்துப்படி.

அதுமட்டுமல்ல. 'காமத், சுதந்திர இந்தியாவில் நிதி அமைச்சராகப் பதவி வகிக்கக்கூடிய அருந்திறன் பெற்றவர்' என்று பரலி. சு. நெல்லையப்பர் பாராட்டியுள்ளது காமத்தின் பலதரப்பட்ட ஆற்றலை விளக்கும்.

படிப்பு முடிந்ததும் அவர் 1915இல் *நியூ இந்தியா* உதவியாசிரியர்களில் ஒருவராகத் தேர்ந்தெடுக்கப்பட்டார். காமத்துக்கு அன்னி பெஸண்டிடமும் லோகமானிய திலகரிடமும் சமமான ஈடுபாடு உண்டு. பாரத நாட்டு விடுதலைக்காகத் திலகரும் அன்னி பெஸண்டும் இணைந்து *ஹோம்ரூல்* என்ற 'சுயாட்சி' இயக்கத்தை நடத்தியபோதுதான் பெஸண்ட் அம்மையார் *நியூ இந்தியா* பத்திரிகையை அந்த இயக்க நாளிதழாகத் துவக்கினார்.

அன்னி பெஸண்ட் அம்மையார் அயர்லாந்து நாட்டுப் பெண்மணி. மதங்களின் ஒற்றுமையை அடிப்படையாகக் கொண்ட 'தியஸாபிகல் ஸொஸைட்டி' ('பிரம்ம ஞான சங்கம்') சென்னை அடையாறில் தோன்றிய சமயம் அவர் இந்தியாவுக்கு வந்து அச்சங்கத்தை நிலைநாட்டி வளர்த்தவர்களில் ஒருவரானார். பாரதியாருக்கு முதலில் (1908இல்) பெஸண்ட் அம்மையாரிடம் அவள் பிரிட்டிஷ் அரசின் வேவுகாரியோ என்ற சந்தேகம் கூட இருந்தது. ஆனால், பிறகு பாரதியாரே *நியூ இந்தியா*வில் பல அருமையான ஆங்கிலக் கட்டுரைகளையும் ஒரு சில ஆங்கிலக் கவிதைகளையும் எழுதலானார்.

அன்னி பெஸண்ட் அம்மையாரின் கை தொட்டதெல்லாம் துலங்கும் கை. இன்றளவும் அடையாறிலுள்ள தியஸாபிகல் ஸொஸைட்டியின் உள்ளே போய்ப் பார்த்தால் அங்கே இயற்கை அன்னை களிநடனம் புரிவதைக் கண்டு வியக்கலாம். ஊர் நடுவே, ஒரு பெரிய தலைநகரிலே இப்படி ஒரு சுந்தரத் தீவு.

*நியூ இந்தியா*வில் காமத் பெற்ற பயிற்சி அவருக்கு வாழ்க்கை வழிகாட்டியாக அமைந்தது.

1917இல் அன்னி பெஸண்ட் அம்மையார் தாம் தொடங்கிய ஹோம் ரூல் சுயாட்சி இயக்கத்துக்கு ஆதரவாகத் தமிழில் ஒரு நாளேடு வேண்டுமென விரும்பினார். அதன்படி, அவர் தந்த ரூ.3000 நன்கொடையைக் கொண்டு *தேசபக்தன்* என்ற தமிழ் நாளிதழைச் சுப்பராய காமத் துவக்கினார். வெஸ்லி உயர்நிலைப் பள்ளியில் தமிழாசிரியராக இருந்த தமது நண்பர் திரு. வி. கல்யாண சுந்தர முதலியாரைப் பத்திரிகை உலகுக்கும் அரசியலுக்கும் இழுத்தார். திரு. வி. க. *தேசபக்தன்* ஆசிரியரானார்.

திரு. வி. க. 1920இல் விலகி, *நவசக்தி* என்ற வார ஏடு தொடங்கப் போய்விட்டார். அப்போது, புதுவை அஞ்ஞாதவாசத்திலிருந்து சென்னை வந்திருந்த வ. வே. சு. ஐயர் *தேசபக்தன்* ஆசிரியரானார். அவர் காலத்திலும் அரசின் இடையூறுகள் நீடித்தன. *தேசபக்தன்* பண நெருக்கடியால் தத்தளித்தது. காமத் அதை வேறு ஒருவருக்கு விற்றுவிட்டார். அவரால் ஐயருக்கு நேர்ந்த தொல்லைகளும், தாம் எழுதாத ஒரு தலையங்கத்துக்காக ஐயர் 18 மாதம் சிறை வாசம் பெற்றதும் ஏற்கனவே கண்டோம்.

சுப்பராய காமத்துக்கு அன்னி பெஸண்ட் அம்மையாரிடம் எவ்வளவு மரியாதை உண்டோ, அதே அளவு லோகமானிய திலகரிடமும் உண்டு. திலகரிடம் அவர் நட்புரிமை பூண்டவர் என்றும் சொல்லலாம். 1914 முதல் 1918 வரை நடந்த முதல் உலக மகாயுத்தத்தின்போது, புனாவிலிருந்த தமது நண்பர் திலகருக்குக் காமத் கடிதம் எழுதி, அரசியலுக்கு அதிக இடமில்லாத யுத்த காலத்தில் நாட்டு மக்களுக்கு என்ன சேவை செய்யலாம் என்று கேட்டார். ஒரு தனிநபர் நியாயவிலை மளிகைக் கடை நடத்தலாமே என்று பதிலளித்தார் திலகர். அவ்வாறே காமத் சென்னை ராயப் பேட்டையில் தமது இல்லத்தில் ஒரு நியாய விலை மளிகைக் கடை நடத்தினார்.

திரு. வி. கவும் காமத்தும் இணைந்து பல துறைகளில் பல பொது நலப் பணிகளில் ஒத்துழைத்தார்கள். அதேபோல, நீதிபதி டி. சதா சிவய்யரின் உதவியுடன் 'சகோதரத்வ சங்கம்' (*Brotherhood Association*) என்ற ஜாதிமத பேதமற்ற சங்கத்தை நடத்தினார். இதில் திரு. வி. கவும் பங்குகொண்டார். தவிர, 'இந்தியத் தாயின் மக்கள்' (*Sons of India*) என்றொரு ஐக்கிய இயக்கமும் நடத்தினார் காமத்.

கல்வித் துறையிலும் காமத்துக்கு ஈடுபாடு உண்டு. தனிமனிதராக அவர் ஏழு இலவசப் பள்ளிகளை நடத்தினார்.

பொருளாதாரத்தில் தேர்ந்த நிபுணரான அவர் 'ராயப்பேட்டை கிரெடிட் ஸொஸைட்டி' என்ற கூட்டுறவு 'நாணய சங்க'த்தையும் ஏற்படுத்தி, அங்கத்தினர்கள் லாபமடையுமாறு செய்தார்.

ஒரு தனிமனிதர் இவ்வாறு பல துறைகளில் ஈடுபட்டுச் சாதனை புரிந்தது வியப்பூட்டும் சாதனை எனலாம்.

திலகர் மறைவுக்குப் பின்னர் அன்னி பெஸண்ட் அம்மையாரும் அரசியலிலிருந்து விலகிவிடவே, சுப்பராய காமத் தென் ஆப்பிரிக்கா விலிருந்து பாரதம் வந்துவிட்ட காந்தியடிகளிடம் மனத்தைப் பறிகொடுத்தார். 'வாழ்க நீ எம்மான்' என்று இந்திய அரசியலின் புதிய தாரகையை வரவேற்ற பாரதியாரும் காமத்தின் தோழரே யாவார். எப்படி பாரதி, காந்தியடிகளின் அகிம்சைப் போராட்ட முறையை ஆர்வத்துடன் ஏற்றாரோ, அதே போல் காமத்தும் ஏற்றார். மகாத்மாவின் தூய்மையான அரசியல் அவரைக் கவர்ந்தது. நாசவேலைகளை ஒதுக்கி, நாட்டு விடுதலைக்காகக் கத்தியின்றி ரத்தமின்றி சத்தியாக்கிரகப் போர் புரிவதுடன், நாட்டு மக்களின் வறுமையை ஒழிக்கவும், மக்களிடையே சமத்துவம் வளரவும் நாட்டு மக்களின் அச்சம் போக்கி அடிமைத்தனம் நீக்கித் துணிவுடன் தியாகம் செய்யக் கற்றுக்கொடுக்கவும் காந்தியடிகள் மேற்கொண்ட எல்லா பணிகளையும் காமத் உற்சாகத்துடன் போற்றினார். முக்கியமாகக் கதர், கிராமக் கைத்தொழில், ஹரிஜன முன்னேற்றம் ஆகியவற்றில் அவருக்கு மிகுந்த ஈடுபாடு இருந்தது.

காமத் தொடங்கிய எல்லாப் பத்திரிகைகளிலும் நாட்டு நலன் என்ற இந்த அடிப்படைச் சக்தி நூலிழைபோல் ஊடுருவிச் சென்றது. *ஹிந்துஸ்தான்* தமிழ் ஏடு அவரது சேவையின் சிகரம் எனலாம்.

முதல் மகாயுத்தம் முடிந்த சில ஆண்டுகளில், காமத் *டு–டே (Today;* இன்று) என்ற காலணா ஆங்கில நாளிதழைத் தொடங்கி னார். அன்றாடச் செய்திகளை ரத்தினச் சுருக்கமாகக் கொடுத்தது இந்தக் காலணா (தற்போதைய பைசாவில் 1½) 'ஃபோலியோ' அளவு (சாதாரண பத்திரிகையில் பாதி அளவு) 4 பக்க நாளிதழ். இதைப் படித்தாலே சகல செய்திகளும் கிடைத்தன. இதன் நிர்வாகப் பணிகளைத் தாம் கவனித்துக்கொண்டு, ஆசிரியப் பொறுப்பை ஐராவதம் என்ற சிறந்த நாளேட்டு அனுபவம் கொண்ட தம் நண்பரிடம் ஒப்படைத்தார். காமத் தாமே சிறந்த பத்திரிகையாசிரிய ரென்றாலும் பிறரிடம் அப்பொறுப்பை ஒப்படைத்து விட்டுப் பலருக்கு விளங்காத, புரியாத, பிடிபடாத பத்திரிகை நிர்வாகத்தைத் தாமே ஏற்றுக்கொண்டார். அவர் சிறந்த நிர்வாகி.

டு–டே பத்திரிகை சிறந்ததாக இருந்தாலும் எண்பது ஆண்டு களுக்கு முந்தைய அக்காலத்தில் அதற்குப்போதிய விளம்பர ஆதரவு கிடைக்காமல் விரைவில் மறைந்தது. அந்நியக் கம்பெனிகளின் விளம்பரங்களே மிகுந்த அக்காலத்தில் வெள்ளையர் தேசியப் பத்திரிகைகளை ஏறெடுத்தும் பார்க்க மாட்டார்கள்.

ஆபிரகாம் லிங்கன் போல், காமத் தோல்வி மேல் தோல்வி கண்டபோதிலும் சளைக்காமல் ஜோக்கர் (*Joker*) என்ற சிறு பிரசுரம் ஒன்றைத் தொடங்கினார். தினசரி ஏடு ஒன்றை நாலாக மடித்தபடி இருந்த அந்தச் சிறு பத்திரிகையும் அவருக்கு நிறைய புகழ்பெற்றுத் தந்தது. அதில் வந்த நகைச்சுவைத் துணுக்குகள், ஊர்வம்புகள் பற்றிப் பேசாதாரில்லை. ஆனால் அதனால் 'தம்படிக்கு லாபமில்லை.'

அலுத்துப்போன காமத், 1932இல் *தி ஸண்டே டைம்ஸ்* (*The Sunday Times*) என்ற ஓரணா, கிரவுன் அளவு 20 பக்கம், வம்புதும்பு கள், அரசியல், வேதாந்தம், மதிப்புரை, சினிமா எல்லாக் கூறுகளும் கொண்ட வார இறுதிப் பொழுதுபோக்குப் பத்திரிகையைத் தொடங்கினார்.

கடைசி கடைசியாகக் கோலார் தங்கச் சுரங்கத்தைக் கண்டு பிடித்துவிட்டார் காமத்.

அகமும் புறமும் ஒத்தது சுகவாழ்வு என்பர். அதே போல், தெய்வீகமும் தேசியமும் கமழ, அரசியலும் நகைச்சுவையும் இழையோட, வியப்புச் செய்திகளும் காந்திய நிர்மாணத் திட்டப் பிரசாரமும் கலந்து பாய, வாழ்க்கையின் அகண்ட அனுபவங்களின் பிரதிபலிப்பாய் *ஸண்டே டைம்ஸ்* விளங்கியது. அதில் மாதர் பகுதி இல்லை. சிறுவர் பகுதி இல்லை. ஆனால், சிறுவர் முதல்

கிழவர் வரை, ஆண்களோடு பெண்களும் சரிசமமாய் *ஸண்டே டைம்ஸ்* இதழை விரும்பினார்கள். அதில் வந்த நகைச்சுவைப் பக்கம் அனைவரையும் மனதார, வாயாரச் சிரிக்க வைத்தது. அரசியல் புகைப்படங்கள் தேசியத் தலைவர்களை மக்களுக்குப் பழக்கப்படுத்தின. தேசிய காங்கிரஸின் நடவடிக்கைகள் பற்றிய சிறப்பு நிருபர் செய்திகளும், பெருந்தலைவர்கள் அவ்வப்போது அளித்த கட்டுரைகளும் காந்தி யுகத்தின் ஒப்பற்ற அம்சங்களை மக்களுக்கு எடுத்துரைத்து அரிய தேச சேவை செய்தன. *ஸண்டே டைம்ஸ்* சினிமாவை ஒதுக்கவில்லை. சினிமா ஒரு சாதனம்; அதை நல்வழியில் பயன்படுத்த வேண்டுமே தவிர, ஒதுக்க வேண்டியதில்லை என்பார் காமத்.

அப்பத்திரிகையின் உதவி ஆசிரியர்களில் ஒவ்வொருவரும் மணிமணியானவர்கள். ஆளுக்கு ஒரு சமாசாரம் அத்துபடி. அரசியலோ, ஆத்மீகமோ, சினிமாவோ, காந்திய நிர்மாணத் திட்டங்களோ ஏதாவது ஒன்றில் ஒவ்வொருவர் தேர்ச்சி பெற்றிருப்பார்.

காமத் எல்லாவற்றையும் மேற்பார்வை பார்த்துக்கொண்டு, வருவாய், நிர்வாகம், வெளித் தொடர்புகளில் ஈடுபடுவார். அவரை அறியாத காங்கிரஸ் தலைவர்கள் இல்லை. 1938இல் காங்கிரஸ் அக்கிராசனராக இருந்த பாபு ராஜேந்திர பிரஸாத் தெற்கே வந்தார். காமத்துக்குச் சொல்லி அனுப்பி, திருவண்ணாமலையில் ரமண ரிஷிகளைக் கண்டு தரிசிக்க ஏற்பாடு செய்யும்படி கேட்டுக்கொண்டார். அவ்வாறே நடந்தது. இது *ஸண்டே டைம்ஸ்*க்கும் அதன் இளைய சகோதரி *ஹிந்துஸ்தா*னுக்கும் எவ்வளவு பயன்பட்டிருக்கும் என்று சொல்லத்தேவையில்லை. செய்தி, படம், சிறப்பு நேர்காணல் – எல்லா வகையிலும் காமத்தின் பொதுநலச் செல்வாக்கு அவரது பத்திரிகைகளுக்கும் பயன்பட்டன.

ஸண்டே டைம்ஸ் நன்றாக விற்று, நிறைய விளம்பர வருமானம் பெற்று, ஸ்திரமான சொந்த அச்சகம், அச்சு யந்திரங்கள், சிறந்த உதவியாசிரியர்கள் (அனைவரும் காமத் அவர்களால் பயிற்றுவிக்கப்பட்ட அனுபவசாலிகள்) என்ற மனநிறைவு நிலை வந்தபோதுதான் அவர், தாம் *தேசபக்தன்* என்ற நாளிதழைத் தமிழில் நடத்தி, வேண்டா வெறுப்பாய் விற்க நேர்ந்ததை நினைத்து, மீண்டும் தமிழில் ஒரு பத்திரிகை முயற்சி மேற்கொள்ளத் துணிந்தார். ஆண்டு 1937.

ஹநுமான் என்ற ஒரு புதுமை வார ஏடு பக்கம் பூராவும் படங்கள் நிறைந்தது – ஆரம்பித்த சில வாரங்களில் ஆசிரியக் குழு முற்றும் விலகி, பத்திரிகையின் தன்மையே மாறி 'மாமூல் கழுதை'யாகிவிட்டதைப் பற்றி நண்பர்களிடம் அடிக்கடி சொல்வார் காமத். 1938 என்பது யுத்தம் தொடங்க ஓராண்டு இருந்த சமயம். அன்றும் விலைவாசி ஏற்றம் பயங்கரமாக இருந்தது.

ஆகையால், ஏற்கெனவே *ஸண்டே டைம்ஸ்*க்காகச் செய்யும் புகைப்பட ப்ளாக்குகளை மீண்டும் ஒருமுறை உபயோகித்தால்

வருவாய் கூடுமே, செலவு கட்டுப்படியாகுமே என்ற எண்ணத்தில் தமிழ்வாரப் பத்திரிகை தொடங்கத் தீர்மானித்தார். ஐரோப்பாவில் யுத்த மேகங்கள் சூழ்ந்துவரும் இச்சமயம் புதிய பத்திரிகை தொடங்க ஏற்றதல்ல என்று பலர் கருதினார்கள். காகித விலை விஷம் போல ஏறிவரும் சமயம்; பத்திரிகைச் செலவு கட்டுபடியாகாது என்றனர். காமத் தாம் கொண்ட கருத்தில் அசையவில்லை.

புதிய பத்திரிகையின் பெயர் *ஹிந்துஸ்தான்* என்று தீர்மானமாயிற்று. அதிலும் ஒரு எதிர்பாராத சிக்கல். காமத் அப்பெயரை தக்கபடி அரசிடம் பதிவு செய்தபின், பத்திரிகை முதல் இதழ் *1938* ஜனவரி *23*ஆம் தேதி வெளிவந்து ஓகோ என்று புகழ்பெற்ற சமயம், *ஹிந்துஸ்தான்* என்ற பெயரில் தாம் ஒரு தமிழ்ப் பத்திரிகையை எப்போதோ பதிவு செய்து வைத்திருப்பதாக ஒருவர் காமத்துக்கு வக்கீல் நோட்டீஸ் அனுப்பினார். அவரது வாதம் செல்லாது என்று தெரிந்தும், சிக்கல் கூடாது என்று காமத் அவரை அழைத்துப் பேசி சிறுதொகை கொடுத்துச் சமாளித்தார்.

அப்படித் தொடங்கிய *ஹிந்துஸ்தான்* அதன்பின் வீறுநடை போடலாயிற்று. வாரம் *18,000* பிரதிகள் (அக்காலத்தில் நினைக்க முடியாத ஒரு எண்ணிக்கை!) விற்றது மட்டுமல்ல, விளம்பரங்களும் வந்து குவிந்தன.

பத்திரிகையின் ஆசிரியராக முதல் ஆறு மாதத்துக்குக் காமத்தின் வலக்கை போன்றவரும், ஏற்கெனவே டாக்டர் வரதராஜுலு நாயுடுவிடம் *தமிழ்நாடு* ஏட்டில் பயின்றவருமான ஈ. ஆர். கோவிந்தன் பொறுப்பேற்றார். *ஹிந்துஸ்தான்* தனது மூத்த சகோதரன் *ஸண்டே டைம்ஸ்* போலவே லிமிடெட் கம்பெனியாக அமைக்கப் பட்டிருந்தது. அதில் காமத்தும், புகழ் மிக்க நூல் வெளியீட்டாளர் வை. கோவிந்தனும் வேறு சில நகரத்தார் தனிகர்களும் பங்கு கொண்டிருந்தார்கள். காமத் கம்பெனியின் நிர்வாக டைரக்டரும் செயலருமாக விளங்கினார். வை. கோவிந்தன் ஒரு டைரக்டர்.

புதிய பத்திரிகை நல்ல விற்பனையுடன் வருவாயும் புகழும் பெற்றதில் அனைவருக்கும் மகிழ்ச்சி. வழக்கமாக வாராவாரம் இருபது பக்கங்கள் தந்தது. காகித விலை ஏறிவந்த அக்காலத்தில் ஒரு சாதனை. அத்துடன், தேசிய நோக்கில், ராஜாஜியின் முதல் காங்கிரஸ் மந்திரிசபை ஓராண்டு காலம் பதவி வகித்துப் பல நற்சேவைகளைச் செய்ததை முன்னிட்டு *40* பக்க மலர் ஒன்று வெளிவந்தது. சேலத்தில் மதுவிலக்கு, கடன் நிவாரணச் சட்டம், ராமநாதபுரத்தில் 'பிர்க்கா விருத்தி திட்டம்' என்ற கிராம வளர்ச்சித் திட்டம் இவை பற்றியும், காந்தியடிகள் அறிவித்திருந்த 'வர்தா கல்வித் திட்டம்' (ஏட்டுப் படிப்புடன் கைத்தொழிலும் கற்க வசதி தரும் ஏற்பாடு) பற்றியும் அரிய கட்டுரைகள் தக்கவர்களால் எழுதப்பட்டு வெளிவந்தன.

பாரதியார் வாழ்ந்த புதுவைக்குச் சென்று இந்நூலாசிரியர் பல கைப்பிரதிகளையும், நினைவுக் குறிப்புகளையும், பாரதி சம்பந்த மான இடங்கள், மனிதர் முதலிய புகைப்படங்களும் கொண்டுவந்து 1938 செப்டம்பர் மாதம் 'பாரதி மலர்' வெளியாயிற்று. மூத்த பாரதி அன்பர்கள் மண்டயம் ஸ்ரீநிவாஸாச்சாரியார், பரலி. சு. நெல்லை யப்பர் முதலியோர் 'பாரதி வாழ்க்கைச் சுவடு'களைச் சரிவரப் பதிவுசெய்து, அந்த அதிசய மனிதர் 39 வயதுக்குள் ஆற்றிய சாதனைகளைப் பயனுள்ள வகையில் எதிர்காலச் சந்ததிகளுக்குத் தெரிவிப்பது வரவேற்கத்தக்கது என்று ஆசி வழங்கினார்கள்.

இதே போல, வீரவிளக்கு வ. வே. ஸு. ஐயர் மலர் ஒன்றும், ரமணர் மலர் ஒன்றும் பின்னர் வெளிவந்தன. பாரதி மலர் எனது பாரதிப் பணிக்கு வித்திட்டது. என்னுடைய *சித்திர பாரதி* என்ற விரிவான பாரதி வாழ்க்கை வரலாறு நூலின் ஆணிவேரை *ஹிந்துஸ்தான்* 1938, 1939, 1940, 1941 பாரதி மலர்களில் காணலாம்.

அதே போலவே, எனது வ. வே. ஸு. ஐயரது வாழ்க்கை வரலாறு நூல் ஆங்கிலத்திலும் தமிழிலும் மராட்டியிலும் தில்லி நேஷனல் புக் டிரஸ்ட் வெளியிட்டுள்ளதன் மூலவேர்களும் *ஹிந்துஸ்தான்* ஐயர் மலர்களில் துலங்குகின்றன.

ஹிந்துஸ்தான் 20 பக்கங்களில் சிறுவர் பகுதி, தொடர்கதை, சிறுகதை, அரசியல் குறிப்புகள், அரசியல் விமர்சனம் எல்லாம் வெளிவந்தன. தொடர்கதைகளில் ஸ்வாமி சுத்தானந்த பாரதி புதுவை அரவிந்தாசிரமத்திலிருந்தும், பிறகு புதுக்கோட்டை ராமச் சந்திரபுரத்திலிருந்தும் அனுப்பிவந்த 'ஏழை படும் பாடு' குறிப்பிடத் தக்கது. இது பிரெஞ்சு ஆசிரியர் விக்தர் ஹ்யூகோவின் *லே மிஸராப்ளே* என்ற புகழ்பெற்ற நூலின் தமிழாக்கமாகும். அது முடிந்த பின், அதே பிரெஞ்சு ஆசிரியரது மற்றொரு படைப்பான *தி லாஃபிங் மான்* என்ற தலைப்புள்ள நகைச்சுவையும் கண்ணீரும் கலந்த நவீனத்தை 'இளிச்சவாயன்' என்று தமிழ்ப்படுத்தித் தந்தார். ஒவ்வொரு தொடரும் கிட்டத்தட்ட ஒரு வருடம் ஓடின.

சிறுகதை ஒரு பக்கம், தவறினால் நாடகம் என்று *ஹிந்துஸ்தான்* அக்காலத்திய முக்கிய எழுத்தாளர்களுக்கு வாய்ப்பு அளித்தது. *மாதுளை மொக்கு* என்ற ஓரங்க நாடகத்தைக் கு. ப. ராஜகோபாலன் எழுதியுனார். தஞ்சை ஆத்மநாதன், 'மனோஹர்' (ரா. அ. ப), எஸ். என். ஸ்ரீநிவாஸன் முதலியவர்கள் சிறுகதை எழுதிப் பெயர் வாங்கினார்கள். கோவை ஆர். திருஞானம் புதிய கவிஞராக மலர்ந்தது *ஹிந்துஸ்தானில்*தான்.

இப்படி அடுக்கிக்கொண்டே போவதை விடச் சாதாரணமாக *ஹிந்துஸ்தானில்* வந்த தலைப்புகள் சிலவற்றைப் பாருங்கள்:

'சிந்தனைச் சிதர்' – எழுதுவது 'ஊசி மிளகாய்' – அரசியல் விமர்சனம்.

'கண்ணோட்டம்' – அகில இந்திய அரசியல் பற்றி.

'வேடிக்கைத் தபால்' – பத்திரிகைகளில் அடிபடும் சிலருக்கு நையாண்டிக் கடிதங்கள்.

அரவிந்தாசிரமத்தைச் சேர்ந்த 'அமுதன்' என்ற முதியவர் பாரதியைப் பற்றியும், பாரதி படைத்த சில நபர்களைப் பற்றியும் நிறையவே எழுதியிருக்கிறார்.

அறிஞர் வ.ரா. எழுதிய ஏராளமான கட்டுரைகளும் அவ்வாறே உள்ளன. பாலர் பக்கங்களில் வந்த கதைகள், துணுக்குகள், செய்வினைப் படங்கள், தந்திரக் கணக்குகள் முதலியவை இன்றைய பாலர்களையும் ஈர்க்கும் தன்மையவை. இவற்றையும் தொகுக்கலாம். இன்னும் சிலவும் கவனத்திற்குரியவையே.

இவ்வளவு சீரும் சிறப்பும் மிக்கதாய்த் துலங்கிய *ஹிந்துஸ்தான்* பத்து மாதம் வாழ்வு வாழ்வதற்கு முன், அதற்கு ஒரு பேரிடி நேர்ந்தது. அதை நிறுவியவரும் அதன் வளர்ச்சியில் அளவிலாத மகிழ்ச்சியுடன் அனைவரையும் ஊக்கி வந்தவருமான எம். சுப்பராய காமத் திடீரென்று மறைந்தார். மாரடைப்பு வரக் காரணமே இல்லாத மனிதர் என்றுதான் டாக்டர்கள் சொன்னார்கள்!

அவர் மறைந்ததுமே *ஸண்டே டைம்ஸ், ஹிந்துஸ்தான்* இரண்டின் ஆதிக்கத்தைப் பெற அதன் டைரக்டர்களிடையே போட்டி நடந்தது. இதில் முக்கியப் போட்டியாளர்களாக வை. கோவிந்தனும், கோட்டையூரைச் சேர்ந்த ராமன் செட்டியார் என்ற ஒரு தனிகரும் விளங்கினார்கள். வை. கோவிந்தன் பத்திரிகை உலகும் புத்தக வெளியீட்டு உலகும் போற்றிய அருந்திறன் கொண்டவர். ஆனால் நிர்வாக டைரக்டராக ராமன் செட்டியார் வென்றார். பத்திரிகைகளின் க்ஷீணதசை தொடங்கிவிட்டது.

*ஹிந்துஸ்தானும் ஸண்டே டைம்ஸு*ம் நலிந்து மறைந்தன. தமிழ்ப் பத்திரிகை உலகில் ஒரு தாரகை மறைந்தது. ஆங்கிலப் பத்திரிகை உலகின் அரிய வார இதழும் மறைந்தது. தமிழகம் கொடுத்து வைத்தது அவ்வளவுதான் போலும்.

ஹிந்துஸ்தான் ஆசிரியக் குழுவில் முதல் ஆறுமாதத்துக்கு ஆசிரியராக விளங்கிய ரா. நாராயணன் (பி.ஏ. பி.எல்), உதவி ஆசிரியர் கே.பி. ஹரன் (*தமிழ்நாடு* ஏட்டில் பயின்றவர்), கே. சடகோபன் ('சிந்தனைச் சிதர்' எழுதிய 'ஊசி மிளகாய்'), நான், சித்திரக்காரரும் நிறைய அரசியல் கார்ட்டூன்கள் போட்டவருமான கோபி என்பவர், யாவரும் சிறிது காலத்தில் வெவ்வேறிடம் போய்விட்டோம்.

கடைசியாக, சென்னை பீட்டர்ஸ் ரோடில் ஒரு இல்லத்தில் *ஹிந்துஸ்தான்* லிமிடெட்டின் கடைசி மூச்சு பிரிந்தது. வருடம் 1954. *ஹிந்துஸ்தான்* போல இன்னொரு பத்திரிகை இன்றுவரை வரவில்லை.

ஆசிரியரின் பிற நூல்கள்

சித்திர பாரதி

(ஆதாரபூர்வமான பாரதி வாழ்க்கை வரலாறு
220 அரிய புகைப்படங்களுடன்)

ரூ. 475 (வி.பி.பி.யில் ரூ.475)

1937லிருந்தே பாரதி குறித்த தேடலைத் துவக்கி விட்ட ஆய்வாளரான ரா.அ. பத்மநாபனின் அரிய ஆவணங்கள், அபூர்வ புகைப்படங்களைக்கொண்ட தொகுப்பு 1957இல் வெளிவந்திருக்கிறது. பாரதியின் நூல்களும் அவரைப்பற்றிய உறுதிப்படுத்தப்படாத செய்திகளும் நிறைந்திருந்த காலகட்டத்தில் ரா.அ. பத்மநாபனின் சளைக்காத உழைப்பு – பாரதியை நெருக்கத்தில் பார்க்கவைத்திருக்கிறது. பாரதி தலைப்பாகை, கம்பு சகிதமாக காரைக்குடியில் படம் எடுத்துக்கொண்டபோது –அந்த அனுபவம் எந்த மிகையும் இல்லாமல் பதிவாகியிருக்கிறது. பல உண்மை சார்ந்த நிகழ்வுகளுடன் கூடிய வழவழப்பான காகிதத்தில் வெளிவந்துள்ள செம்பதிப்பு.

புதிய பார்வை,
ஜனவரி 1-15, 2007

www.ingramcontent.com/pod-product-compliance
Lightning Source LLC
LaVergne TN
LVHW090402051026
849518LV00006B/2212
* 9 7 8 8 1 8 7 4 7 7 6 7 9 *